AF758963

பொன்னகரம்

பொன்னகரம்

அரவிந்தன் (பி. 1964)

பத்திரிகையாளர், எழுத்தாளர், விமர்சகர், மொழிபெயர்ப்பாளர். *இந்தியா டுடே* வார இதழில் பத்தாண்டுகள் பணிபுரிந்தவர். *காலச்சுவடு* மாத இதழின் பொறுப்பாசிரியராக ஐந்தாண்டுகள் பணிபுரிந்தவர். தற்போது *தி இந்து* (தமிழ்) நாளிதழில் பணிபுரிகிறார்.

மனைவி: ஸ்ரீதேவி. குழந்தைகள்: நம்ரதா, சைதன்யா.

மின்னஞ்சல் : *aravindanmail@gmail.com*

அரவிந்தன்

பொன்னகரம்

காலச்சுவடு பதிப்பகம்

பொன்னகரம் • நாவல் • ஆசிரியர்: அரவிந்தன் • © D.I. அரவிந்தன் • முதல் பதிப்பு: ஆகஸ்ட் 2015, மூன்றாம் பதிப்பு: ஆகஸ்ட் 2016 • வெளியீடு: காலச்சுவடு பப்ளிகேஷன்ஸ் (பி) லிட்., 669 கே.பி. சாலை, நாகர்கோவில் 629001

ponnakaram • Novel • Author: Aravindan • © D.I. Aravindan • Language: Tamil • First Edition: August 2015, Third Edition: August 2016 • Size: Demy 1x8 • Paper: 18.6 kg maplitho • Pages: 264

Published by Kalachuvadu Publications Pvt. Ltd., 669 K.P. Road, Nagercoil 629001, India • Phone: 91-4652-278525 • e-mail: publications @kalachuvadu.com • Wrapper printed at Print Specialities, Chennai 600014

ISBN: 978-93-84641-34-4

08/2016/S.No. 669, kcp 1606, 18.6 (3) KLL

காணிக்கை

திரு. பால. கைலாசம் அவர்களுக்கு

நாவலின் தலைப்பு பற்றி...

புதுமைப்பித்தனின் மறக்க முடியாத கதைகளில் ஒன்று 'பொன்னகரம்'. அதில் அவர் காட்டும் ஊரின் லட்சணங்களோடு ஒப்பிடத் தகுந்த ஓர் இடம்தான் இந்தக் கதையின் மையம். இதை எழுத ஆரம்பிக்கும்போது இப்போதைக்கு இருக்கட்டும் என்று 'பொன்னகரம்' என்னும் தலைப்பை வைத்தேன். கடந்த இரண்டு ஆண்டுகளுக்கும் மேலாக இந்தக் கதை என் கையில் இருக்கிறது. எவ்வளவு யோசித்தும் வேறு தலைப்பு எனக்குத் தோன்றவே இல்லை. புதுமைப்பித்தனின் தலைப்பை எடுத்துக்கொள்ள உரிமை இல்லையா என்ன? அதையே தலைப்பாக வைத்துவிட்டேன்.

என்னுரை

பொன்னகரம் உருவான கதை

முதல் நாவல் வெளிவந்த சில மாதங்களுக்குள் எப்படி இன்னொரு நாவலை எழுத முடிந்தது என்று பலரும் ஆச்சரியமாகக் கேட்கிறார்கள். இந்த நாவலை அதன் கரட்டு வடிவில் இரண்டாண்டுகளுக்கு முன்பே எழுதி முடித்துவிட்டேன். இதைச் செப்பனிட்டு வெளியிடும் வேலையைத் தள்ளிப்போட்டுக் கொண்டே இருந்தேன். கடந்த ஆண்டில் இதைச் செப்பனிட்டபோது அது திருப்திகரமாக வரவில்லை. பல அம்சங்களில் மேலும் கவனம் செலுத்த வேண்டும் என்று தோன்றியது. நண்பர்கள் தெரிவித்த கருத்துகளும் அதை உறுதிசெய்தன. இடையில் திடீரென்று இன்னொரு நாவலை எழுதத் தொடங்கியதில் கவனம் முழுவதும் அதில் சென்றது. அப்படித்தான் 'பயணம்' நாவல் இந்த ஆண்டின் தொடக்கத்தில் வெளியானது. அந்த நாவல் வெளியான உற்சாகம் தணிந்த பிறகு இந்த நாவலைச் செப்பனிடும் வேலையை மீண்டும் தொடங்கினேன்.

தற்செயலாக உருவான நாவல் இது என்றுதான் சொல்ல வேண்டும். இரண்டு ஆண்டுகளுக்கு முன்பு திரு. கல்யாணராமன் அவர்களைச் சந்திக்க 'புதுயுகம்' தொலைக்காட்சி அலுவலகத்திற்குச் சென்றிருந்தேன். 'புதுயுகம்' தொலைக்காட்சி தொடங்கப்படுவதற்கான முன்னேற்பாடுகள் மும்முரமாக நடந்துகொண்டிருந்த சமயம் அது. பல்வேறு புதிய நிகழ்ச்சிகளுக்கான திட்டமிடல்களும் வேலைகளும் நடந்துகொண்டிருந்தன. சென்னை வாழ்க்கையை மையமாக வைத்துத் தொலைக் காட்சிக்காகச் சில ஆவணப் படங்கள், கதைப்

படங்கள் எடுக்கலாம் என்னும் திட்டம் எனக்கு இருந்தது. அந்தத் திட்டங்களைக் கல்யாணராமனிடம் விளக்கினேன். அவற்றுக்கான பிரதிகளை என்னால் எழுதித்தர முடியும் என்று அவரிடம் சொன்னேன். அவர் தொலைக்காட்சியின் பொறுப்பில் இருந்த திரு. பால கைலாசத்துடன் ஒரு சந்திப்புக்கு ஏற்பாடு செய்தார். கதைப் படமாக எடுக்கும் யோசனை கைலாசத்திற்குப் பிடித்திருந்தது. கதைச் சுருக்கத்தை எழுதி மின்னஞ்சலில் அனுப்பச் சொன்னார். சென்னை குடிசை மாற்று வாரியப் பகுதி ஒன்றின் வாழ்க்கையை மையமாக வைத்து ஒரு கதையை மனதில் உருவகித்துக்கொண்டேன். அதற்கான கதைச் சுருக்கத்தை விரைவில் அனுப்பினேன். கைலாசம் என்னை அழைத்துப் பேசினார். அந்தச் சந்திப்புதான் இந்த நாவலின் தொடக்கப்புள்ளி.

கதைக் களம், கதை மாந்தர்கள், அதில் வெளிப்படக்கூடிய வாழ்வு ஆகியவை அவருக்குப் பிடித்திருந்தன. ஆனால் கதை வெளியிலிருந்து பார்க்கும் பார்வையில் இருந்ததை அவர் ஏற்கவில்லை. இந்த வாழ்க்கை உள்ளிருந்து பார்க்கப்பட்டுப் பிரதிபலிக்கப்பட வேண்டும் என்று சொன்னார். உள்ளே இருந்து பார்க்கும் கோணமே நான் விரும்புவது. ஆனால் நான் விரும்பும் வகையில் ஒரு கதையைக் கொடுத்து இதெல்லாம் தொலைக்காட்சிக்கு ஒத்துவராது என்று அவர்கள் சொல்லிவிட்டால் என்ன செய்வது என்னும் தயக்கத்திலேயே கதைச் சுருக்கத்தை எழுதியிருந்தேன். ஆனால் கைலாசம் வாழ்வின் அசலான பதிவுகளுக்கும் கலை சார்ந்த முயற்சிகளுக்கும் முக்கியத்துவம் அளிக்க விரும்பினார். அதே தொலைக்காட்சியில் பணிபுரிந்துகொண்டிருந்த இயக்குநர் நாகா, அகிரா குரோசவாவின் ‘டொடொஸ்கா டென்’ என்னும் படத்தைப் பார்க்கும்படி பரிந்துரைத்தார். அற்புதமான அந்தப் படத்தை இரண்டு முறை பார்த்தேன். அதன் பிறகு என் மனதில் இருந்த கதையை முற்றிலும் வேறுவிதமாக எழுத ஆரம்பித்தேன். அதன் கதைச் சுருக்கம் கைலாசம், நாகா இருவருக்கும் பிடித்திருந்தது. முன்பணம் கொடுத்து, வேலையைத் தொடரும்படிக் கேட்டுக்கொண்டார்கள்.

கதையை நான் வேகமாக எழுதினாலும் அதைவிட வேகமான மாற்றங்கள் தொலைக்காட்சியில் நடந்தன. அதன் பிறகு கைலாசத்திடம் அதிகம் விவாதிக்க வாய்ப்பு கிடைக்கவில்லை. கதையைத் தொலைக்காட்சித் தொடராக எடுக்கும் பொறுப்பு இயக்குநர் சமுத்திரக்கனியிடம் வழங்கப்பட்டது. அவர் இயக்குநர் வா. கௌதமனை வைத்து அந்தத் தொடரை எடுக்க முடிவுசெய்தார். கதையைப் பற்றி என்னிடம் விவாதித்த அணியினர் கதாபாத்திரங்களின் சித்திரங்களை விரிவாகத் தரும்படிக் கேட்டார்கள். மூன்று முக்கியக் கதாபாத்திரங்களின்

வாழ்வைத் தனித்தனியே விரிவுபடுத்தி எழுதிக்கொடுத்துவிட்டேன். தொடரை மனதில் கொள்ளாமல் கதைக்கு நியாயம் செய்யும் விதத்திலேயே எழுதினேன். தொடர் உருவாக்கத்தில் நான் தொடர்ந்து பங்கேற்பதாக ஏற்பாடு இருந்தது. பல நடைமுறைக் காரணங்களால் அது முடியாமல்போயிற்று.

நான் சமர்ப்பித்த பிரதியில் சில அம்சங்களை எடுத்துக் கொண்டு கௌதமன் தன்னுடைய அணுகுமுறையில் அவற்றை விரிவுபடுத்தித் தொடரை இயக்கினார். அது நெடுந்தொடராக ஒளிபரப்பாகிவிட்டது. தொடரின் சில பகுதிகளை யூடியூப் தளத்தில்தான் பார்க்கக் கிடைத்தது. என் கதையோடு தொடர்பு கொண்ட அம்சங்கள் அதில் மிக மிகக் குறைவாகவே இருந்தன. கதையின் மையமும் போக்கும் பெருமளவில் மாறியிருந்ததையும் உணர முடிந்தது.

அப்போது எழுதிய கதைதான் இப்போது பல மாற்றங்களை அடைந்து நாவலாக வெளிவருகிறது.

○

மண் வாசனை என்று வரும்போது சென்னையைப் பற்றி அதிகம் யாரும் பேசுவதில்லை. ஆனால் சென்னையின் பல்வேறு பகுதிகள் தமக்கே உரிய அடையாளத்தைக் கொண்டிருக்கின்றன. ஆங்கிலேயர்களால் உருவாக்கப்பட்ட இந்த நகரம், பல்வேறு ஊர்கள், மாநிலங்களைச் சேர்ந்த மக்களால் வளர்த்தெடுக்கப்பட்டது. அடிப்படையிலேயே பன்முகத்தன்மை கொண்டது. இங்கே புழங்கும் பண்பாடு, பழக்க வழக்கங்கள், சாதி, மத நிலவரங்கள், மொழி, சமூக, பொருளாதாரச் சூழல்கள், உள்கட்டமைப்பு, பிரச்சினைகள் என எதை எடுத்தாலும் ஒற்றை வரையறையோடு முடித்துக்கொள்ள முடியாது. சென்னைக்குள் பல உலகங்கள் இருக்கின்றன. அவற்றில் ஒன்றைச் சற்றே அணுகிப் பார்க்கும் முயற்சி இது. அந்த உலகின் யதார்த்தத்தை அதன் நுட்பங்களோடு பதிவுசெய்யும் முயற்சி.

ஒரு பகுதியின் நிலவரத்தின் பொதுத்தன்மை அந்தப் பொதுத்தன்மையுடன் தம்மை இணைத்துக்கொள்ளாத தனிநபர்கள் மீதும் அடையாளமாகக் கவியத்தான் செய்யும். பொதுத்தன்மையை மீறித் தனி அடையாளங்களைக் கொள்வதோ அவற்றைப் பேணிக் காப்பதோ அவ்வளவு எளிதல்ல. பொது அடையாளத்தின் சாதக பாதகங்கள் அந்தப் பொதுத்தன்மையின் பிரதிநிதிகளைப் போலவே அதில் சேராத அல்லது சேர்ந்துகொள்ள விரும்பாதவர்களையும் பற்றிக்கொள்ளவேசெய்யும். பாதிப்புகளின் புற அடையாளங்கள் நமக்குத் தெரியும் அளவிற்கு அவற்றின் மூல காரணங்களும் அவற்றை உருவாக்கும் காரணிகளும்

தெரிவதில்லை. அவற்றையெல்லாம் நெருங்கிப் பார்க்கும் முயற்சியே இந்த நாவல்.

○

இந்த நாவல் உருவாக்கத்தில் உதவியவர்கள் பலர். தொலைக்காட்சியில் பணிபுரிந்த கல்யாணராமன், கைலாசம், நாகா, மணிஸ்ரீதர் ஆகியோர் இயல்பாகவே பல உதவிகள் செய்தார்கள். இந்த நாவல் கையாளும் வாழ்க்கையோடு நெருக்கமான தொடர்புகொண்ட ஜகதாலன், கிரி ஆகிய இருவரும் பகிர்ந்துகொண்ட தகவல்கள் மிகவும் உதவியாக இருந்தன. கபடி ஆட்டத்தில் சிறந்து விளங்கிய என் நண்பன் ஜகதாலனின் பெயரை இந்த நாவலில் வரும் கபடி ஆட்டக்காரனுக்கு வைத்திருக்கிறேன். பிரதியைச் செம்மைப்படுத்துவதில் நண்பர்கள் தெரிவித்த கருத்துக்களின் பங்கு மிக முக்கியமானது. செல்லப்பா, ஷங்கரராமசுப்பிரமணியன், இமையம், சிபிச்செல்வன், சரவணன், பெருமாள்முருகன், கிருஷ்ண பிரபு ஆகியோர் தெரிவித்த கருத்துக்களும் யோசனைகளும் இந்த நாவலைச் செம்மைப்படுத்தப் பெரிதும் உதவியாக இருந்தன. நாவலுக்கான விமர்சனக் கூட்டம் 2016, ஆகஸ்ட் 14 அன்று ‘அண்ணாநகர் ஆய்வு வட்டம்’ என்னும் அமைப்பின் சார்பில் நடத்தப்பட்டது. அக்கூட்டத்தில் பேசிய கை. சங்கர், நாவலில் உள்ள காலக் குழப்பங்களைத் துல்லியமாகச் சுட்டிக்காட்டினார். அது இந்தப் பதிப்பில் சரிசெய்யப்பட்டுள்ளது. இவர்கள் அனைவருக்கும் மனமார்ந்த நன்றி.

பால கைலாசம் ஊக்கம் தந்திருக்காவிட்டால் இந்த நாவலை நான் எழுதியிருக்கவே மாட்டேன். நாவல் உருவாவதற்கான தொடக்கப் புள்ளியே அவருடன் நிகழ்ந்த சந்திப்புதான். தமிழ்க் காட்சி ஊடகங்களில் பல்வேறு புதிய முயற்சிகளை முன்னெடுத்த அவர், கலையம்சமும் வாழ்க்கைக்குப் பயன்தரும் தன்மையும் கொண்ட பொழுதுபோக்கு என்னும் வகைமையைத் தமிழில் வெற்றிகரமாக உருவாக்கி நிலைபெறச்செய்ய முடியும் என்னும் கனவைக் கொண்டிருந்தார். மேலான கனவுகளிலிருந்தே பெரும் காரியங்கள் பிறக்கின்றன. அத்தகைய கனவின் மூலம் சூழலில் பல சலனங்களை ஏற்படுத்திய பால கைலாசத்தின் அகால மரணம் தமிழ் ஊடகத் துறைக்குப் பெரும் இழப்பு. அத்தகைய ஆளுமை தந்த ஊக்கத்தில் பிறந்த இந்த நாவலை அவருக்குக் காணிக்கையாக்குவதில் பெரும் மனநிறைவை அடைகிறேன்.

சென்னை
ஆகஸ்ட் 13, 2015

அரவிந்தன்

1

பிரதான வீதியிலிருந்து பிரியும் கிளைச் சாலையின் ஓரத்தில் இருக்கும் பெயர்ப் பலகையைப் படிக்கும் பார்வதிக்கு அதுதான் இனி தன் வசிப்பிடமாக இருக்கும் என்று தெரியாது. பகவதிபுரம் என்று எழுதப்பட்ட அந்தப் பெயர்ப் பலகையின் அருகிலிருந்த மரத்தில் ஒரு மாடு கட்டப்பட்டிருந்தது.

கூச்சத்துடன் நடந்து வந்த பார்வதி பக்கத்தில் வரும் முத்துக்கிருஷ்ணனை ஓரக் கண்ணால் பார்த்தாள். அவன் முகத்தில் களைப்பு தெரிந்தது. அவர்களுடன் வந்துகொண்டிருந்த லட்சுமியம்மாவின் முகத்தில் பூரிப்பு தெரிந்தது. லட்சுமியம்மா அந்தச் சாலையில் திரும்பினார். முத்துக்கிருஷ்ணனும் பார்வதியும் பின்தொடர்ந்தார்கள்.

அவர்களுக்குப் பின்னால் பார்வதியின் சித்தப்பாவும் சித்தியும் வந்துகொண்டிருந்தார்கள். பார்வதியின் அப்பா உடல் நலமில்லாமல் படுத்து விட்டார். ஏற்கனவே கடுமையான நீரிழிவு நோய் கொண்ட அவரைக் கல்யாணப் பதற்றம் படுக்கையில் தள்ளிவிட்டது. பார்வதிக்கு அம்மா இல்லை. அவளுக்குப் பத்து வயதாக இருக்கும்போதே போய்ச் சேர்ந்துவிட்டாள்.

சிறிய சாலை அது. கூட்டம் அதிகம் இல்லை. ஆங்காங்கே ஒரு சிலர் இவர்களை வேடிக்கை பார்த்துக்கொண்டிருந்தார்கள். டயரை ஓட்டிக் கொண்டு போன ஒரு பையன் இவர்களைப் பார்த்து ஒரு நிமிடம் நின்று, “முத்தண்ணே, சவிக்கிமா ? . . .”

என்று கத்திக்கொண்டே ஓடினான். அந்தச் சத்தத்தைக் கேட்டுச் சிலர் எட்டிப் பார்த்தார்கள். பார்வதிக்குக் கூச்சம் அதிகரித்தது.

சாலையின் இடது புறம் பக்கத்துத் தெருவில் உள்ள வீடுகளின் பின் புறங்களும் ஓரிரு கடைகளும் தெரிந்தன. வலது புறம் குடிசை மாற்று வாரிய வீடுகளின் பக்கவாட்டுத் தோற்றங்கள் தெரிந்தன. ஜன்னலிலிருந்து சில முகங்கள் எட்டிப் பார்த்தன.

இடது புறம் சாலை ஓரத்தில் இருக்கும் கோவிலில் லட்சுமியம்மா நின்றார். மணமக்களும் நின்றார்கள். "கும்பிட்டுக்கங்க" என்றார் லட்சுமியம்மா.

புது மணத் தம்பதியைப் பார்த்த அர்ச்சகர் சிறிது உற்சாகத்துடன் மணியடித்துக் கற்பூர ஆரத்தி காட்டினார். இருவரும் கோவிலைச் சுற்றி வந்து சாமி கும்பிட்டார்கள். அர்ச்சகர் நீட்டிய தட்டில் லட்சுமியம்மா இரண்டு ரூபாய் போட்டார். சித்தப்பா தன் பையிலிருந்து ஐந்து ரூபாய்த் தாளை எடுத்துப் போட்டார்.

கோவிலுக்கு எதிரில் உள்ள சாலையில் மூவரும் நுழைந்தார்கள். லட்சுமியம்மாவின் முகத்தில் வெற்றிக் களிப்பு. முத்துக்கிருஷ்ணனின் முகத்தில் வெட்கம். அவன் பார்வதியைச் சற்றே இடித்துக்கொண்டு நடந்தான். பார்வதி கூச்சத்தில் நெளிந்தாள்.

இரு புறமும் கட்டடங்கள். சுண்ணாம்பு உதிர்ந்திருந்த சுவர்களில் சினிமா சுவரொட்டிகள் ஒட்டப்பட்டிருந்தன. கிருஷ்ணாவில் பணக்காரன் மூன்று காட்சிகள். வீடுகளின் பால்கனிகளில் விரிசல்கள் தெரிந்தன. குழாய்கள் அழுக்கேறி யிருந்தன. ஒவ்வொரு வீட்டிலும் பால்கனியிலும் ஜன்னலிலும் துணிகள் காய்ந்துகொண்டிருந்தன. இரண்டு வீடுகளுக்கு நடுவில் சைக்கிள்கள் தாறுமாறாக நிறுத்தப்பட்டிருந்தன. படி ஏறுபவர்கள் சைக்கிள்களில் மோதிக்கொள்ளாமல் செல்லச் சிரமப்பட வேண்டியிருந்தது.

இரண்டு கட்டடங்களுக்கு இடையில் உள்ள சந்தில் சில சிறுவர்கள் கோலி விளையாடிக்கொண்டிருந்தார்கள். பக்கத்தில் ஒருவன் சுவர் ஓரமாக நின்று கழுத்தை மட்டும் திருப்பி, கோலி ஆட்டத்தைப் பார்த்துக்கொண்டே சிறுநீர் கழித்துக்கொண்டிருந்தான். அவனுடைய உடலசைவுக்கேற்பச் சுவரில் விழும் சிறுநீர்க் கோடு வளைந்து நெளிந்தபடி இருந்தது.

புது மணத் தம்பதியர் கடந்து செல்லும்போது அவர்கள் ஆட்டத்தை நிறுத்திவிட்டு ஆச்சரியமாகப் பார்த்தார்கள். ஓரிருவர்

முத்துகிருஷ்ணனைப் பார்த்துப் புன்னகைத்தார்கள். பார்வதியை வியப்போடு பார்த்தார்கள். சிறுநீர் கழித்துக்கொண்டிருந்த பையன் சட்டென்று சுவரைப் பார்த்துத் திரும்பினான். அவனுடைய சிறுநீர் காற்றில் வளையமிட்டபடி சுவரின் மேல் விழுந்தது. அவர்கள் போய்விட்டார்களா என்று ஓரக்கண்ணால் பார்த்தபடி சிறுநீர் கழித்தான்.

வழியில் ஒரு குடியிருப்பின் வாசலில் கூரை ஓலை வேயப்பட்டுச் சாலையில் சிறிய அறை ஒன்று நீட்டிக்கொண்டிருந்தது. அதன் வாசலில் மக்கள் திலகம் எம்.ஜி.ஆர். மன்றம் என்ற பெயர்ப் பலகை இருந்தது. இரண்டு வீடுகள் தள்ளி சாலையோரத்தில் தி.மு.க. கொடி பறந்துகொண்டிருந்தது.

அண்மையில் பெய்த மழை சாலையில் சேற்றுக் குட்டைகளாகவும் சிறு நீர்நிலைகளாகவும் தன் அடையாளத்தை விட்டுச் சென்றிருந்தது. ஒரு காலத்தில் தார் சாலை போட்டதற்கான அடையாளம் சில இடங்களில் தெரிந்தது. மூவரும் சேற்றில் கால் வைக்காமல் கவனமாக நடந்தார்கள்.

பார்வதி சினிமாவில் பார்த்திருந்த சென்னைக்கும் நேரில் காணும் காட்சிகளுக்கும் சம்பந்தமே இல்லை. அவள் மனதில் துக்கம் உருக்கொண்டது. சாலையில் உள்ளே வரவர அவள் துக்கம் அதிகரித்தது. சித்தியைத் திரும்பிப் பார்த்தாள். இவளது முக வாட்டத்தைக் கவனித்த சித்தி ஆதரவாகத் தோளைப் பற்றினாள்.

லட்சுமியம்மாள் ஒரு வீட்டின் முன் நின்றார். இருவரையும் நிற்கச் சொல்லிவிட்டு உள்ளே சென்றார். உள்ளிருந்து ஆரத்தியை எடுத்துவந்தார். புதுப் பெண்ணைப் பார்க்க அக்கம்பக்கத்திலிருந்து பெண்கள் கூடிவிட்டார்கள். அங்கே இருந்த சுமங்கலி ஒருத்தியிடம் லட்சுமியம்மா ஆரத்தி எடுக்கச் சொன்னார்.

லட்சுமியம்மாள் படியேறிச் செல்ல, அனைவரும் பின்தொடர்ந்தார்கள். முதல் மாடியில் வலது புறம் இருக்கும் வீட்டின் பூட்டைத் திறந்து லட்சுமியம்மாள் உள்ளே நுழைந்தார். பார்வதி வலது காலை எடுத்து வைத்து உள்ளே வந்தாள். சின்னஞ் சிறிய வீடு. அழுக்கும் ஒழுங்கீனமும் நிறைந்திருந்தது. குடியாத்தம் வீட்டின் சூழல் மனதில் தோன்ற, துக்கம் பொங்கியது.

இருவரும் சுவாமி படங்களுக்கு முன்னால் விழுந்து வணங்கி மாலைகளைக் கழற்றி வைத்தார்கள். மாலையைக் கழற்றியதும் பார்வதிக்குச் சற்று ஆசுவாசமாக இருந்தது. சிறிய மாலைதான் என்றாலும் மாலையோடு வந்தது பெரும் கூச்சத்தைத் தந்தது. அத்தையிடம் சொல்லிப் பார்த்தாள். "அய்ய, தம்மாத்தூண்டு

மாலய போட்டுக்குனா உனுக்கு இன்னா வந்துது? சொம்மா கெட" என்று சொல்லி அடக்கிவிட்டார் அத்தை.

"பெட்ரூம்புல பாய் இருக்குது பார். அத்த எடுத்தாந்து போடு" என்றார் லட்சுமியம்மா.

பார்வதியின் முகத்தில் சிறு சுணக்கம். வந்த உடனே வேலையா என்று அவளுக்குத் தோன்றியது. ஆனால் எதையும் காட்டிக்கொள்ளாமல் உள்ளே சென்று பாயை எடுத்து வந்தாள். லட்சுமியம்மாவும் முத்துவும் உட்கார்ந்தார்கள். "நீயும் குந்திக்க" என்றார் லட்சுமியம்மா. பார்வதியும் உட்கார்ந்தாள்.

அக்கம்பக்கத்திலிருந்து பலரும் வந்துகொண்டிருந்தார்கள். வெளியூரில் கல்யாணத்தை வைத்துவிட்டதால் வர முடியாததைப் பற்றிப் பேசிக்கொண்டிருந்தார்கள். தோற்றத்தில் வித்தியாசமாக இருந்த பார்வதியை எல்லோரும் வியப்போடு பார்த்தார்கள். பார்வதியின் சித்தியின் மீதும் கண்கள் மொய்த்தன. பார்வதிக்கு அவஸ்தையாக இருந்தது.

அவர்கள் பேசும் மொழி அவளுக்கு அன்னியமாக இருந்தது. அப்பாவின் சொந்த அக்காதான். ஆனால், இருவருக்கும் இடையில் எவ்வளவு வித்தியாசம்? அப்பா நினைவு வந்ததும் அவளுக்கு மீண்டும் துக்கம் தொண்டையை அடைத்தது.

பார்வதி உள்ளே சென்று எல்லோருக்கும் குடிக்கத் தண்ணீர் எடுத்துவந்து தந்தாள். தண்ணீர் சொம்பு நசுங்கியிருந்தது. கறை படிந்திருந்தது. தண்ணீர்க் குடத்துக்கு மேலே இருந்த தட்டு அழுக்காக இருந்தது. தண்ணீர் கொடுத்துவிட்டு அங்கேயே நிற்க முடியவில்லை. உள்ளே போகலாம் என்றால் அதற்கான சுவாதீனமும் இல்லை. அவஸ்தையோடு நின்றுகொண்டிருந்தாள். லட்சுமியம்மா முத்துவின் நண்பர்களில் ஒருவனிடம் சொம்பைக் கொடுத்து காப்பி வாங்கிவரச் சொன்னார்.

அனைவரும் கிளம்பிச் சென்ற பின் அந்த இடம் இயல்பு நிலைக்கு வரச் சில மணிநேரங்கள் ஆயின. பார்வதி வழி தவறி வந்த குழந்தையைப் போல உணர்ந்தாள். அவளுக்கு அங்கே எதுவுமே சகஜமாக இல்லை.

2

அந்தப் பையன் குந்தத்தின் அருகே சென்றான். ஒல்லியான உடல் வாகு. நல்ல உயரம். தலை முடி வகிடு இல்லாமல் மேல் நோக்கி வாரப்பட்டிருந்தது. வயது பதினெட்டிலிருந்து இருபதுக்குள் இருக்கும். கூட்டம் அவனைப் பார்த்து ஆரவாரம் செய்தது. நடுவர் விசில் ஊதுவதற்காக அவன் காத்திருந்தான். விசில் ஊதப்பட்டதும் மூச்சைப் பிடித்துப் பாடிச் சென்றான். நிதானமாக முன்னேறினான். எதிர்ப் பக்கத்தில் ஏழு பேர் இருந்தாலும் அவன் ஒரு பக்கம் ஏறிச் செல்வதைப் பார்க்கும்போது ஒரே ஒருவன் மட்டும்தான் நிற்கிறானோ என்ற தோற்றம் ஏற்பட்டது. இடது பக்கம் ஏறு குந்தத்தைத் தாண்டி ஒரு அடி முன்னேறி அங்கேயே நின்றான். அவன் கண்கள் சுழன்றன. இடது தொடையைத் தட்டினான். அப்படியே சுழன்று மின்னல் வேகத்தில் திரும்பி வலது காலால் எதிரில் நிற்பவனை உதைத்தான். உதை நெஞ்சில் விழுந்தது. அப்போது மறு முனையிலிருந்து ஒருவன் வந்து இவனை அலேக்காகத் தூக்கப் பார்த்தான். பாடிச் சென்ற பையன் அதை எதிர்பார்த்திருந்தான். மின்னல் வேகத்தில் மேலே தாவினான். ஒரு மானின் தாவல் போல அது இருந்தது. ஓடி வந்தவனின் முதுகில் கால் வைத்து எகிறிக் கோட்டின் அருகே குதித்துப் பதற்றமில்லாமல் நின்றான். வாய் கபடி கபடி என்று விடாமல் சொல்லிக்கொண்டிருந்தது. மீண்டும் தன்னைப் பிடிக்கும் வெறியோடு வந்தவனை லாகவமாகத் தவிர்த்துக் கோட்டுக்கு வெளியே அவனை அனுப்பினான். அவன் கூடவே

வந்தவனைப் பிட்டத்தில் உதைத்தான். அதே வேகத்தில் ஒரு காலில் கீழே உட்கார்ந்து மறு காலை மின்னலாகச் சுழற்றினான். பின்னால் நின்றவனின் கணுக்காலில் சுளீரென்று அடி விழுந்தது. பிறகு குந்தத்தைத் தொட்டான். நான்கு பேர் ஆட்டமிழந்தார்கள்.

அடுத்து எதிரணியிலிருந்து ஒருவன் பாடி வந்தான். "பின்னால போ" என்று அந்தப் பையனின் குரல் முழங்கியது. அவன் அணியினர் உள்வாங்கி நின்றார்கள். பாடி வந்தவன் ஏறு குந்தத்தைத் தொட்டு இன்னொரு காலைத் தூக்குவதற்குள் இவன் பாய்ந்து அவனைக் கவ்வினான்.

இப்போது எதிரணியில் இரண்டு பேர். மீண்டும் அவனே பாடிச் சென்றான். மீண்டும் ஒரு உதை. ஒரு தட்டு. இருவரும் ஆட்டமிழந்தார்கள்.

"பகவதிபுரம் டூ ப்ளஸ் டூ" என்று நடுவர் அறிவித்தார். ஆட்டம் தொடங்கிய மூன்றே நிமிடங்களில் பகவதிபுரம் ஒன்பது – பூஜ்ஜியம் என்று முன்னணி பெற்றது.

ஆட்டத்தின் முதல் பாதி முடியும்போது *31 – 4* என்ற நிலையில் பகவதிபுரம் முன்னிலை பெற்றிருந்தது. பகவதிபுரம் மூன்று முறை எதிரணியினரை முழுவதுமாக ஆட்டமிழக்கச் செய்திருந்தது. அவர்கள் தரப்பில் மொத்தம் நான்கு பேர் மட்டுமே ஆட்டமிழந்தார்கள். முதலில் பாடிச் சென்றவன் மொத்தம் ஐந்து முறை பாடியிருப்பான். ஒவ்வொரு முறையும் இரண்டு, மூன்று எனப் புள்ளிகள் கிடைத்தன.

எதிரணியினர் பாடி வரும்போது அவன் கட்டத்தின் இடது புறம் நின்றிருந்தான். தான் இருக்கும் பக்கம் ஏறுபவனை அமைதியாக எதிர்கொண்டான். பிடிப்பதற்கான அடையாளம் எதுவும் இல்லாமல் அசைவற்று நின்றான். பாடி வருபவன் முன்னேற முயன்றபோது சற்றே விலகி அவனுக்கு வழி விட்டான். அவன் காலை நகர்த்தும் சமயத்தில் சரேலென்று பாய்ந்து அவனைத் தன் பக்கம் இழுத்துக்கொண்டான். இன்னொரு சமயம் ஒருவன் மிகவும் கவனமாக ஆடிக்கொண்டிருந்தபோது அவனை நோக்கித் தன் தோளைச் சற்றே சரித்தான். பாடியவன் கை நீட்டித் தொட முயன்றான். அவன் கை இவன் தோளைத் தொடுவதற்குள் இவன் கைகள் அவன் கணுக்காலைப் பிடித்துக்கொண்டன. சற்றும் அசைந்துகொடுக்காத பிடி. கட்டத்தின் மறுமுனையில் ஏறி ஆடியவர்கள் சற்றே தவறான அசைவை வெளிப்படுத்தும்போது அவர்கள் மீது பாய்ந்தான். தப்ப இடம் கொடுக்காத வேகமும் துல்லியமும் கூடிய பாய்ச்சல். பெரும்பாலான புள்ளிகள் அவனாலேயே வந்தன. ஒரே ஆளாக எதிரணியினரை வீழ்த்தினான் என்றுதான் சொல்ல வேண்டும்.

கூட்டத்திலிருந்து ஒருவன் “ஜெகா, நாலு பாயிண்டு உட்டுடியே” என்று கத்தினான். ஜகதாலன் அவனைப் பார்த்துச் சிரித்தான். பிறகு தன் அணியினரைப் பார்த்துத் திரும்பி மெதுவாக அவர்களிடம் சில விஷயங்கள் பேசினான். ஓரிருவரிடம் குறிப்பாக ஏதோ சொன்னான்.

இடைவேளை முடிந்து ஆட்டம் மீண்டும் தொடங்கியது. ஜகதாலன் தன் அணியில் ஒருவனைப் பார்த்துக் கண் காட்டினான். அவன் போய் ஒரு புள்ளி எடுத்து வந்தான். அதுவரை இடது ஓரத்தில் நின்றிருந்த ஜகதாலன் இன்னொருவனை அங்கே நிற்கவைத்துவிட்டு உள்ளே வந்து நின்றுகொண்டான். அவ்வப்போது கட்டளைகள் பிறப்பித்து அணியை வழிநடத்தினான். இரண்டாம் பாதியில் மற்றவர்களை அதிகம் ஆடவிட்டான். அவன் அணியினர் 25 புள்ளிகள் எடுத்தார்கள். எதிரணியினர் ஏழு புள்ளிகள்.

பகவதிபுரத்தைச் சேர்ந்த பார்வையாளர்கள் ஜகதாலனைச் சூழ்ந்துகொண்டார்கள். ஓரிருவர் கையோடு கொண்டுவந்திருந்த வாழைப்பழங்களை அவனிடம் கொடுத்தார்கள். அவன் அதை வாங்கித் தன் அணியினரிடம் கொடுத்தான். பலரும் அவன் ஆட்டத்தைப் பற்றியே பேசிக்கொண்டிருந்தார்கள். அவன் எகிறித் தப்பியது, சுழன்று உதைத்தது, பிடித்தது, டிச் இடித்துத் தூக்கியது, இரண்டாவது பாதியில் மற்றவர்களை அதிகமாக ஆடவிட்டது என்று ஆளுக்கு ஆள் ஒவ்வொரு விஷயத்தைச் சொல்லி அவனைப் புகழ்ந்தார்கள்.

ஜகதாலன் அமைதியாக எல்லாவற்றையும் கேட்டுக் கொண்டிருந்தான். இவனை மற்றவர்கள் புகழ்வதை அவன் அணியினர் பெருமையோடு கவனித்துக்கொண்டிருந்தார்கள்.

இவை எல்லாமே பழகிப்போன காட்சிகள். ஜகதாலன் கலந்துகொள்ளும் எல்லாப் போட்டிகளிலும் அரங்கேறும் காட்சிகள். கடந்த மாதம் பெரம்பூரில் ஒரு போட்டி. அந்தப் போட்டிக்கு பகவதிபுரம் அணியோடு சென்றவர்களில் ஒருவன் சொன்னான்: “இது இனா மேச்சு? பெரம்பூர்ல பாத்துருக்கணுமே. ஜகா பூந்து வெலாடிட்டான். இதல்லாம் ஒண்ணுமே இல்ல”.

ஜகதாலன் சிரித்தான்.

3

காலையில் எழுந்திருந்தபோது சில்லென்றிருந்தது. விழிப்பு வந்தும் எழுந்திருக்காமல் படுத்திருந்தாள் பார்வதி. குடியாத்தத்தில் தன் வீட்டில் படுத்து எழுவது நினைவுக்கு வந்தது. அப்பா அவளுக்கு முன்பு எழுந்துவிடுவார். சிறிய வீடுதான். அவர் கட்டிலின் மேல் படுத்துக்கொள்வார். பார்வதி கீழே பாயை விரித்துப் படுத்துக்கொள்வாள். அப்பாவால் ஐந்தரை மணிக்கு மேல் தூங்க முடியாது. பெண்ணை எழுப்ப மாட்டார். ஆனால் எழுந்துவிட்டாளா என்று அடிக்கடி பார்ப்பார். அது தெரிந்தும் தூங்குவதுபோல நடிப்பாள். ரேடியோ போடுவார். 6.50 செய்திகள் முடியும்போது மீண்டும் எட்டிப் பார்ப்பார். பார்வதி எழுந்து வேலைகளைத் தொடங்குவாள். "நீங்க போய் பேப்பர் படிங்கப்பா" என்று சொல்லிவிட்டு காப்பி போடுவாள். அப்பா ஏற்கனவே பால் காய்ச்சி வைத்திருப்பார். அவள் அம்மா இறந்ததிலிருந்து இப்படித்தான்.

சமையலறையில் படுத்திருந்த லட்சுமியம்மா எழுந்து வந்து குரல் கொடுத்தார். தலை முடியை முடிந்தபடியே படுக்கையிலிருந்து எழுந்த பார்வதி முத்துவைப் பார்த்தாள். அடித்துப் போட்டதுபோல அவன் தூங்கிக்கொண்டிருந்தான். லுங்கி தன் கடமையிலிருந்து தவறியிருந்தது. அப்பாவைத் தவிர வேறு ஆண்களே இல்லாத வீட்டில் வளர்ந்த பார்வதி மிகவும் அன்னியமாக உணர்ந்தாள்.

இரவு கிளம்புவதற்கு முன்பு சித்தி பார்வதியைக் கூப்பிட்டுச் சில விஷயங்கள் பேசினாள். ஒரு ஆணுடன் தனியாக இருப்பது என்றால் என்ன என்று சொல்ல முயற்சி செய்தார். "ஒண்ணும் பயப்படாத, எல்லாம் கொஞ்சம் கொஞ்சமா பழகிடும்" என்றார்.

பார்வதிக்கு ஒன்றும் புரியவில்லை. அரசல் புரசலாகக் கேள்விப்பட்டிருந்ததுதான். ஆனால் இந்த இடத்தைப் பார்த்ததும் பயந்தாள். முத்து தன்னை ஆசையோடு பார்ப்பதைக் கண்டு உள்ளுக்குள் கலக்கமாக இருந்தது. அவன் என்ன செய்யப்போகிறான் என்று பயமாக இருந்தது. தனக்குச் சித்தி அறிவுரை சொன்னதுபோல அவனுக்கு யாராவது ஏதாவது சொல்லியிருப்பார்களா என்று யோசித்தாள். சினிமாவில் பார்த்திருந்த முதலிரவுக் காட்சிகள் நினைவுக்கு வந்தன. இங்கே கட்டில் இல்லை. பூக்கள் இல்லை. பால் இருக்குமா என்று தெரியாது. ஆனால் முத்து இருக்கிறான். அவன் ஆசை கண்களில் தெரிகிறது.

இரவு உணவுக்குப் பிறகு லட்சுமி அத்தையும் வேறு சிலரும் குசுகுசுவென்று பேசிக்கொண்டார்கள். அத்தை இவள் தலையில் கை வைத்து ஆசீர்வாதம் செய்தார். முத்துவைப் பார்த்தார். ஒன்றும் சொல்லவில்லை. முத்துவின் நண்பர்கள் சிலர் அவனுடன் சிரித்துப் பேசிக்கொண்டிருந்தார்கள். பார்வதிக்குத் தூக்கம் வந்தது. அத்தை சமையலறைக்குப் போய்ப் படுத்துக்கொண்டார்.

நண்பர்கள் விடைபெற்றுச் சென்றார்கள். சிறிய அறையில் முத்துவும் பார்வதியும் மட்டும் இருந்தார்கள். அவளுடைய படபடப்பு அதிகரித்தது. முத்து பாயை விரித்தான். தலையணைகளைப் போட்டான். அவளைப் பார்த்துத் தலை அசைத்தான். அவள் மெதுவாக அருகில் வந்தாள். சிறிது நேரம் நின்றுகொண்டிருந்தவள் பாயில் உட்கார்ந்தாள். அவனும் பக்கத்தில் உட்கார்ந்துகொண்டான். பார்வதி தலை குனிந்தபடி அமர்ந்திருந்தாள். கலக்கம் கண்ணீராகக் கசிந்தது. முத்து அவள் தோளைத் தொட்டான். முகவாயைப் பிடித்துத் தூக்கினான். கண்கள் கலங்கியிருந்ததைப் பார்த்துத் திடுக்கிட்டான். "ஏன் அயுவற?" என்றான்.

பார்வதி பதில் சொல்லவில்லை. முத்து மீண்டும் கேட்டான். பார்வதி மெதுவாகச் சொன்னாள்: "பயமா இருக்கு."

முத்து சிரித்தான். "அய்ய, இதுக்கா அயுவற? சீ கம்முனு படு" என்றான்.

பார்வதி ஆச்சரியத்துடன் அவனைப் பார்த்தாள். அவன் கூச்சத்துடன் சிரித்தான்.

“சினேகிதக்காரனுங்கோ இன்னான்னமோ சொல்லினிர்ந் தானுங்கோ. சீக்ரமா போய்த் தொலைங்கடான்னு தெர்த்தி வுட்டன்” என்றான். “அதுல இன்னா அவசரம்? மெதுவா பாத்துக்கலாம்” என்றான் தொடர்ந்து.

பார்வதி ஆசுவாசமடைந்தாள். கழிவறைக்குப் போய்விட்டு வந்தாள். அந்த நாற்றம் அவளுக்குப் பழக்கமில்லாமல் இருந்தது. மதியமே உணர்ந்ததுதான் என்றாலும் இப்போது அதிகமாகத் தெரிந்தது. திரும்பி வருவதற்குள் முத்து படுத்துவிட்டிருந்தான். மெதுவாகப் பக்கத்தில் வந்து படுத்துக்கொண்டாள். “லைட்ட ஆப் பண்ணு” என்றான். பார்வதி ஸ்விட்சைத் தேடி விளக்கை அணைத்துவிட்டு வந்து படுத்துக்கொண்டாள். முதன் முறையாக ஒரு ஆணுக்குப் பக்கத்தில் படுப்பதால் படபடப்பாக இருந்தது. முத்து சொன்னது மிகவும் ஆறுதலாக இருந்தது. முத்து புரண்டு படுத்தான். அவள் மீது காலைப் போட்டுக்கொண்டு தூங்கினான்.

காலையில் எழுந்தபோது முத்துவின் போர்வையும் லுங்கியும் விலகியிருந்ததைக் கவனித்தாள். போர்வையை எடுத்து முத்துவுக்குப் போர்த்திவிட்ட பார்வதி, பல் விளக்கினாள். உடனே குளித்தாள். பிறகு அடுப்பங்கரைக்குள் நுழைந்தாள். அவள் முகத்தில் மஞ்சள் அப்பியிருந்தது. அவள் குளிக்கும்போது லட்சுமி அத்தை சொம்பில் டீ வாங்கிக்கொண்டு வந்திருந்தார். இருவரும் டீ குடித்தார்கள். முத்து இன்னும் எழுந்திருக்கவில்லை.

“நீ இன்னா பண்ற ... கொட்த்த எட்த்துகினு போய் தண்ணி புட்ச்சா. ரெண்டு தெரு தள்ளி கெனறு இருக்குது. நேத்து வந்த வயிலயே போயி ரைட்ல திரும்பணும்” என்றார் லட்சுமியம்மா.

‘புட்ச்சா . . . அது என்ன புட்ச்சா?’ என்று நினைத்தபடி பார்வதி கிளம்பினாள்.

பார்வதி சிறு வயதில் குடம் தூக்கியிருக்கிறாள். ஆனால் பெரியவளான பிறகு அதற்கு அவசியம் ஏற்படவில்லை. வீட்டிலேயே குழாயில் தண்ணீர் வரும்.

லட்சுமியம்மா குடத்தை எடுத்துத் தந்தார். பார்வதி குடத்தைத் தூக்கிக்கொண்டு கீழே போனாள்.

கீழே சிறிய சலசலப்பு. நான்கைந்து இளைஞர்கள் தீவிரமாக எதையோ செய்துகொண்டிருந்தார்கள்.

பார்வதி அவர்களைப் பார்த்தும் பார்க்காததுபோலக் கடந்து செல்ல முயன்றாள். ஆனாலும் அவர்களது வித்தியாசமான இருப்பும் அசைவுகளும் அவள் கண்களைக் கவர்ந்துவிட்டன.

அவர்கள் கையில் பெரிய நூல்கண்டும் ஒரு பாத்திரத்தில் ஏதோ ஒரு அடர்த்தியான திரவமும் இருந்தன. நூலை இரண்டு கம்பங்களுக்கு நடுவில் இழுத்துச் சுற்றிக்கொண்டிருந்தார்கள். அந்தப் பக்கம் யாரும் போக முடியாது.

ஒற்றை இழைகளாகக் கட்டப்பட்ட அந்த நூலில் ஒருவன் அந்தத் திரவத்தைத் தடவ ஆரம்பித்தான். செய்துகொண்டே இருக்கும்போது அவன் மண்டையில் ஒரு அடி விழுந்தது. அவன் திரும்பிப் பார்த்தான். அடித்தவன் மீண்டும் கை ஓங்கினான்.

“என்னா மயிருடா மாஞ்சா போட்ற? கீய சிந்திக்கினே போட்டா இத்தினி நூலுக்கும் எப்பிட்றா போடுவ?”

மாஞ்சா தடவிக்கொண்டிருப்பவன் பதில் பேசாமல் நின்றான். அவன் கையிலிருந்த பாத்திரத்தை வாங்கியவன் தானே தடவ ஆரம்பித்தான்.

அவன் வேலை சுத்தமாக இருந்தது. சீரான வேகத்தில் நேர்த்தியாக அவன் கை இயங்கியது. இடையிடையே மாஞ்சா தடவுவதின் நுட்பங்களைச் சொல்லிக்கொண்டிருந்தான். மற்றவர்கள் கவனமாகக் கேட்டுக்கொண்டிருந்தார்கள்.

இருபது, இருபத்தைந்து வயது இளைஞர்கள் காற்றாடி விஷயத்தில் இவ்வளவு தீவிரமாக ஈடுபடுவது பார்வதிக்கு ஆச்சரியமாக இருந்தது.

அவர்களில் ஓரிருவர் அவளைத் திரும்பிப் பார்த்தார்கள். அதைக் கவனித்த பார்வதி குனிந்தபடியே நடந்தாள்.

‘மெட்ராஸ் என்ன இப்பிடி இருக்கு’ என்று நினைத்துக் கொண்டே வேகமாக நடந்தாள். மாஞ்சா தடவச் சொல்லிக் கொடுத்தவனின் உடல் அசைவுகளும் குரலும் அவள் மனதில் பதிந்துவிட்டன. அவன் மற்றவர்களைவிட வித்தியாசமாக இருந்தான். தலைமுடியை ஒழுங்காக வெட்டிக்கொண்டு, மீசையை அழகாக வளர்த்திருந்தான். முண்டா பனியனும் லுங்கியும் அணிந்திருந்தான். அவன் காலில் மட்டும் செருப்பு இருந்ததும் அவளுக்கு நினைவுக்கு வந்தது. அவன் உடற்கட்டு சட்டென்று யாரையும் கவர்ந்துவிடும் வகையில் இருந்தது. பார்வதிக்கு ஏனோ ரவியின் நினைவு வந்தது. பெருமூச்சுடன் நடையின் வேகத்தைக் கூட்டினாள். அப்பா மீது கோபம் வந்தது.

சாலையில் சில மாடுகள் நடமாடின. சில சைக்கிள்கள் ஓடிக்கொண்டிருந்தன. எல்லாச் சாலைகளுமே மோசமாகத்தான் இருந்தன. சில இடங்களில் சாலையோரங்கள் திறந்த வெளிக்

கழிவறைகளாக இருந்தன. தலையைக் குனிந்தபடி செல்வது பார்வதிக்குக் கஷ்டமாக இருந்தது.

சாலையின் திருப்பத்தில் உள்ள டீக்கடையில் சிறு கூட்டம் நின்றுகொண்டிருந்தது. பார்வதி டீக்கடையைக் கடந்து சென்றபோது எல்லோரும் அவளையே பார்த்துக்கொண்டிருந்தார்கள்.

அந்தச் சாலையைக் கடந்து வலது புறம் திரும்பியதும் சற்றுத் தொலைவில் பெரிய கிணற்றடி தெரிந்தது. பெண்கள் தண்ணீர் பிடித்துக்கொண்டிருந்தார்கள். கிணற்றடியை நெருங்கும்போது பார்வதியின் நடை வேகம் மட்டுப்பட்டது. பழக்கமில்லாதவர்களுடன் பேசப்போகிறோம் என்பதற்கான தயக்கம் அவள் மனதில் எழுந்தது. பாழடைந்த கிணறு. அதன் குறுக்கே போடப்பட்டிருந்த கம்பு ஆடிக்கொண்டே இருந்தது. ராட்டினம் இயங்கும்போது கடும் ஓசையை எழுப்பியது. குடம் வைக்கும் இடமும் மனிதர்கள் நின்று நீர் இறைக்கும் இடமும் பாசி படர்ந்திருந்தன.

பார்வதியைப் பார்த்ததும் அங்குள்ள பெண்களின் முகங் களில் புன்னகை தோன்றியது. ஓரிருவர் அவளிடம் அன்பாகப் பேச்சுக் கொடுத்தார்கள். ஊர், பெற்றோர் பற்றியெல்லாம் விசாரித்தார்கள். பார்வதி சிரித்த முகத்துடன் பதில் சொன்னாள்.

“லச்சுமி உங்க அத்ததானே?” என்று கேட்டாள் ஒருத்தி. பார்வதி தலையாட்டினாள்.

“அதான பாத்தன். லட்டு மாதிரி ஒரு பொண்ண லச்சுமி எங்கேந்து புட்ச்சிக்கினு வந்தான்னு நென்ச்சேன்” என்றாள் இன்னொருத்தி. பார்வதி அமைதியாகப் புன்னகை புரிந்தாள்.

“நீ தண்ணி புட்ச்சிக்கோ” என்று புதுப் பெண்ணுக்குச் சலுகை தந்து ஒதுங்கினார்கள்.

“பரவால்ல, நா வெயிட் பண்றேன்” என்றாள் பார்வதி கூச்சத்துடன். அவர்கள் விடவில்லை. பார்வதி கிணற்றில் தண்ணீர் இறைக்க ஆரம்பிக்கும்போது திடீரென்று ஒரு கூச்சல் கேட்டது. இனம் புரியாத கூச்சல் அது. ஏதோ ஒரு விலங்கின் கூக்குரல். பார்வதிக்குத் தூக்கிவாரிப்போட்டது. குடத்தைத் தவறவிட்டாள். காதுகளைப் பொத்திக்கொண்டாள். தொடர்ந்து அந்த அலறல் கேட்டது.

ஆனால் அங்கிருந்த பெண்கள் சற்றும் பதற்றமடையவில்லை. சிரித்தார்கள். “இதுக்கா பயந்துக்குன?” என்றாள் ஒருத்தி.

“இது தெனிக்கும் நடக்கறதுதான். என்னிக்கு அந்த கொறவன உள்ள உட்டாங்களோ அன்னிக்கே இந்த ஏரியாவே நாறிப்போச்சி” என்று சொல்லி ஒருத்தி காறித் துப்பினாள்.

பார்வதி மெல்லச் சுதாரித்துக்கொண்டு சத்தம் வந்த திசையைப் பார்த்தாள். அங்கே ஒரு ஓலைத் தட்டி. ஓலைகளின் இடைவெளிகளினூடே நிறைய அசைவுகள் தெரிந்தன.

பார்வதிக்கு ஒன்றும் புரியவில்லை.

“பன்னிய வெட்றானுங்கோ. பன்னிக் கறி விக்கிறதுதான் அவுனுங்க பொயப்பு” என்றாள் ஒரு பெண்.

பார்வதியின் மனத் திரையில் சாலையில் மாடுகளுடன் பன்றிகள் நடமாடுவதைப் பார்த்த காட்சி நிழலாடியது.

பார்வதிக்குக் குமட்டிக்கொண்டு வந்தது. குடியாத்தத்தில் பன்றிகளை அவள் அவ்வளவாகப் பார்த்ததுகூடக் கிடையாது. அவளுக்கு நாய், பூனைகளைக்கூடப் பிடிக்காது.

ஒரு வழியாகத் தண்ணீர் இறைத்துக் குடத்தில் ஊற்றினாள். சற்று முன்பு அவர்களுடன் பேசியபோது இருந்த சகஜ உணர்வு பார்வதியிடம் இப்போது வற்றிப்போயிருந்தது.

பார்வதி குடத்தை எடுத்துக்கொண்டு வரும்போது ஏதேனும் பன்றி குறுக்கே வருமோ என்று பயந்துகொண்டே வந்தாள். சாலையில் வேடிக்கை பார்க்கும் மனநிலை சுத்தமாக இல்லை. வரும்போது இருந்த முகம் திரும்பும்போது இல்லை. நடையும் மாறியிருந்தது.

முத்துக்கிருஷ்ணன் தூங்கிக்கொண்டிருந்தான். அத்தையிடம் பன்றிகளைப் பற்றிக் கேட்கத் தோன்றவில்லை.

அடுப்பங்கரைக்குள் நுழைந்து சமையல் வேலையைத் தொடங்கினாள். அடுப்பில் பாத்திரத்தை வைத்துவிட்டுக் காய்கறிகளை நறுக்கினாள். முகத்தில் வழியும் வியர்வையைத் துடைத்துக்கொள்ளும் எண்ணம்கூட இல்லாமல் வேலை செய்துகொண்டிருந்தாள்.

முத்து அப்போதும் தூங்கிக்கொண்டிருந்தான். அவன் ஏன் வேலைக்குப் போகவில்லை என்று அவளுக்குப் புரியவில்லை. அத்தையிடம் கேட்கப் பயமாக இருந்தது. லட்சுமியம்மாள் பக்கத்து வீட்டில் டிவி பார்த்துக்கொண்டிருந்தார்.

சமையல் முடியும்போது முத்துக்கிருஷ்ணன் எழுந்து கொண்டான். என்ன சமையல் என்று கேட்டான். முகம் கழுவிக்கொண்டு வந்து சாப்பிட உட்கார்ந்தான்.

முத்துக்கிருஷ்ணனிடம் பன்றியைப் பற்றிக் கேட்டாள். "இவ்வளோ ஜனங்க இருக்கற எடத்துல ஏன் பன்னிய வெட்றாங்க?" என்றாள்.

முத்துவுக்கு அது ஒரு கேள்வியாகவே படவில்லை. "அய்ய, அதப் பத்தி நீ ஏன் பயப்பட்ற? அவுனுங்கலுக்கு அதான் தொயிலு. கொறவனுங்கோ . . ." என்றான்.

"கொறவங்க இங்க எப்பிடி வந்தாங்க?"

"மொதல்ல பாடர் தோட்டத்தாண்டதான் குட்ச போட்டுக்குனு இருந்தோம். அங்க எதுக்கும் கேல்வி மொறயே கெடியாது. எந்தக் கய்சட வோண்ணா வர்லாம். அங்க கொறவனுங்களும் இருந்தானுங்கோ. எங்கலுக்குல்லாம் இங்க ஊடு குட்த்தபோது அவுனுங்கல்ல ஒரு குடும்பத்துக்கும் கெட்ச்சிது. ஆபீசர் கிட்ட சொல்லிப் பாத்தோம். கேக்க ல. கவுர்மெண்டு ஆடர்னு சொல்ட்டாரு" என்றான்.

பார்வதி அமைதியாக இருந்தாள். அவள் மனநிலை இயல்பாக இல்லை.

"பன்னிக் கறி நல்லாருக்குந் தெரீமா" என்றான் அவள் கைகளைத் தடவியபடி. பார்வதிக்குத் திக்கென்றது. இவனும் பன்றிக் கறி சாப்பிடுவானா?

முத்துக்கிருஷ்ணன் சாப்பிட்டுவிட்டு வெளியே கிளம்பினான். பார்வதி லட்சுமி அம்மாவைச் சாப்பிடக் கூப்பிட்டாள். இருவரும் சாப்பிட்டார்கள்.

"சாப்பாடு எப்படி இருக்கு அத்த?" என்று பார்வதி கேட்டாள். லட்சுமி அம்மா தலையாட்டினார். அதில் பெரிதாக எந்த உணர்ச்சியும் இல்லை.

4

பெரம்பூர் போட்டிகளை ஜகதாலனால் மறக்கவே முடியாது. சென்னையின் மிகவும் பிரபலமான அணிகள் அங்கே வந்திருந்தன. பகவதிபுரத்திலிருந்து ஜகதாலன் தலைமையில் சென்ற அணியில் இருந்த பையன்களைப் பார்த்ததும் சிலர் சிரித்துவிட்டார்கள். பட்டாளத்திலிருந்தும் காசிமேடிலிருந்தும் வந்த அணிகள் புயல்போல முன்னேறின. பகவதிபுரத்துக்கு முதல் போட்டி கொருக்குப்பேட்டை அணியுடன். போலீஸ் அணியில் ஆடும் இரண்டு பேர் அங்கே இருந்தார்கள். பகவதிபுரம் அதற்கு முன்பு தென் சென்னை அளவிலான போட்டியில் வென்றதால் நேரடியாக இரண்டாம் சுற்றுக்குள் நுழைந்தது. கொருக்குப்பேட்டை அணி அதற்கு முந்தைய போட்டியை 30–3 என்ற கணக்கில் ஊதித் தள்ளிவிட்டு வந்திருந்தது. பகவதிபுரம் அணியைப் பார்த்ததும் அந்த போலீஸ்காரர்கள் இருவரும் நமுட்டுச் சிரிப்பு சிரித்தார்கள். “சின்னப் பசங்க, பாத்து ஆடுங்கப்பா” என்று தங்களுக்குள் பேசிக்கொண்டார்கள். டாஸ் போடும்போதும் அனுதாபத்துடன் பார்த்தார்கள்.

ஆட்டம் ஆரம்பித்த சில நிமிடங்களுக்குள் நிலை மாறிவிட்டது. கபடிக்கு உடல் வலிமை மட்டும் போதாது என்பதை ஜகதாலனின் அணி காட்டியது. ஜகதாலன் தொடர்ந்து மூன்று முறை ரைட் செய்தான். முதல் முறை ஒரே ஒரு புள்ளிதான் கிடைத்தது. அதைக் கொருக்குப்பேட்டை அணி பெரிதாக எடுத்துக்கொள்ளவில்லை. அடுத்து

அங்கிருந்து வந்த வாட்டசாட்டமான ஒரு ரைடரை நன்றாக மேலே ஏற்றி ஆடவைத்த ஜகதாலன் அவன் கணுக்காலைக் கச்சிதமாகப் பிடித்தான். மற்றவர்கள் கணமும் தாமதிக்காமல் சுற்றுப் போட்டதில் அந்த வாட்டசாட்டமான ஆள் அவுட் ஆனான். "ஏண்டா அவ்ளோ தூரம் ஏறி ஆட்ற?" என்றுதான் அவன் அணியினர் கேட்டார்களே தவிர அங்கே நல்ல கேச்சர் ஒருவன் இருக்கிறான் என்பதை அங்கீகரிக்கவில்லை.

ஜகதாலன் மீண்டும் ரைட் போனான். அதீத தன்னம்பிக்கையில் இருந்த அவர்கள் அவன் ஏறுவதற்குள் அவனைத் தூக்கப் பார்த்தார்கள். ஒரு ரைடர் மான் போலத் துள்ளுவதை அவர்கள் வாழ்க்கையில் முதல் முறையாகப் பார்த்தார்கள். எந்தத் தடுமாற்றமும் இன்றிக் கீழே இறங்கிய அவன் திகைத்து நின்றிருந்த ஒருவனை ஒரு உதை விட்டான். மூர்க்கமாகப் பாய்ந்து வந்த இன்னொருவனை லாகவமாக விலகி வெளியே அனுப்பினான். நான்கு பேர் ஆட்டமிழந்தார்கள். பார்வையாளர்களைப் பரபரப்பு தொற்றிக்கொண்டது. சிங்கம் யானைகளைச் சிதற அடிப்பதுபோல இருந்தது அவனது ஆட்டம்.

கொருக்குப்பேட்டையில் ஒரே ஒருவன் எஞ்சி இருந்தான். நல்ல கனமான உடல். நான்கு பேரைத் தூக்கிக்கொண்டு ஓடும் அளவுக்கு வலிமையான உடற்கட்டு. போலீஸ் அணியில் முக்கியமான ஆள் என்று பேசிக்கொண்டார்கள். அவன் முகத்தில் அவமானமும் ஆவேசமும் தாண்டவமாடியது. குந்தத்தைத் தொட்டு முத்தமிட்டுப் பாடி வந்த அவன் ஜகதாலன் நின்ற மூலைக்கு மறு பக்கம் ஏறினான். அங்கிருந்து பார்க்கையில் தெரிந்த ஜகதாலனின் அலட்சியமான உடல் மொழி அவனை ஏமாற்றியது. புயல் போலப் பாய்ந்து ஜகதாலன் பக்கம் வந்தான். அவன் வேகத்தையே தனக்குச் சாதகமாகப் பயன்படுத்திய ஜகதாலன் கடைசி நொடியில் விலகி அவன் கால்கள் இரண்டையும் பற்றி வாரினான். ஜகதாலன் அதைச் செய்வான் என்று அவன் அணியினருக்கு நன்கு தெரியும் என்பதால் அவர்கள் இரட்டைச் சங்கிலி வியூகத்துடன் தயாராக இருந்தார்கள். இரும்பு வளையத்துக்குள் சிக்கிய யானை போல அவன் மாட்டிக்கொண்டான்.

"ரைடர் அவுட். ஒன் ப்ளஸ் டூ" என்றார் நடுவர். 9–0 என்று ஸ்கோர் பலகை காட்டியது. பகவதிபுரம் பார்வையாளர்கள் ஆரவாரம் செய்தார்கள். "கொருக்குப்பேட்ட கிட்டயே லோனா*

* லோனா: எதிரணியினர் அனைவரையும் ஆட்டமிழக்கச் செய்து ஒரு கேமை வென்றால் 2 போனஸ் புள்ளிகள் கிடைக்கும். இதைப் பெறுவதைத்தான் 'லோனா கழற்றுதல்' என்பார்கள்.

கள்ட்டிட்டாங்கடா” என்று யாரோ ஆச்சரியத்தில் வாய் பிளந்தான்.

கொருக்குப்பேட்டையினர் முகத்தில் சிரிப்பும் இளக்காரமும் மறைந்தன. அவர்கள் ஆட்டத்தில் ஆவேசம் கூடியது. ஜகதாலன் அணியினர் அலட்டிக்கொள்ளாமல் முன்னேறினார்கள். எதிரணியின் ஆவேசத்தைச் சாதகமாகப் பயன்படுத்திக்கொள்ளும் வித்தை அவர்களுக்குத் தெரிந்தது. அடுத்த கேமில் 11–2 என்ற கணக்கில் பகவதிபுரம் வென்றது.

அடுத்தடுத்த கேம்களில் கொருக்குப்பேட்டை மிகவும் கவனமாகவும் தற்காப்பு வியூகத்துடனும் ஆடியது. கேம் முடிய வெகு நேரம் ஆயிற்று. அதிலும் பகவதிபுரம்தான் வென்றது.

ஆட்டம் முடிந்ததும் அந்த போலீஸ்காரர்கள் இருவரும் ஜகதாலனைப் பாராட்டினார்கள். “எகுறும்போது பாத்துப்பா. கேச்சர் தலய தூக்கிட்டான்னா கொட்ட பிஞ்சிக்கும்” என்றார் அவர்களில் ஒருவர். ஜகதாலன் பணிவுடன் தலையாட்டினான்.

எகிறிக் குதித்தால் ஏன் எல்லோரும் கொட்டையைப் பற்றியே கவலைப்படுகிறார்கள் என்று ஜகதாலனுக்குப் புரியவில்லை. ராசண்ணனும் ஒரு முறை இப்படிச் சொன்னது நினைவுக்கு வந்தது. தான் எகிறும்போது இரண்டு கால்களையும் மடக்கி நெஞ்சுக்கு முன்பாகக் கொண்டுவருவதைக் கற்பனை செய்து பார்த்தான். ‘கொட்டயெல்லாம் ஒண்ணியும் படாது’ என்று சமாதானப்படுத்திக்கொண்டான்.

பகவதிபுரம் அணிக்கும் காசிமேடு அணிக்கும் இடையே இறுதிப் போட்டி நடந்தது. காசிமேடு அணி கட்டுக்கோப்புடன் ஆடியது. எதிரணியின் வலிமையையும் அணுகுமுறையையும் உணர்ந்த ஜகதாலன் பகவதிபுரம் அணியைத் திறம்பட வழி நடத்தினான். இரு அணிகளும் கவனமாக விளையாடியதில் அதிகப் புள்ளிகள் கிடைக்கவில்லை. மொத்தம் இரண்டே கேம்கள்தான். முதல் கேமில் 14–5 என்ற கணக்கில் பகவதிபுரம் முன்னிலை பெற்றது. அடுத்த கேமில் 3–4 என்று இருக்கும்போது ஆட்டம் முடிந்தது. பகவதிபுரம் கோப்பையை வென்றது. அந்த ஆட்டத்தில் ஜகதாலன் அதிகமாக ரைட் செய்தான். இரண்டு முறை அவுட் ஆனான். ஆனால் மற்ற ரைட்களில் புள்ளிகளை எடுத்தான். அற்புதமாக கேட்ச் பிடித்தான். கோப்பையைத் தட்டிக்கொண்டு வந்தான்.

“அடுத்த போட்டி இன்னும் சற்று நேரத்தில் ஆரம்பமாகும்” என்ற அறிவிப்பு ஜகதாலனின் நினைவுகளைக் கலைத்தது. தன்

அணியைச் சேர்ந்த ஒருவனைப் பார்த்தான். "நமுக்கு அடுத்த மேச் எப்படா?" என்று கேட்டான்.

"பன்னண்டு மணி ஆயிடும் ஜகா" என்கிறான் ஒருவன்.

"இப்ப மணி என்னடா?"

"பத்து அம்பது."

"அங்க யார்ரா லீடிங்ல க்குறான்?"

"வியாசர்பாடிண்ணா."

"கறுப்பு கைங்கடா. உசாரா இருக்கணும். சரி வாங்கடா" என்று சொல்லிவிட்டு நடந்தான். அவன் அணி அவன் பின்னால் சென்றது.

அந்த மைதானத்தின் நான்கு புறங்களிலும் மின் விளக்குகள் பொருத்தப்பட்டு அந்த இடத்தை வெளிச்சத்தில் மூழ்கடித்துக்கொண்டிருந்தன. ஒலிபெருக்கியில் யாரோ ஓயாமல் பேசிக்கொண்டிருந்தார்கள். ஆங்காங்கே சில பதாகைகள் தென்பட்டன. பத்துப் பனிரெண்டு போலீஸ்காரர்களும் இருந்தார்கள். ஆட்டம் நடைபெறும் இடங்களுக்குச் சற்றுத் தள்ளிச் சிலர் சிறிய கடைகளை அமைத்திருந்தார்கள். டீ, பன், கடலை உருண்டை, குளிர் பானங்கள், வாழைப்பழம் ஆகியவை விற்கப்பட்டுக்கொண்டிருந்தன. மைதானத்தில் சிகரெட் பிடிப்பதற்குத் தடை என்று ஆங்காங்கே அறிவிப்புகள் இருந்ததால் எந்தக் கடையிலும் சிகரெட் காணப்படவில்லை.

"வியாசர்பாடி அணியைச் சேர்ந்தவர் பாடிச் செல்கிறார். அவரை இதுவரை யாரும் அவுட் ஆக்கவில்லை. இப்போது பிடிக்க வருகிறார்கள். பிடித்துவிட்டார்கள் . . . இல்லை, தன்னைப் பிடித்தவர்களைத் தள்ளிக்கொண்டு கீழே விழுகிறார். அவர் கை குந்தத்தைத் தொடுகிறது. நான்கு பேர் அவுட் என்று நடுவர் கை காட்டுகிறார் . . ." என்று நேர்முக வர்ணனை ஒலித்துக்கொண்டிருந்தது. அதைக் கேட்டபடி நடந்து செல்லும் ஜகதாலன், "சொன்னேன்ல்ல? வியாசர்பாடி நல்ல டீம். கொஞ்ச அசால்ட்டா இருந்தாலும் ஏறி மெர்ச்சிருவானுங்கோ" என்றபடி முன்னே போய்க்கொண்டிருந்தான்.

ஒலிபெருக்கியின் ஓசை ஒடுங்க ஆரம்பித்தது. நடுவர்களின் விசில் சத்தமும் கூட்டத்தினரின் ஆரவாரமும் மிகவும் மெல்லியதாகக் கேட்டன. ஜகதாலன் நின்றான். அங்கே தன்

காலால் எட்டு அடி அளந்து ஒரு கோடு போட்டான். அதன் இரு பக்கமும் இரு கோடுகள் போட்டான். ஏழு அடி தூரத்தில் அந்தக் கோடுகளை இணைத்தான். இப்போது எட்டு அடிக்கு ஏழு அடி பரப்புள்ள செவ்வகப் பெட்டி தயாராகிவிட்டது. கபடி ஆடுகளத்தின் ஒரு பாதி அது. கோடு போட்ட பிறகு அனைவரையும் உள்ளே போகச் சொன்னான்.

“இப்ப நா ரைட் பண்ணுவேன். டேய் மூர்த்தி, நீ அந்த நெட்டையன டிச் இடிச்சியே, அந்த மாரி என்ன டிச் இடி” என்றான்.

மூர்த்தி உற்சாகமானான். ஆட்டத்தில் அந்த டிச்சைப் பற்றி அவனுக்கு இருந்தது சந்தோஷம் முகத்தில் தெரிந்தது. ஜகதாலன் பாடி வரும்போது ஓடி வந்து டிச் இடிக்கிறான். ஜகா அவனை லாகவமாகத் தவிர்த்துத் தள்ளிவிட்டான். மூர்த்தி வெளியில் போய் விழுந்தான்.

ஜகதாலன் மூர்த்தியைப் பார்த்து, “மாடு மாரி ஓடி வந்தா போதாது. டெக்னிகலா வரணும். இதே கண்டி நான் முட்டிய தூக்கிட்டுந்தா உங் கண்ணு மூக்கெல்லாம் எகிறிட்டுக்கும். அவன் சொத்த; மாட்டிக்கினான். நல்ல ரைடர் இப்படியெல்லாம் மாட்ட மாட்டான். நல்லா கவுனிங்கடா. நூறு தபா சொல்லிருக்கேன். லிங்க் இல்லாம டிச் இடிக்காத. மூஞ்சிய முன்னால கொண்டுவராத. ரைடர் கொஞ்சமாச்சும் மைனஸ்ல இர்ந்தாதான் டிச் இடிக்க வரணும். வந்தாலும் தோள குட்த்து தூக்கு. மூஞ்சிய குடுக்காத. கண்ணு தரைல இருக்க கூடாது. ரைடர் பாடில இருக்கணும். ரைடர் ஒங் கைலேந்து தப்பிக்க ஏதாவது டெக்னிக் வெச்சிருப்பான். அது அவன் உடம்பு அசையற விதத்துல தெரியும். அது உங் கண்ணுல டக்குனு படணும். அப்பதான் அவன சமாளிக்க முடியும். ரைடர் எகுற பாக்கறான்னு வை, நீ டக்குனு முதுக பின்னால வலிச்சி தோள மேல தூக்கணும். ரைடர் கவுந்தட்ச்சி வுய்வான். அப்ப அவன ஒரே அமுக்கா அமுக்கலாம். டிச் இடிக்க சொல்ல கைல ஒரு ஆலு இருக்கணும். நீ முன்னால டிச் இடிக்க சொல்ல அவன் ரைடர் பின்னால போவணும். அப்பதான் ரைடர் எகிறினாலும் உள்ள பூந்தாலும் உன்ன தல்லி உட்டாலும் பின்னாலேந்து அமுக்கலாம்” என்றான்.

“உன்ன டிச் இடிக்கும்போதும் கை கோத்துக்கினுதான் வராங்க. பின்னால ஒர்த்தன் ரெடியாதாங்குறான். நீ மட்டும் எப்பிடி தப்பிக்கிற?” என்றான் ஒருவன்.

“அவங் கெலம்பற்துக்கு முன்னாலயே அவ வரப்போறான்னு எனுக்குத் தெரிஞ்சிருண்டா. ஆட்டத்துல இருக்கற எல்லாரும் நம்ம கண்ணுல இருக்கணும். ஆனால் கண்ணு அங்கியும் இங்கியும் ஆடக் கூடாது. தரைய பாக்கறா மாரி இருக்கணும். ஆனா ஒவ்வொருத்தனோட மூமெண்டும் உனுக்குத் தெரியணும். ஓர்த்தன் என் முன்னால டிச் இடிக்க வர சொல்லோ எனுக்கு பின்னால ஒரு ஆலு வரதுக்குல்ல நான் வேகமா எகிற்டுவேன். அதுவும் ரொம்ப ஐட்ல எகிற்னா பின்னாலேந்துகூட புடிக்க முடியாது” என்றான்.

“அப்ப உன்ன எப்டி புடிக்கற்து?”

“ரெண்டு செயின் போட்ணும். ஒரு பக்கம் நல்லா ஏத்தி ஆட வுட்ணும். மொத செயின் டிச் இடிக்க வரணும். நான் அவுனுங்க கைல மாட்டாம ஜம்ப் அட்சிடுவேன். நா கீழ வரதுக்குள்ள அடுத்த செயின்ல இருக்கவன் புட்ச்சிடலாம். ஆனா ரெண்டு செயினும் கரைட்டா வர்னும். பின்னால வரவன் கொஞ்சம் லேட் பண்ணாலும் போச்சி” என்றான் ஜகதாலன்.

அவர்களைக் கை கோர்த்து நிற்கச் சொல்லிவிட்டு செயினில் வருவது, இரண்டு செயின் போட்டு வருவது ஆகியவற்றுக்குப் பயிற்சி கொடுத்தான்.

“ஆனா ஒரு விசியம். ஓர்த்தன் நல்லா எகுற்றான், நல்லா டைவ் அடிக்கறான்னு தெரிஞ்சா அவன நல்லா ஏத்தணும். லைன் கிட்ட போய் நிக்கணும். அவங்கிட்ட நீ போவாம அவன உங் கிட்ட வர வைக்கணும். அப்பதான் அவன் எகிறினாலும் உனுக்கு சான்ஸ் இருக்கும்.”

சிறிது நேரம் பல விதமான நிலைகளில் அவர்களை ஆட வைத்தான். வேறு வேறு விதமாக நிற்க வைத்தான்.

“எப்ப பாத்தாலும் டிச் இடிக்கற்துலயே குறியா இருக்க கூடாது. பொதுவா கார்னர் கேச்சர் புடிக்கற வெரிக்கும் காத்துருக்கணும். எல்லா ரைடரும் டிச்சுல மாட்ட மாட்டான். சொம்மா ஓடினுருந்தா மூஞ்சிதான் பஞ்சராவும். உன்னால நாலு பேர் அவுட்டாவான்” என்றான். ஒரு ஆளின் கையைப் பிடித்துக்கொண்டு எப்படி வர வேண்டும் என்று செய்து காட்டினான். அவன் உடல் அசைவுகள் நன்கு ஒத்திகை செய்யப்பட்ட நடன அசைவுகள் போல் இருந்தன.

சிறிது நேரம் கழித்துக் கிளம்பினார்கள். மைதானத்தின் மையத்தை நோக்கி வர வர வியாசர்பாடி அணியைப் பற்றிய பேச்சே

காதில் விழுந்துகொண்டிருந்தது. ஜகதாலன் தன் அணியினரைப் பார்த்துச் சிரித்தான். "நா சொன்னல்லடா ?"என்றான். "இன்னுங் கொஞ்ச நேரத்துல நம்மல பத்தி பேசுவானுங்கோ பாரு."

அந்த வார்த்தையைக் கேட்டதும் அவன் அணியினரின் தெம்பு அதிகரித்தது.

சில நிமிடங்களில் அடுத்த போட்டி ஆரம்பிக்கவிருந்தது. ஜகதாலன் தண்ணீர் குடித்துவிட்டுக் கால் முட்டியில் உறையை மாட்டிக்கொண்டான். நின்ற இடத்திலேயே சற்று குதித்தான். இரண்டு முறை காற்றில் உதைத்துப் பார்த்துக்கொண்டான். 'தென்பாண்டிச் சீமையிலே' என்ற பாட்டை முணுமுணுத்தான். உடலை அப்படியும் இப்படிம் திருப்பினான். குனிந்து தரையைத் தொட்டான். இரண்டு முறை குத்துக்காலில் உட்கார்ந்து எழுந்தான். அப்போது அவனை நோக்கி அவன் நண்பன் வேகமாக வந்தான்.

"எங்க போய்ட்ட ஜெகா ? உன்ன எங்கல்லாம் தேடறது ?" என்றான்.

"அட்த்த மேச் இருக்குதுல்ல? ப்ராடீஸ் எடுக்க போனோம். என்னா விசியம்?"

"ஓர்த்தர் உன்ன தேடி வந்தாரு."

"யாரு?" என்றான் ஜகதாலன் அலட்சியமாக.

"தெரீல. கறுப்பு பேண்டும் நீல கலர் சர்ட்டும் போட்ருந்தாரு. உம் பேருகூட அவுருக்கு தெரீல. அடையாளம் சொல்லி தேடினாரு. திரும்ப வருவாருன்னு நெனிக்கிறேன்" என்றான் நண்பன்.

ஜெகதாலன் பரபரப்படைந்தான். "ஏரியா ஆளா ?"

"இல்ல . . . ஆபீசரு மாரி இருந்தாரு."

ஜகதாலன் தரையை ஓங்கி மிதித்தான். "சே மிஸ்ஸாயிட்ச்சிடா" என்றான்.

"யார்ரா அவுரு?" என்றான் நண்பன் குழப்பத்துடன்.

"டிபார்மெண்டா இருக்குண்டா. போலீசு, ரயில்வே இத மாரி ஏதாவது டிபார்மெண்ட்லேந்து வந்துட்ருப்பாருடா" என்றான்.

“ஓ, டீமுக்கு ஆள புடிக்க வருவாங்கோன்னு சொல்லுவாங்களே, அதுவா இது?”

“அப்பிடிதான் இருக்கும்னு நெனைக்கறேன். சே மிஸ் பண்ட்டேண்டா . . .”

நண்பனுக்குப் புரிந்தது. “கவலப்படாத ஜகா, இங்கதான் எங்கியாவது இருப்பாரு. ஆட்டம் முடியறதுக்குள்ள வந்துடுவாரு. வியாசர்பாடி மேச்ல எல்லார் கண்ணும் இங்கதாண்டா இருக்கும். மைக்ல வேற அடிக்கடி ஏதாவது சொல்லினே இருப்பானுங்க. அவுரு திரும்பி வருவாரு பாரு” என்றான்.

ஜகதாலனுக்கு இந்த பதில் திருப்தி அளித்தது. ஆனாலும் ஏமாற்றம் விலகவில்லை.

5

அவர்கள் பெரிய நூல்கண்டிலிருந்து நூலை இரண்டு கம்பங்களுக்கு நடுவில் இழுத்துச் சுற்றிக் கொண்டிருந்தார்கள். பல வரிசைகள் கொண்ட ஒற்றை இழைகளாகக் கட்டப்பட்ட அந்த நூலில் ஒருவன் திரவத்தைத் தடவ ஆரம்பித்தான். செய்துகொண்டே இருக்கும்போது அவன் மண்டையில் ஒரு அடி விழுந்தது. திரும்பிப் பார்த்தான். அடித்தவன் மீண்டும் கை ஓங்கினான். "ங்கோத்தா, என்னா மயிறுடா மாஞ்சா போட்ற? கீய சிந்திக்கினே போட்டா இத்தினி நூலுக்கும் எப்பிட்றா போடுவ?" என்றான் அடித்தவன்.

மாஞ்சா தடவிக்கொண்டிருந்தவன் பதில் பேசாமல் நின்றான். அவன் கையிலிருந்த பாத்திரத்தை வாங்கியவன் தானே தடவ ஆரம்பித்தான். அவன் வேலை சுத்தமாக இருந்தது. சீரான வேகத்தில் நேர்த்தியாக அவன் கை இயங்கியது.

"மாஞ்சாவ அய்த்தி தடவுனா கை கீச்சிக்கும். அதுக்காக பட்டுக்காம தடவுனா நூல்ல மாஞ்சா ஏறாம கீய வியும். கையும் அறுத்துக்காம, கீயயும் வியாம பதுவிசா செய்யணும்" என்றான். அவன் விரல்கள் இயங்கிய விதம் அவன் சொன்ன பதவிசுக்கு இலக்கணமாக இருந்தது. அவனைச் சுற்றியிருந்தவர்கள் அவன் செய்வதைக் கவனமாகப் பார்த்துக்கொண்டிருந்தார்கள்.

அடுத்த வரிசைக்குப் போய் மாஞ்சா தடவப்பட்டிருந்த நூலை உன்னிப்பாகப் பார்த்தான்.

அவன் முகம் சுருங்கியது. மாஞ்சா தடவிக்கொண்டே போனவனைக் கூப்பிட்டான். அவன் வந்தான். "இங்க பார்ரா" என்றான். நூலில் அவன் சுட்டிக்காட்டிய பகுதியை அவன் கவனமாகப் பார்த்தான். அவனுக்கு எதுவும் புரியவில்லை.

"என்னடா தெரீது?"

"சரியாதாண்ணா கீது . . ."

மண்டையில் பட்டென்று அடி விழுந்தது. "ஒய்ங்கா பார்ரா பேமானி . . ."

அந்தப் பையன் மீண்டும் உற்றுப் பார்த்தான். அவனுக்குப் புரியவில்லை. மீண்டும் அடி விழுமோ என்ற பயத்துடன் தலையைத் தூக்கிப் பார்த்தான்.

"நூல்ல மாஞ்சா தடவ சொல்லோ எல்லா எட்த்துலயும் ஒரே மாரி தடவணும். ஒரு எட்த்துல அப்பிக்கினு இன்னோர் எட்த்துல கம்மியா இருக்கக் கூடாது. எல்லா எட்த்துலயும் கலர் தெரியும். மாஞ்சா தடவுனா மாரியே இருக்கும். ஆனா ஒயுங்கா தடவாட்டி சில எடங்க ரொம்ப ஷ்ட்ராங்கா இருக்கும். சில எடங்க வீக்கா பூடும். அந்த எட்த்துல டீலாச்சுன்னா புட்டுக்கும். புரீதா?" என்றவன் கொஞ்சம் மாஞ்சாவை எடுத்து, அது கீழே சிந்தாமல் ஒரு சிறு கிண்ணத்தைப் பிடித்தபடி போட்டுக்காட்டினான்.

"கைல மாஞ்சா எடுக்க சொல்லொ மொதல்ல போட்ற எட்த்துல அதிகமாதான் வயும். கைலக்குறத்த மொதல்ல போட்டுனும். அப்றம் அத ஈக்குலா தடவி பரப்பணும். கொஞ்சம் உட்டியானா காஞ்சு கெட்டியாயிடும். உட்னே பரப்பணும். போர்டுல பெயிண்ட் அடிக்கறா மாரிதாண்டா. ஒரு எட்த்துல பெயிண்ட் அப்பிக்கினு இர்ந்தா எப்பிடி இருக்கும்? மாஞ்சாவும் அப்பிடிதான்" என்று விளக்கினான். "ஆனா மாஞ்சாவ பரப்ப சொல்ல கேர்ஃபுல்லா இருக்கணுண்டா. ங்கோத்தா கைய அற்த்துரும்" என்றவன் கொஞ்சம் மாஞ்சாவை எடுத்துப் போடச் சொல்லி அதைக் கவனித்தான். பையன் இப்போது உஷாராக அதைச் செய்தான். கற்றுக்கொடுத்தவனின் முகத்தில் திருப்தி.

"குரு . . ." என்று இன்னொருவன் அழைத்ததைக் கண்டு திரும்பினான். திரும்பியவன் கண்ணில் அந்தப் பெண் பட்டாள். காலை நேர வெயிலில் பட்டு மாஞ்சா பூசிய நூல் வரிசைகள் மின்னிக்கொண்டிருந்தன. அந்த வரிசைகளினூடே தெரிந்த அந்தப் பெண்ணின் மஞ்சள் பூசிய முகம் பொலிவுடன் பிரகாசித்தது.

குரு அவள் முகத்தையே பார்த்துக்கொண்டிருந்தான். மாஞ்சா நூல் வரிசைகளுக்குக்குப் பின் தெரிந்த அந்த முகத்திலிருந்து அவனால் கண்களை எடுக்க முடியவில்லை. இது அவனுக்குப் புதிய முகம். பகவதிபுரத்தில் இதுவரை பார்த்திராத முகம்.

"குரு . . ." என்று மீண்டும் ஒலித்த அழைப்பைக் கேட்டு குரு திரும்பினான். குருவின் பார்வை அந்தப் பெண்ணின் மீது இருந்ததைக் கவனித்த பையன் அதைக் கண்டுகொள்ளாததுபோலப் பேச ஆரம்பித்தான்.

"போன வாரம் டீல் மட்ச்சபோது பாடர் தோட்டத்து பசங்களோட தகரால் வந்திச்சி குரு" என்றான்.

குரு அந்தப் பேச்சைக் கவனிக்கவில்லை. "யாருடா அந்தப் பொண்ணு?" என்றான் கையில் குடத்துடன் கடந்து செல்லும் பெண்ணின் பின்புறத்தைப் பார்த்தவாறே.

"முத்துவோட சம்சாரம். நீ பாக்கல?"

குருவுக்கு அப்போதுதான் முத்துவின் கல்யாணம் நினைவுக்கு வந்தது. குடியாத்தத்தில் கல்யாணம் என்று சொல்லியிருந்தான். 'இவதானா அந்தப் பொண்ணு . . .' என்று நினைத்துக்கொண்டான். "முத்துவுக்கு மச்சண்டா . . . ங்கோத்தா" என்றான். அந்தப் பையன் சிரித்தான்.

"என்னமோ தகரால்னு சொன்னியே, என்னாடா?" என்றான் குரு அந்தப் பையனைப் பார்த்து.

"கேட்டுச்சா? கவினிக்கலயோன்னு நென்ச்சேன் . . ." என்றான் அந்தப் பையன்.

குரு சிரித்தான். "போடாங் . . ."

"மேட்டுப்பாளையத்துல ஒரு டீம் கூட டீல் போட்னுருந்தோம். அப்ப இவுனுங்க காத்தாடிய குறுக்க உட்டானுங்க. தல்லி போங்கடா, மேச் நடக்குதுன்னு சொன்னாலும் கேக்கல. இந்த எடம் உனுக்கு மட்டும்தான் சொந்தமான்னு கேட்டானுங்கோ."

"அப்றம் இன்னா ஆச்சு?"

"நல்லவேள, காத்து இந்தப் பக்கம் அட்ச்சிது. ஒண்ணியும் பிர்ச்சன வரல."

"போடா சட. நீ மேச் போட்ட எட்த்துல ஓர்த்தன் வந்து உன்ன கிராஸ் பண்ட்டுக்குறான், நீ சொம்மா வந்துருக்க. மாஞ்சா கயிற திருப்பி அவங் கயுத்துல உட்ருக்கனுண்டா".

குரு அடுத்தடுத்த வரிசைகளைக் கவனிக்கச் சென்றான். சிறிது நேரத்தில் எல்லா வரிசைகளிலும் முழுவதுமாக மாஞ்சா போடப்பட்டிருந்தது. குரு திருப்தியுடன் அதைப் பார்த்துக் கொண்டிருந்தபோது அந்தப் பெண் திரும்பி வந்தாள். குரு அவளை மீண்டும் கவனித்தான். முத்துவின் மனைவி என்று தெரிந்தும் அவனால் அவளைப் பார்க்காமல் இருக்க முடியவில்லை. இவன் பார்ப்பதைக் கவனித்த அவள் சற்றே முகம் சுளித்துத் தலை குனிந்துகொண்டதையும் கவனித்தான்.

பையன்களைப் பார்த்துத் திரும்பி, "ஒன் அவர் காயட்டுண்டா. அதுக்கப்பறம் அவுத்து ஜாக்ரதையா கண்டுல சுத்துங்க. ஒவ்வொரு வருசயா அவுக்கணும். ஒரு வருச சுத்தி முடிஞ்சப்றம்தான் அட்த்த வருசைல கை வெக்கணும். இல்லாட்டி சிக்காயிரும். செஞ்ச வேலயெல்லாம் வேஸ்டாவும்" என்று சொல்லிவிட்டுக் கிளம்பினான்.

6

துறைமுகம், ரயில்வே, காவல் துறை போன்ற துறைகளைச் சேர்ந்த அதிகாரிகள் ஆங்காங்கே நடக்கும் கபடிப் போட்டித் தொடர்களை உன்னிப்பாகக் கவனிப்பார்கள். நன்றாக ஆடும் இளைஞர்களைத் தங்களது துறைகளில் பரீட்சை எழுதவைத்து வேலையில் சேர்த்து அவர்களை வைத்துப் போட்டிகளில் வெல்ல முயல்வார்கள். நல்ல ஆட்டக்காரர்களைக் கொத்திக்கொண்டு செல்வதில் பெரிய போட்டியே நடக்கும்.

இதுபோன்ற ஏதோ ஒரு துறையில் நுழைந்துவிட வேண்டும் என்பது ஜகதாலனின் ஆசை. கபடி அவனுக்கு உயிர் மூச்சு. வேலைக்காக அவன் ஆடவில்லை. ஆனால் அதை வைத்து வேலை வாங்கிவிடலாம் என்று பலரும் சொல்லி அவன் ஆசையைத் தூண்டிவிட்டார்கள். தனக்குப் படிப்பு ஏறவில்லை என்பதால் கபடியின் மூலமாக வேலை கிடைத்தால் நல்லதுதான் என்று நினைத்தான்.

ஜகதாலனின் அப்பா கட்டிட வேலை செய்கிறார். அம்மா சில வீடுகளில் வேலை செய்கிறார். ஒரு தம்பி. கபடி மீதிருந்த ஆர்வத்தால் ஜகதாலன் ஒன்பதாம் வகுப்பில் இரண்டு முறை ஃபெயில் ஆனான். அவனால் தங்கள் பள்ளி கபடியில் வெற்றி பெறுவதால் பள்ளி நிர்வாகம் அவன் படிப்பைப் பற்றிப் பெரிதாகக் கவலைப்படவில்லை. எப்படியோ பத்தாம் வகுப்பு வந்த அவனால் படிப்பில் கவனம் செலுத்த முடியவில்லை. பத்தாம் வகுப்பிலும்

ஃபெயில் ஆனான். அப்பா மேற்கொண்டு படிக்க வைக்க விரும்பவில்லை. ஜகதாலனுக்கும் ஆர்வமில்லை.

ஆனால் படிக்க வேண்டும் என்ற முடிவுக்கு அவன் சீக்கிரமே வந்தான். பத்தாவது படித்தால் நல்ல வேலை கிடைக்கும் என்று ராசுக்குட்டி அண்ணன்தான் ஒரு முறை சொன்னார். பத்தாவது தேறாமல் மேற்கொண்டு படிக்கவும் பிடிக்காமல் இருந்த சமயத்தில் கபடியே வாழ்க்கையாக இருந்தான். எங்கே யார் டோர்னமெண்ட் நடத்தினாலும் கலந்துகொண்டான். பகவதிபுரம் கலந்துகொள்ள முடியாமல் போன சமயங்களில் ஜாபர்கான்பேட்டை அணிக்காக ஆடினான். இவன் கபடி கபடி என்று உயிரை விடுவதைக் கேள்விப்பட்ட ராசுக்குட்டி ஒரு முறை அவனை மைதானத்தில் பார்த்தார். பகவதிபுரத்தின் இரண்டு பெரிய தலைகளில் ராசுக்குட்டியும் ஒருவர். அவருடைய நெருங்கிய நண்பரும் விறகுக் கடை முதலாளியுமான வரதராசன் இன்னொருவர். மைதானத்தில் அவனைப் பார்த்த ராசுக்குட்டிக்கு அவனை மிகவும் பிடித்துப்போனது. சிறு வயதில் தான் செய்த சாகசங்களை அவன் நினைவுபடுத்துவதாக அவர் நினைத்தார். அவருக்கு மூன்று குழந்தைகள். மூன்றும் பெண்கள். ஜகதாலனைப் பார்த்ததும் இப்படி ஒரு பையன் நமக்கு இல்லையே என்ற ஏக்கம் அவருக்கு வந்தது. “வூட்டுப் பக்கம் வந்துட்டு போடா” என்று சொல்லிவிட்டுப் போனார்.

ஜகதாலன் ஒரு நாள் காலையில் அவர் வீட்டுக்குப் போனான். ராசுக்குட்டி சிரித்த முகத்துடன் வரவேற்று உட்காரச் சொன்னார். ஜகதாலன் கூச்சத்தோடு உட்கார்ந்தான். ராசுவின் மனைவி மோர் கொண்டுவந்து தந்தார். ஜகதாலன் கூச்சத்துடன் மறுத்தான். “சொம்மா குடிடா. இது என்னா சாராயம்னு நென்ச்சியா?” என்றார் ராசு. சொல்லிவிட்டுப் பெரிதாகச் சிரித்தார்.

ஜகதாலன் டம்ளரை வாங்கி ஒரே மூச்சில் குடித்தான்.

“கபடில்லாம் நல்லா ஆட்றியேடா . . . பசங்க சொன்னாங்க. நானும் பாத்தேன். சும்மா கில்லி மாறி எகுற்றியே? நல்ல கேம் இருக்குதுடா உங் கைல. ஆனா பாத்து . . . எவனாவது கொட்டைய நெரிச்சிட போறான்” என்று சொல்லிவிட்டு மீண்டும் சிரித்தார். ஜகதாலனும் சிரித்தான்.

“டென்த்து ஃபெயில்னு கேள்விப்பட்டேனே?” என்றார் ராசு.

ஜகதாலன் நெளிந்தான்.

“எப்டியாவது டென்த்து முட்ச்சிருடா.”

“படிப்புல இன்ட்ரெசே வர்லண்ணா . . .”

“வராதுடா. நம்ம ஏரியால எவுனுக்கு படிப்புல இன்ட்ரஸ் இருக்குது? அதான அவ அவங் கத்திய தூக்கினு சுத்தறான்? சின்ன வயசுல கோலி, கில்லி, பம்பரம், பெரிய வயசுல கத்தி, அருவா . . .” என்றார் ராசு.

ஜகதாலன், “நா கோலில்லா ஆட மாட்டேண்னா” என்றான்.

“தெரியுண்டா. நீ பெரிய கபடி ப்லேயர்னு தெரியும். ஆனா நாலிக்கி கபடி சோறு போடுமா? ங்கொப்பா கொல்த்து வேல செய்யறாரு. அம்மா வூட்டு வேல செய்யிது. நீ என்னா செய்ய போற? அப்பனுக்கு பாரமா எவ்லோ நாள் இருக்கபோற?”

“வேலைக்கி போவண்ணா . . .”

“என்ன வேலை? உனுக்கு இன்னா கலெக்டர் வேல குடுப்பாங்கலா இல்லாட்டி நீ இஸ்கோல்ல டீச்சரா வேல பாப்பியா? இன்னா வேல செய்வ?”

ஜகதாலன் பேசாமல் இருந்தான்.

“படிக்காட்டி கூலி வேலதாண்டா. ஒரு வாட்டி கூலி வேல செஞ்சவன் சாவற முட்டும் கூலிதாண்டா” என்றார் ராசு.

“நா கட வெச்சி பொயச்சிப்பேண்ணா.”

“அதுக்கு ஏதுடா உங்கைல துட்டு?”

ஜகதாலன் பேசவில்லை.

“உங் கைலயே பெரிய விசியத்த வெச்சினு நீ ஏன்டா கஸ்டப்படணும்?” என்றார்.

ஜகதாலனுக்குப் புரியவில்லை.

“நீ ஆட்றயே கபடி, அத வெச்சே கவுர்மெண்டு வேல கெடிக்கும். தெரீமாடா?”

ஜகதாலன் கண்கள் பிரகாசமாயின. “எப்பிடிண்ணா?”

“ரயில்வே, ஆர்பரு, போலீசு இங்கல்லாம் கபடி டீம் இருக்குது. இப்ப நீங்க ஆட்றா மாதிரி தமில்நாடு பூரா வேற வேற மேச்சுங்க நடக்கும். அதுல போலீசு, ஆர்பரு டீம்லாம் கலந்துக்கும். அதுல வின் பண்ண செம போட்டி நடக்கும். ஒவ்வொரு டீமும் வின் பண்ணணும்னு ரொம்ப கஸ்டப்படும். அதுக்காக நல்லா ஆட்றவனுங்கள கொத்தினு போவாங்க. அங்கங்க நடக்கற மேச்சல்லாம் பாத்துட்டு அங்கோர்ந்து ஆல பொறுக்கி வேலைக்கு சேத்துப்பாங்கோ” என்றார்.

ஜகதாலனின் கண்கள் விரிந்தன.

"ஆனா ரயில்வேலலாம் சேரணுன்னா யாரா இருந்தாலும் பரீச்ச ஏதணும். மொதல்ல டென்த்து, பிளஸ் டூ முட்ச்சிருக்கணும்" என்றார் ராசுக்குட்டி.

ஜகதாலனின் உற்சாகம் வடிந்தது. அவன் உணர்ச்சியைப் புரிந்துகொண்ட ராசு மேற்கொண்டு பேசினார்.

"அத்தான் சொல்றேன். நீ மொதல்ல டென்த்து முடி. அப்றம் தனியா பரீச்ச ஏதி பிலஸ் டூ முடி. உனுக்கு இன்னா வயசு ஆவுது?"

"பய்னேழுண்ணா"

"பதினெட்டு வயசாச்சுன்னா பிலஸ் டூ ஏதலாம்னு தந்தில பட்ச்சேன். நா இல்ல. எங்க வூட்ல பட்ச்சி சொல்லிச்சி" என்று சிரித்தவர், "டுட்டோரியலுக்கு நா பணம் கட்றண்டா. நீ ஆடற ஆட்டத்துக்கு உங் கைல ஒரு பிளஸ் டூ சடிபிகேட் இர்ந்தா உன்ன யாரும் கைல புடிக்க முடியாது" என்றவர், "இப்பவே உன்ன யாரும் புடிக்க முடியாதாமே? டேய் ஜகா, ஆட்டத்துல மட்டும் கெலிச்சா போதாதுடா" என்றார்.

ஜெகதாலனுக்குப் புதிய வாசல் திறந்ததுபோல் இருந்தது. எப்படியாவது பத்தாம் வகுப்பு தேறிவிட வேண்டும் என்று முனைப்பாக உழைத்துத் தேறிவிட்டான். அதன் பிறகு ப்ளஸ் டூவுக்குப் படிக்க ஆரம்பித்தான். ஏப்ரல் மாதம் பரீட்சைக்காகக் காத்திருந்தான்.

7

தன்னைத் தேடி வந்தவரைப் பார்க்க முடியாமல் போய்விட்டதே என்று ஜகதாலன் வருந்தினான். அதனால் அன்றைய இரவு அவனால் மறக்க முடியாத்தாக ஆகிவிட்டது. ஆட்டத்துக்குத் தயாராக இருந்தவனின் புத்தியில் ஆட்டம் பற்றிய நினைவுகள் பின்னுக்குப் போய்விட்டன. ஆபீசர் களையுடன் யாராவது இருக்கிறார்களா என்று அவன் கண்கள் தேடின. அப்போது விசில் ஊதப்பட்டது. பகவதிபுரம் என்று அறிவிப்பு கேட்டது. ஜகதாலன் ஆடுகளத்தை நோக்கி விரைந்தான். அவன் அணியினர் தயாராக இருந்தார்கள். போட்டியில் வென்றால் தன்னைத் தேடி வருவார்கள் என்று நண்பன் சொன்னது நினைவுக்கு வந்தது. எதிரணி யினரை நோட்டம் விட்டான். கபடிக் களத்தைச் சுற்றி இரு அணியினரும் ஓடினார்கள். கபடி அவனை ஆக்கிரமித்தது.

வியாசர்பாடி அணி எப்படி ஆடும் என்று அவனுக்குத் தெரியும் என்பதால் அவனால் சுலபமாக வியூகம் வகுக்க முடிந்தது. அவர்கள் பாடி வரும்போது பிடிக்க முயற்சி செய்யாமல் அவர்களை விருப்பம்போல ஆட விட்டான். தன் அணியிலிருந்து பாடிச் செல்பவர்களை "சேஃப் ரைட்" என்று சொல்லி அனுப்பினான். ஏர் குந்தத்திலேயே நின்று கவனமாக ஆடிவிட்டு வந்தார்கள். நான்கைந்து ரைடுகள் ஆன பிறகும் எந்த அணியும் ஒரு புள்ளிகூட எடுக்கவில்லை. எதிரணி பொறுமை இழந்துகொண்டிருப்பது ஜகாவுக்குத் தெரிந்தது. தன் அணியில் அவ்வளவாக அனுபவம்

இல்லாத ஒருவனை ரைட் போகச் சொன்னான். அவன் ஏர் குந்தத்தில் கால் வைத்ததும் அடித்துத் தூக்கிவிட்டார்கள். அணி மொத்தமும் ஆவேசமாக ஆரவாரம் செய்தது. அடுத்துப் பாடி வந்தவன் அதே ஆவேசத்துடன் வந்தான். ஜகா தன் அணியில் சற்று குண்டாக இருந்தவனுக்குக் கண் காட்டினான். அவன் சங்கிலியிலிருந்து விடுபட்டுக் குந்தத்துக்கு அருகிலேயே ரைடரைப் பிடிக்கத் தனியாளாகப் பாய்ந்தான். கிட்டத்தட்டத் தற்கொலை முயற்சிதான் அது. ரைடர் எளிதாகத் தப்பிவிட்டான். ஒரு புள்ளி எதிரணிக்குக் கிடைத்தது. எதிரணியினரின் ஆவேசமும் உற்சாகமும் கூடியது.

ஜகதாலன் அமைதியாகக் குந்தத்துக்கு அருகே வந்தான். மிகவும் பொறுமையாகப் பாடிச் சென்றான். ஆவேசமான மனநிலையில் இருந்த எதிரணியினர் வெற்றியை ருசித்த கிறக்கத்தில் அவன் ஏர் குந்தத்தில் கால் வைப்பதற்கு முன்பே பாய்ந்தார்கள். அதை எதிர்பார்த்திருந்த ஜகதாலன் லாகவமாக விலகினான். இரண்டு பேர் வந்த வேகத்தில் வெளியே போய் விழுந்தார்கள். ஜகதாலன் இன்னமும் பாடிக்கொண்டிருந்தான். மற்ற ஐவரும் உஷாரானார்கள். இப்போது ஏறி ஆட ஆரம்பித்தான். சற்றே பக்கத்தில் நின்றவனை மின்னல் வேகத்தில் உதைத்தான். ரைடர் உதைக்கும்போது டிச் இடிக்க வேண்டும் என்ற பழக்கத்தில் பாய்ந்து வந்தவனைத் தாண்டினான். அவன் தோள் மீது கால் வைத்துத் தலைக்கு மேல் எகிறினான். இறங்கும்போது மின்னல் வேகத்தில் இரண்டு பேரைத் தொட்டான். மொத்தம் ஆறு பேர் அவுட். மைதானமே அதிரும் அளவுக்கு ஆரவாரம் எழுந்தது.

ஒரே ஒருவன் பாக்கி இருந்தான். அவன் பாடி வந்தான். “ஏத்து” என்று ஜகதாலன் குரல் கொடுத்தான். அணியினர் மொத்தமாகப் பின் வாங்கி ஒரு பக்கமாக ஒதுங்கினார்கள். பிறகு அப்படியே வளையமிட்டு இந்தப் பக்கம் வந்தார்கள். ரைடர் வலது பக்கமும் இவர்கள் இடது பக்கமும் நின்றார்கள். அவன் அடுத்த அடி எடுத்து வைப்பதற்குள் ஏழு பேரும் குந்தத்துக்கும் அவனுக்கும் இடையில் மனிதச் சுவரை எழுப்பிவிட்டார்கள். அந்தச் சுவரை உடைத்து வெளியேற அவன் ஆவேசமாக முயன்றபோது அந்தச் சுவர் வளையமாக மாறி அவனை இறுக்கியது. அவன் விடாமல் போராடி அடங்கினான். ஒன் ப்ளஸ் டூ என்று நடுவர் அறிவித்தார். ஒன்பது – இரண்டு என்ற கணக்கில் பகவதிபுரம் முன்னிலை பெற்றது.

பிறகு ஆட்டம் ஜகதாலனின் கட்டுப்பாட்டுக்குள் வந்தது. ஒவ்வொரு முறையும் ஒவ்வொரு பாணியில் ரைட் செய்த அவன் ஒவ்வொரு முறையும் புள்ளிகள் எடுத்து வந்தான். தன் ஆட்டம்

எத்தகையது என்பதை எதிரணியினர் கணிக்க அவன் இடம் தரவேயில்லை. அதே சமயம் மெத்தனம் எட்டிப் பார்க்க இடம் தராமல் மிகவும் கவனமாக ஆடினான். பகவதிபுரம் வென்றது.

பகவதிபுரம் ஆட்கள் ஜகதாலனைத் தூக்கி வைத்துக்கொண்டு மைதானத்தில் கூத்தாடினார்கள். ஜகதாலன் கூச்சத்தில் நெளிந்தான். “உடுங்கடா” என்று கத்தினான். அவனுடைய குரல் அந்த ஆரவாரத்தில் யாருக்கும் கேட்கவில்லை. ஜகதாலனின் கண்கள் மைதானத்தில் சுழன்றபடி இருந்தன. ஆபீசர் களையில் யாராவது தட்டுப்படுகிறார்களா என்று பார்த்துக்கொண்டே இருந்தான். எங்கு பார்த்தாலும் அரைக் கால்சட்டையும் பனியனும் அணிந்த பையன்கள்தான் தெரிந்தார்கள்.

8

பார்வதி குடத்தை எடுத்துக்கொண்டு படிக்கட்டில் கால் வைத்தபோது பன்றியின் கூக்குரல் அவள் மனதில் எதிரொலித்தது. காலை நேரச் சுறுசுறுப்பும் உற்சாகமும் சற்றே வடிய அவள் முகம் மாறியது. வெட்டப்பட்ட பன்றி தன்னருகே விழுந்து கிடப்பதாயும் அதைக் காப்பாற்ற வரும் இன்னொரு பன்றி தன்னை முட்ட வருவதாகவும் ஒரு சித்திரம் அவள் மனதில் தோன்றி அவள் உடலை உலுக்கியது. ஒரு நிமிடம் கண்களை அழுத்தமாக மூடித் திறந்த பார்வதி சுதாரித்துக்கொண்டாள். இந்த அச்சம் தன் இயல்பில் இல்லாதது என்ற நினைப்பை மீட்டுக்கொண்டாள். மன உறுதியைக் கூட்டிக்கொண்டு வேகமாகப் படி இறங்கினாள்.

கிணற்றடியில் நான்கைந்து பேர் இருந்தார்கள். இவளைப் பார்த்து நட்பாகச் சிரித்தார்கள். பார்வதி கயிறால் குடத்தைக் கட்டியபோது அந்த அலறல் கேட்டது. ஏதேதோ நினைவுகளால் பன்றியை மறந்திருந்த அவளுக்கு அந்தக் கூக்குரல் பெரும் அதிர்ச்சியாக இருந்தது. குடத்தைக் கீழே போட்டுவிட்டாள். மற்ற பெண்கள் சிரித்தார்கள்.

“நீ இன்னா இவ்லோ பய்ந்தாங்குல்லியாக்குற?” என்றாள் ஒருத்தி.

“த சீ, கம்னிரு. பாவம். புதுசு. உனுக்கும் எனுக்கும் இந்தப் பன்னிங்கோ கத்தற்து பயக்கமாய்ட்ச்சி. அது பன்னி கத்தற்தல்லாம் எங்க கேட்ருக்கப்போது?” என்றாள் இன்னொருத்தி.

பார்வதி குடத்தை எடுத்துக்கொண்டு மீண்டும் கட்டினாள். இப்படி நடுங்கிவிட்டோமே என்பதை நினைத்து வெட்கப்பட்டாள். ஆனால் அவளால் அந்தக் கூக்குரலை மறக்க முடியவில்லை.

“நீ கொஞ்சம் லேட்டா வாயேன். பன்னிங்கள வெட்டிட்டுப் பூடுவானுங்கோ” என்றாள் ஒருத்தி.

“நீ வேற” என்று ஒருத்தி குறுக்கிட்டாள். “இவ லேட்டா வர்ர நேரத்துக்கு பன்னிங்கள அள்ளிப் போட்டுக்குனு வண்டில போவானுங்கோ. அத்த பாத்தா நால் நாலிக்கி இது சாப்ட முடியாது” என்று சொல்லிவிட்டுச் சிரித்தாள்.

பார்வதி கஷ்டப்பட்டுப் புன்னகைத்தாள். “பரவாயில்ல. நா பழகிக்கறேன்” என்றாள்.

பார்வதி தண்ணீர்க் குடத்துடன் திரும்பி வரும்போது மாஞ்சா போட்டுக்கொண்டிருந்த கும்பலைக் கவனித்தாள். மாஞ்சா தடவிய நூல் குறுக்கும் மறுக்குமாகக் கட்டப்பட்டிருந்தது. வெயில் பட்டு நூல் மின்னியது. அந்தக் காட்சி பார்க்க அழகாக இருந்தது. பார்வதி அதைக் கவனித்தும் கவனிக்காத பாவனையில் கடந்து சென்றாள்.

குரு பார்வதியைக் கவனித்தான். வைத்த கண் வாங்காமல் சில நிமிடங்கள் அவளையே பார்த்துக்கொண்டிருந்தான்.

பார்வதி கூச்சத்துடன் வேகமாக நடந்தாள். கழுத்தில் தொங்கிக்கொண்டிருக்கும் புத்தம் புதிய தாலிச் சரடைப் பார்த்துமா இப்படி முறைக்கிறான் என்று கோபம் வந்தது. ‘என்ன ஊரோ இது’ என்று வருத்தப்பட்டுக்கொண்டாள். ‘மெட்ராஸ் மோசமான ஊருன்னு சொன்னாங்க, ஆனா இவ்ளோ மோசமா இருக்கும்னு நெனைக்கல’ என்று நினைத்துக்கொண்டாள்.

பார்வதி படி ஏறிச் சென்ற பிறகே குரு சுய நினைவுக்கு வந்தான்.

வீட்டுக்குள் நுழைவதற்கு முன் பார்வதி ஒரு முறை அவனைப் பார்த்துவிட்டுச் சட்டென்று முகத்தைத் திருப்பிக்கொண்டாள்.

தான் பார்த்ததை அவன் கவனித்திருப்பானோ என்ற சந்தேகம் வந்து மீண்டும் மெதுவாக எட்டிப் பார்த்தாள். அவன் முதுகுதான் தெரிந்தது. ஆள் முறுக்கேறிய உடலுடன் இருப்பது தெரிந்தது.

உள்ளே நுழைந்ததும் அத்தையின் கோபப் பார்வை அவளைத் துணுக்குறச் செய்தது.

பார்வதிக்குப் பக்கென்றிருந்தது. தான் யாரையோ எட்டிப் பார்ப்பதை அத்தை பார்த்துவிட்டார்களோ என்று நினைத்தாள்.

"இன்னா இவ்லோ நேரம்?" என்றார் அத்தை.

பார்வதிக்குச் சிறிது ஆசுவாசம் ஏற்பட்டது. குடத்தை உள்ளே எடுத்துச் சென்று வைத்தபடியே, "இது என்னா கெணத்தடியா இல்ல பன்னி தொட்டியா? இவ்ளோ ஜனங்க இருக்கற எடத்துல இப்படி பண்றாங்களே?" என்றாள்.

"இங்க அப்டிதான். அத் சரி, அதுக்கு உனுக்கு இன்னா வந்துது? நீ பாட்டுக்கும் தன்னி புட்சார வேண்டித்தான? சமைக்க தாவல?"

"பன்னிங்க போடற சத்தத்துல எனக்கு கையும் ஓடல காலும் ஓடல" என்றாள் பார்வதி. சொல்லிவிட்டு வேகமாக உள்ளே போனாள். முத்துகிருஷ்ணன் இன்னும் தூங்கிக்கொண்டிருந்தான்.

முத்து ஏன் இவ்வளவு நேரம் தூங்க வேண்டும் என்று பார்வதிக்குத் தோன்றியது. ராத்திரி சீக்கிரமே படுத்துவிட்டானே என்று நினைத்துக்கொண்டாள். அத்தையிடம் இப்போது கேட்க வேண்டாம் என்று நினைத்துக்கொண்டாள்.

பார்வதி இட்லி தட்டில் மாவை ஊற்றினாள். இட்லிப் பானையை அடுப்பில் வைத்துவிட்டு அம்மியில் சட்னி அரைத்தாள். இட்லி வெந்த பிறகு இறக்கி வைத்தாள். மாஞ்சா போட்டுக்கொண்டிருந்தவனின் முகம் ஒரு முறை மனதில் தோன்றி மறைந்தது.

சமையலறையை ஒரு பார்வை பார்த்தவளுக்கு அங்கிருந்த பாத்திரங்களில் பெரும்பாலானவை தான் கொண்டுவந்தவை என்பது புலப்பட்டது. அத்தையும் முத்துவும் மட்டும்தான் என்றாலும் அவர்கள் இருவரும் மிகவும் கஷ்டப்பட்டுதான் வாழ்க்கையை ஓட்டுகிறார்கள் என்பது அவளுக்குப் புரிந்தது. முத்துவுக்குக் கல்யாணம் செய்துகொடுக்க அப்பா முதலில் மறுத்ததற்கு இதுவும் ஒரு காரணமாக இருந்திருக்கும் என்றும் தோன்றியது. இதை நினைக்கும்போது அத்தை மீது அவளுக்கு அனுதாபம் எழுந்தது.

9

யாரோ தன்னை உதைப்பதுபோன்ற அதிர்ச்சியை உணர்ந்த ஜகதாலன் துள்ளி எழுந்தான். அவன் அம்மா அவனைப் பிடித்து ஆவேசமாக உலுக்கிக்கொண்டிருந்தார். அம்மாதான் என்று தெரிந்ததும் ஜகதாலனின் கோபம் உச்சிக்கு ஏறியது. "அய்ய, தூங்கினுருக்கறது தெரீல? இன்னாத்துக்கு வந்து எய்ப்பற? அறிவில்ல உனுக்கு?" என்றான்.

"செருப்ப கள்ட்டி அடிப்பேண்டா பேமானி. இவுரு பெரிய தொர. லேட்டா வந்து படுப்பாரு. இவுருக்கு நாங்க சேவ செய்யணும். ஏந்துர்ரா நாயே" என்றார் அம்மா.

"த, சொம்மா கட. கபடி ஆட்டு வந்தது எவ்லோ டயடா குது தெரீமா?"

"உன்னா நானா கபடி ஆட சொன்னேன்? இல்லாகாட்டி நீ கபடி ஆடிதான் வூட்ல அடுப்பு எரியுதா? ஏந்து தன்னி புட்ச்சின் வாடா போசாட்டிகா" என்றார்.

"நீ போய் புடியேன். இல்லாகாட்டி குமாரு பய்யன புட்ச்சின் வர சொல்லு."

"தொடப்பகட்டயால அடிப்பேன். நா வேலைக்கும் போய்க்கினு வூட்டு வேலையும் செஞ்சிக்கினு தன்னியும் எட்த்தார்னுமா? குமாரு இஸ்கோலுக்குப் போவான்னு தெரியாது உனுக்கு?"

"சரி கொஞ்சம் இரு" என்று சொல்லிவிட்டுக் காலை நன்றாக நீட்டிப் படுத்தான் ஜகதாலன்.

பாதங்களை நன்றாக நீட்டி, முட்டியையும் தொடைகளையும் இறுக்கிச் சுகமாக சோம்பல் முறித்தபோது அவன் அம்மா அவன் பாதத்தின் மீது ஒரு உதை விட்டார். ஜகா காலை இழுத்துக்கொண்டான். சுரீரென்று கோபம் வந்தது. "ஏம் பஜாரி மாரி பன்ற? அத்தான் வரேன்னு சொன்னல்ல?" என்றான் வெறுப்போடு.

"நீ கால நீட்டி பட்த்தா இன்னும் ரெண்டு அவருக்கு ஏந்துக்க மாட்ட ராசா. இந்த வேலையெல்லாம் எங் கைல வெச்சிக்காத . . ."

அம்மாவை மிரட்டி எல்லாம் மசியவைக்க முடியாது என்பது அவனுக்குத் தெரியும். தன் உத்தியை மாற்றினான். "கொஞ்சம் இரும்மா. கண்டிப்பா அஞ்சு நிமிசத்துல ஏந்துப்பம்மா . . . நா சொன்னா செய்வேன்னு உனுக்குத் தெரியும்ல்ல?" என்று கெஞ்சினான்.

"இந்த மயிறு பேச்செல்லாம் இங்க வாணாம். எனுக்கு சமைக்கணும். மரியாதயா ஏஞ்ச்சி போ. அப்றம் வந்து கவுந்து பட்த்துன் தூங்கு" என்று சொல்லிவிட்டுக் குடத்தை அவன் பக்கத்தில் வைத்தார்.

"சனியன் . . . உட்தா பாரு . . ." என்று முணுமுணுத்தவாறே ஜகதாலன் எழுந்து போனான்.

சாலையில் இறங்கியபோது குரு சைக்கிளில் எதிர்ப்பட்டான். ஜகதாலன் அவன் சைக்கிளில் ஏறிக்கொண்டான்.

"என்னாடா டோர்னமெண்ட்ல கெலிச்சிட்டீங்களாமே?" குரு கேட்டான்.

"ஆமாங் குரு. ரெண்டு மாசத்துல நாலு டோர்னமிண்ட்ல கெலிச்சிக்கிறோம்" என்றான்.

"எத்தினி தோத்தீங்க?"

"தோக்கறதே கடியாது. எல்லாங் கெலிப்புதான். டீம் செட்டாயிட்ச்சி குரு. பசங்க ரெடியாயிட்டானுங்கோ . . ."

"நம்மலே ஒரு டோர்னமிண்டு நட்த்தலாமாடா?"

"அதுக்கு துட்டு வேணுமே?"

"வரதண்ணன் இருக்காருடா. பாத்துக்கலாம்."

"பண்லாங் குரு. ஆனா பாடர் தோட்டத்து பசங்க காண்டாயிடுவானுங்கோ."

“ஆவட்டுண்டா. அவுனுங்களும் வோண்ணா கலந்துக்கட்டும் ...”

“அவுனுங்க எப்பிடி குரு வருவானுங்கோ? அத்தா வெட்டு குத்துன்னு இருக்குதே?”

“தெகிரியம் இருந்தா வரட்டுண்டா. அது சரி, அவுனுங்க எப்டி ஆடுவானுங்கோ?” என்று குரு கேட்டான்.

“ரெண்டு பேர் நல்லா ரைட் பண்ணுவானுங்க. ஒர்த்தன் கார்னர்ல சூப்பரா கேச் புடிப்பான். சண்ட தாஸ்தியாவறுதுக்கு முன்னால ஒரு மேச் நடந்துது. அதுல எங் காலயே புட்ச்சிட்டான்னா பாத்துக்கயேன்.”

“ங்கோத்த நீ அவ்ளோ பெரிய ஆளாடா?”

ஜகதாலன் அந்தக் கேள்வியைக் கவனித்ததாகவே தெரியவில்லை. “ஆனா அட்த்த ரைட்ல போய் அவம் மூஞ்சிலயே அதே காலால ஒரு கிக்கு உட்டேன். மூஞ்சி கோணிக்கிச்சி. நம்ப பசங்க சிர்ச்சிட்டானுங்கோ. பெரிய சண்ட வந்துட்ருக்கும் . . .”

குரு சிரித்தான்.

கிணற்றடியில் ஜகதாலன் இறங்கிக்கொண்டான். “எங்க போற?” என்றான் ஜகா.

“மாஞ்சா போட்ணுண்டா. பசங்க வெய்ட் பன்னினிருக்காங்கோ.”

ஜகதாலன் சிரித்தான். “நீ இன்னா சின்னப் பசங்க மாரி காத்தாடி உட்னுருக்க?” என்றான்.

“காத்தாடி உட மாட்டண்டா. மாஞ்சா மட்டுந்தான் போடுவேன். அது சாதாரண விசியம் இல்லடா . . .”

ஜகதாலன் மீண்டும் சிரித்தான். குரு அங்கிருந்து கிளம்பினான். குடத்தைத் தூக்கிக்கொண்டு இவ்வளவு தூரம் போக வேண்டுமே என்று மலைப்பாக இருந்தது. போகும்போது வேறு சைக்கிள் சவாரி கிடைக்காமலா போய்விடும் என்று நினைத்துக்கொண்டான்.

வீட்டுக்குத் திரும்பிய ஜகதாலன் பல் விளக்கிவிட்டு நீராகாரம் சாப்பிட்டான். வயிறு நிறைந்ததும் சட்டையைப் போட்டுக்கொண்டு வெளியே வந்தான். “எங்கடா போற?” என்று அம்மா கேட்டதற்குப் பதில் சொல்லவில்லை. எம்.ஜி.ஆர். மன்றத்தில் அவன் நண்பர்கள் கூடுவார்கள். பள்ளியைத் துறந்த விடுதலைப் பறவைகள். ‘கொடியிலே மல்லியப் பூ’ என்று பாடியவாறே அங்கே போனவன் அரட்டை அடித்துவிட்டு ஒரு

மணிநேரம் கழித்துத் திரும்பி வந்தான். திரும்பி வரும்போது அம்மா வீட்டில் இல்லை. சமையலறைக்குப் போய்ப் பார்த்தான். சோறு வடித்துவிட்டுக் குழம்பு ஆக்கியிருந்தது. குளித்தான். தட்டை எடுத்துப் போட்டுக்கொண்டு சாப்பிட்டான். பாயை விரித்துப் படுத்தான். அன்று தன்னைத் தேடி வந்தவரைச் சந்திக்க முடியவில்லையே என்ற எண்ணம் மறுபடியும் எழுந்தது. ஏப்ரல் மாதம் பரீட்சைக்குப் படிக்க வேண்டுமே என்ற பயம் எழுந்தது. புத்தகத்தை நினைத்ததும் வெறுப்பு ஏற்பட்டது. கொஞ்ச நேரத்தில் தூங்கிவிட்டான்.

எழுந்திருக்கும்போது மணி நான்குக்கு மேல் ஆகிவிட்டது. குமார் வந்துவிட்டிருந்தான். அம்மா அவனுக்கு சாப்பாடு போட்டுக்கொண்டிருந்தார். "நேத்தும் கெலிச்சிட்டீங்க போலருக்கு?" என்றான் குமார். ஜகதாலன் சிரித்தான். குமாரின் பை அவன் கண்ணில் பட்டது.

"இன்னாடா பையெல்லாம் மண்ணா குது? எங்கினா வீந்து வார்னியா?" என்றான்.

"ஆமாண்ணா. ஒரு பையன் சைக்கிள்ள ஏத்திக்கினான். மார்க்கெட்டாண்ட திரும்ப சொல்ல வீந்துட்டான்."

"சைக்கிள் வீந்தா நீயும் ஏண்டா கூடவே வுயணும்? எகிற்ட வேண்டித்தானடா?"

"திடீல்னு வீந்திட்ச்சிண்ணா."

"திடீல்னுதாண்டா வியும். உங் கைல சொல்லிக்கினா வியும்? உசாரா இருக்கணுண்டா. எவனோ ஓட்றான்னு பராக்கு பாத்துக்குனு வரக் கூடாது. ரோட்ல ஒரு கண்ணு இருக்கணும்" என்று ஜகதாலன் முடிக்கும்போது உள்ளே இருந்து அங்கு வந்த அம்மா, "அடி பட்டுச்சா?" என்று கேட்டார்.

"அதல்லாம் ஒண்ணியும் இல்லம்மா" என்றான் குமார்.

ஜகதாலன் எழுந்து வந்து அவன் கையைத் திருப்பிப் பார்த்தான். பலமான சிராய்ப்பு. "வேற எங்கடா அடி?" என்றான். குமார் தலையாட்டினான்.

"நல்லா க்லீன் பண்ணிட்டு ஆயில்மெண்ட் போடு. தண்ணி படாத வெச்சிக்க. ரெண்ட் நாள்ள சரியாயிடும்" என்றான் ஜகதாலன்.

"இவுரு பெரிய டாக்டரு மயிறு சொல்ட்டாரு. நீ ஆசுபித்திரிக்கு போடா" என்றார் அம்மா.

“இது ஒன்னும் இல்லம்மா. சின்ன அடிதான். ஆயமா இர்ந்தா டாக்டரு கிட்ட போவலாம். நீயே கயுவி வுட்டு நல்லா தொட்ச்சிரு. ஆயில்மெண்ட்டு போதும். இந்த மாரி எத்தினி அடி நாங்க பாத்துக்குறோம்?” என்ற ஜகதாலன் முகம் கழுவிக்கொண்டு வெளியே போனான். போனவன் சட்டென்று திரும்பி வந்தான். “காசு குடும்மா. டீ குடிக்கணும்” என்றான்.

“ஏங் கைல பைசா இல்ல. கபடி ஆட்றல்ல? அங்கியே போய் காசு கேளு.”

“அப்பப்ப வர்துல்ல? இன்னும் வரும் பாரு. கபடிலியே காச அள்றம் பாரு. வெட்டியா ஆட்றன்னு நென்ச்சினிருக்கியா?” என்றான்.

“வரும்போது பேசு. இப்போ பொத்திகினு போ” என்றார் அம்மா.

10

முத்து இன்னும் எழுந்திருக்கவில்லை. அத்தை பக்கத்து வீட்டில் டிவி பார்த்துக்கொண்டிருந்தார். பார்வதிக்குப் பசித்தது. பக்கத்து வீட்டுக் கதவருகில் நின்று அத்தையைக் கூப்பிட்டாள். “தோ வரேன்” என்றார் அத்தை. அப்படியே சிறிது நேரம் டிவி பார்த்தபடி நின்றாள். “உள்ள வாயேம்மா” என்றார் அந்த வீட்டு அம்மா. பார்வதி புன்னகைத்தவாறே “வேல இருக்குங்க” என்று சொல்லிவிட்டுத் திரும்பினாள். களைப்பாக இருந்தது. தரையில் அப்படியே ஒருக்களித்துப் படுத்தாள்.

“நாஸ்தா துன்னு” என்ற குரல் கேட்டு விழித்துக் கொண்டாள். முத்து எழுந்திருந்தான். அத்தை சாப்பிடத் தயாராக இருந்தார். சிறிது நேரமே என்றாலும் ஆழமான தூக்கமாக இருக்க வேண்டும். பார்வதியால் தூக்கத்தின் தாக்கத்திலிருந்து விடுபட முடியவில்லை. சமாளித்தபடி எழுந்தாள். பாத்ரூம் போனாள். பாத்ரூமுக்குள் பீடி நாற்றம் அவள் குடலைப் புரட்டியது. முகத்தைச் சுளித்தபடி வெளியே வந்தாள். இட்லியை எடுத்துத் தட்டுகளில் போட்டாள். முத்து சாப்பிடத் தயாராக உட்கார்ந்திருந்தான்.

“ஏன் இவ்ளோ லேட்டா எழுந்துக்கறீங்க?” என்று பார்வதி கேட்டாள். முத்து பதில் சொல்வதற்குள் லட்சுமியம்மா குறுக்கிட்டு, “நைட் சிப்ட்டு” என்றார்.

“ஏதோ ஃபேக்டரில வேல பாக்கறதா சொன்னீங்கல்ல? எந்த ஃபேக்டரி?” என்று பார்வதி கேட்டாள். முத்துவைப் பார்த்துக் கேட்டாள்.

மீண்டும் அத்தையே பதில் சொன்னார். "அது ஐஸ் பேக்ட்ரி. பெரம்பூர்ல க்குது" என்றார்.

பார்வதி அத்தையைப் பார்த்து ஏதோ கேட்க முயன்றாள். அதற்குள், "இட்லிய எத்ட்தா" என்றார் லட்சுமியம்மா.

பார்வதி எழுந்து போனாள். முத்து மேலும் நான்கைந்து இட்லிகளை எடுத்துப் போட்டுக்கொண்டான்.

"நைட் ஷிப்டுனா எத்தன மணிக்கு?" என்று பார்வதி கேட்டாள்.

முத்து பேச வாயெடுத்தான். லட்சுமியம்மா மீண்டும் குறுக்கிட்டார். "நீ இன்னா கேல்வி மேல கேல்வி கேட்டுனுருக்க? பன்னண்டு மணி சிப்ட்டு. இப்போ இன்னா அதுக்கு?" என்றார்.

பார்வதிக்குக் கோபம் வந்தது.

"தெரிஞ்சிக்கலாமேன்னு கேட்டேன். இதுல என்னா தப்பு?" என்றாள்.

"அத்த தெர்ஞ்சிக்கினு என்னா பண்ண போற? சரி சரி, பாத்தரத்த எட்த்து வெய்யி" என்று சொல்லிவிட்டு அத்தை எழுந்துகொண்டார். முத்துவும் எழுந்தான். பார்வதி பேசாமல் எழுந்து பாத்திரங்களை எடுத்துப் போடத் தொடங்கினாள். 'பன்னண்டு மணி ஷிப்டுன்னா காலைல ஆறு மணிக்கெல்லாம் வந்து எப்டி தூங்க முடியுது?' என்று நினைத்துக்கொண்டாள். ஒருவேளை வேலை அதிகம் இருக்காதோ?

பாத்திரங்களை ஒழித்துப்போட்டுவிட்டு வந்தபோது முத்துவைக் காணவில்லை. சட்டென்று எரிச்சல் வந்தது. இன்று மாலை சினிமாவுக்குப் போகலாமா எனக் கேட்கலாம் என்று நினைத்தாள். கிருஷ்ணா தியேட்டரில் 'சூர சம்ஹாரம்' படம் போட்டிருப்பதாகக் காலையில் போஸ்டரில் பார்த்தாள். அவளுக்குக் கமலஹாஸன் படம் பிடிக்கும். இதுவரை கமல் முறுக்கு மீசை வைத்துப் படத்தில் நடித்ததில்லை. அந்த போஸ்டரைப் பார்க்கும்போதே படம் பார்க்க வேண்டும் என்று தோன்றியது. படம் வந்த புதிதில் பார்த்திருக்கிறாள். இப்போது மீண்டும் பார்க்க வேண்டும் என்று ஆசை வந்தது.

சினிமாவுக்குப் போகலாமா என்று கேட்டுவிட்டு அப்படியே பாத்ரூமில் பீடி பிடிக்க வேண்டாம் என்று சொல்ல வேண்டும் என்று நினைத்துக்கொண்டிருந்தாள். வெளியே வந்து பார்த்தாள். செருப்பைக் காணோம். லட்சுமியம்மாவையும் காணோம்.

பக்கத்து வீட்டில் டிவி பார்த்துக்கொண்டிருப்பார்கள் என்று நினைத்துக்கொண்டாள். அங்கே போகலாமா என்று தோன்றியது. பழக்கமில்லாத வீட்டுக்குப் போகத் தயக்கமாக இருந்தது.

உள்ளே வந்து உட்கார்ந்தாள். மனம் வெறுமையாக இருந்தது. வந்து ஒரு வாரம்கூட ஆகவில்லை. இந்த வாழ்க்கையே பிடிக்கவில்லை என்று தோன்ற ஆரம்பித்துவிட்டது. என்ன ஊர் இது, என்ன இடம் இது என்று நினைத்துக்கொண்டாள். அத்தை சாபம் அது இது என்று பேசியவுடன் அப்பா பயந்துவிட்டதை நினைத்தால் இப்போதும் கோபம் வந்தது. அப்பாவிடம் எவ்வளவோ சொல்லிப் பார்த்தாள். தாயில்லாத பெண்ணின், அதுவும் 'முண்டச்சி'யின் சாபத்தை வாங்கிக் கட்டிக்கொள்ளக் கூடாது என்று அப்பா பயந்தார். தவிர சொந்த அக்கா என்பதும் விதவை என்பதும் அவர் மனதை இளக வைத்துவிட்டது. சின்ன வயதில் முத்துவை அவர் தூக்கி வளர்த்திருக்கிறார். அவன் தந்தை இல்லாத பையன் என்பதும் அவன் மீது அவருக்கு அனுதாபம் வரவழைத்தது. எங்கே வேலை செய்கிறான், எவ்வளவு சம்பளம் என்றெல்லாம் கேட்டுக்கொண்டார். பேச்சு மெல்ல மெல்ல வளர்ந்தபோது பார்வதிக்குக் கவலையாக இருந்தது. ஆனால் அப்பாவிடம் எவ்வளவு செல்லம் இருந்தாலும் எதிர்த்துப் பேசிப் பழக்கம் இல்லை. அப்பாவும் ஏனோ இவளிடம் சம்மதம் கேட்கவே இல்லை. ரவியைப் பற்றிச் சொல்ல வேண்டும் என்று நினைத்துக்கொண்டிருந்தவளுக்குச் சொல்லவே முடியாமல் போய்விட்டது. நடந்த விஷயங்களின் வேகமும் அதில் இருந்த உணர்ச்சிப் பெருக்கும் அவளை வாயடைக்கச் செய்துவிட்டன.

கல்யாண முயற்சிகளைக் கேள்விப்பட்ட ரவி அதிர்ச்சி அடைந்தான். ஆனால் என்ன செய்யலாம் என்பது பற்றிய யோசனை அவனிடம் இருந்ததாகத் தெரியவில்லை. என்ன செய்யலாம் என்று இவள் கேட்டபோது அப்பா கிட்ட பேசிப் பாரு என்று அவன் சொன்னது அவளுக்கு ஏமாற்றமாக இருந்தது. நான் உங்க அப்பா கிட்ட பேசறேன் என்றோ திருட்டுத்தனமாகக் கல்யாணம் செய்துகொள்ளலாம் என்றோ அவன் சொல்லுவான் என்று எதிர்பார்த்தாள். ஆனால் அப்பா கிட்ட பேசு, இன்னும் ரெண்டு வருஷம் கல்யாணம் வேணாம்னு சொல்லு என்றான். என்ன காரணத்தைச் சொல்வது என்று கேட்டதற்கு காலேஜ்ல சேந்து படிக்கணும்னு சொல்லு என்றான். பார்வதிக்கு அவன் பேசியது பிடிக்கவில்லை. பொறுப்பைத் தன் பக்கம் தள்ளிவிடுகிறான் என்று நினைத்தாள். "பேசிப் பாக்கறேன்" என்றாள்.

கடைசிவரை பேசவே இல்லை. கல்யாண நாள் நெருங்க நெருங்க அப்பாவின் உணர்ச்சி வேகம் அதிகரித்தது. கல்யாணத்தைச் சிறப்பாகச் செய்ய வேண்டும் என்பதில் கண்ணும் கருத்துமாக இருந்தார். முன்பே சொல்லியிருக்க வேண்டும். இப்போது சொன்னால் அப்பாவால் தாங்கவே முடியாது என்று நினைத்துப் பார்வதி அமைதியாக இருந்துவிட்டாள்.

மீண்டும் முறுக்கு மீசை கமலின் முகம் நினைவுக்கு வந்தது. குடத்தை எடுத்துக்கொண்டு வந்தபோது தன்னை உற்றுப் பார்த்தவன் குரு படத்தில் வரும் கமலைப் போல மீசை வைத்துக்கொண்டிருந்தது நினைவுக்கு வந்தது. குரு கமலைப் போலவே அவன் உடம்பும் இருந்ததும் நினைவுக்கு வந்தது.

11

ஜகதாலன் கே பிளாக் பக்கம் போனான். அங்கே பையன்கள் கபடி ஆடிக்கொண்டிருந்தார்கள். அங்கே கொஞ்ச நேரம் ஆடினான். பையன்களுக்குச் சில விஷயங்களைச் சொல்லிக் கொடுத்தான். பிறகு அங்கிருந்து கிளம்பி தெரு முக்கில் இருக்கும் டீக்கடை பக்கத்தில் வந்தான். அங்கே அவன் நண்பர்கள் இருந்தார்கள். இவனைப் பார்த்ததும் ஒருவன், "இன்னூர் டீ போடுப்பா" என்றான். ஜகதாலன் இரண்டு பிஸ்கெட்களை எடுத்துக்கொண்டான்.

"நாகு, கொய்யாத்தோப்பு மணி அண்ணன் கைல கிட்ட கேட்டியா? துட்டு எப்ப வருமாம்?" என்றான்.

"ஒரு வாரத்துல குட்த்துர்ரேன்னாரு ஜகா" என்றான்.

"அட்த்த டோர்னமெண்டுக்கு கேசவன் வர மாட்டானாம் ஜகா" என்றான் ஒருவன்.

"ஏண்டா?"

"பரீச்சயாம்."

ஜகதாலனுக்குப் பகீரென்றது. தனக்கும் பரீட்சை இருப்பது நினைவுக்கு வந்தது. ஒன்றுமே படிக்கவில்லை. ராசண்ணன் திட்டுவார் என்பதும் நினைவுக்கு வந்தது.

அப்போது செண்பகமும் அவள் மகன் மணியும் கடையைக் கடந்து போனார்கள். ஜகதாலன் அவளைப் பார்த்துச் சிரித்தான். அவளும் பதிலுக்குச்

சிரித்தாள். "நேத்தும் வின் பண்ணிட்டீங்க போலக்குது?" என்றாள். ஜகதாலன் மீண்டும் சிரித்தான். மணி அவனையே பிரமிப்புடன் பார்த்துக்கொண்டிருந்தான்.

இருவரும் கடந்து சென்ற பின் ஜகதாலன், "குரு எங்கடா?" என்றான்.

"கிரவுண்டுக்கு போயிருப்பான். இல்லாட்டி கராத்தே கிளாஸ் போயிருப்பான்" என்றான் ஒருவன்.

"ஜெகா, அம்மா சீட்டு காச கேட்டிச்சி" என்றான் இன்னொருவன்.

"எவ்லோடா?"

"எர்நூத்தி அம்பது."

"கம்மியாதாந் தள்ளு போய்க்கிது?"

"எட்டாது மாச(ம்)ல்ல?"

"அப்பா கைல சொல்றண்டா."

டீ குடித்து முடித்த அவர்கள் அதன் பிறகு பக்கத்திலிருந்த மாநகராட்சி மைதானத்துக்குப் போனார்கள். அங்கே கபடி விளையாடினார்கள். நன்றாக இருட்டும்வரை விளையாடினார்கள். இந்த ஆட்டத்தில் ஜகதாலன் ஒரு முறைகூட எகிறவோ உதைக்கவோ இல்லை. மற்றவர்களை அதிகம் பாட வைத்து அவர்களைப் பிடித்தான். ஒவ்வொருவர் ஆட்டத்திலும் உள்ள குறைகளைச் சுட்டிக்காட்டினான்.

ஆட்டம் முடிந்ததும் மைதானத்தின் ஓரத்தில் இருந்த புல் தரையில் ஜகதாலன் படுத்தான். குளிர்ந்த காற்று வீசியது. கண்களை மூடி அந்தக் காற்றை அனுபவித்தான்.

○

கபடி மேட்ச் இல்லாத நாட்களிலும் ஜகதாலன் இரவு வீட்டுக்குத் தாமதமாக வருவது அவன் அப்பாவுக்குப் பிடிக்கவில்லை. 'ஒண்ணு படி, இல்லாட்டி வேலக்கி போ' என்பது அவர் தாரக மந்திரம். "என் உடம்புல தெம்பு இருக்குற வெரிக்கும் நான் சோறு போட்ருவேன். எனுக்கப்பறம் நீ இன்னாடா செய்வ? கபடியா சோறு போடும்?" என்று கேட்டார். அடிக்கடி கேட்கும் கேள்விதான். ஜகதாலனும் வழக்கமான பதிலைச் சொன்னான்.

"சோறு போடும்" என்றான். கபடி மூலமாக நல்ல வேலையில் சேர்ந்த பலரை உதாரணம் காட்டினான். வியாசர்பாடி, பட்டாளம், எம்.ஜி.ஆர். நகர் ஆகிய இடங்களில் கபடி

ஆடுபவர்களுக்கு ரயில்வே, ஹார்பர் ஆகிய இடங்களில் வேலை கிடைத்திருப்பதைச் சுட்டிக்காட்டினான்.

“அதுக்கு நீ ப்ளஸ் டூ பாஸாவணுமே? உன்ன பாத்தா படிக்கறா மாதிரியே தெரீலயே?” என்றார்.

“எப்டியாவது பட்ச்சிர்ரம்பா . . .” என்றான். “இந்த படிப்ப கண்டுபுட்ச்சவன செருப்பால அடிக்கணும்” என்றான்.

“எல்லாரும் கூலி வேல செய்யலான்னு சொல்றியா? பட்ச்சாதானடா டாக்டரு? பட்ச்சாதானடா இஞ்சினீரு? படிக்காதயா கெவுர்மெண்ட நட்த்த முடியும்? உனுக்கு படிப்பு ஏற்லன்றத்துக்காக சரஸ்வதிய பயிக்காதடா. அப்புறம் அவ உங் கிட்டயே வர மாட்டா” என்றார் அப்பா.

ஜகதாலன் ஒன்றும் பேசாமல் சாப்பிட உட்கார்ந்தான். அப்பா அதோடு விடவில்லை. “நா சொல்றத கேளு. நீ பட்ச்சி ரயில்வேலயோ ஆர்பர்லயோ வேல கடைக்கற வெரிக்கும் வரதண்ணங் கடைல வேல பாரு” என்றார்.

ஜகதாலனுக்குச் சூடு ஏறியது. சாப்பிடும் இடத்தை விட்டு எழுந்துகொண்டான். “நா வேற வேலைக்கு போவ மாட்டேன். அப்டியே போனாலும் கட்ட தொட்டில வேல பாக்க மாட்டேன். அங்க ஒற சாராயம்தான் ஓடுது. அங்க வேல பாக்க எனுக்கு புடிக்கல. கபடிய வெச்சி நான் நல்ல வேலைக்கி போவேன். வேற வேலைக்கி போனா காலத்துக்கும் முன்னேற முடியாது” என்று கத்தினான்.

“சரி சாப்புட்றா” என்றார் அம்மா. “உடுங்க அவன. சீக்கிரமா பட்ச்சிடுவான் . . . அவனாவுது கெவுர்மெண்டு வேலக்கி போவட்டுமே?”

“நானா வாணாம்ன்ற? பட்ச்சிட்டு போவ சொல்லு” என்று சொல்லிவிட்டு பீடி பற்ற வைத்தார் ஜகதாலனின் அப்பா. “கோவம் மட்டும் வருது பாரு” என்றார். அவர் குரல் தணிந்திருந்தது. கோபத்தின் வேகம் ஆற்றாமையின் நிதானமாக மாறியிருந்தது. ஜன்னல் ஓரமாகப் போய் பீடி பிடிக்க ஆரம்பித்தார். அவர் நடந்து செல்லும்போது மெதுவாகச் செல்வதைப் பார்த்து ஜகதாலனுக்குக் கஷ்டமாக இருந்தது. சீக்கிரம் சாப்பிட்டான். அவன் சாப்பிட்டு முடிப்பதற்குள் அவர் பீடி பிடித்துவிட்டு அங்கேயே நின்றிருந்தார். ஜகதாலன் கை கழுவிக்கொண்டு அவர் பக்கத்தில் போனான்.

“ஈக்காட்தாங்கல்ல டோர்னமெண்டு நட்ந்தப்போ ஆபீசருங்க வந்துருக்காங்கப்பா.”

“இன்னா சொன்னாங்க?”

“என்ன தேட்டு போய்கிறாங்கப்பா. நா அப்ப வேற கோர்ட்ல இருந்தேன்.”

“அப்றம் என்ன ஆச்சு?”

“திரும்பியும் வருவாங்கப்பா. எம் பேர சொல்லி தேடி வந்துகுறாங்கப்பா . . .”

அப்பா பெருமூச்சு விட்டார். “எல்லாத்துக்கும் அதிர்ஸ்டம் வோணுண்டா . . .”

“வருவாங்கப்பா . . .”

“ஆனா நீ பாஸாவணுமே? நான் விசார்ச்சிட்டேன். பெயிலான பசங்கள கீய இருக்குற வேலைங்களுக்குதான் எடுப்பாங்க. அது கான்ராக்டு வேலதான். என்னிக்கும் பர்மெண்டு ஆக்கவே மாட்டாங்க. அங்க வேல செய்யறவங்கள டீம்ல செலக்ட் பண்ண மாட்டாங்க. பிளஸ் டூவாவது பட்ச்சாதான் சான்சு . . .” என்று உதட்டைப் பிதுக்கினார்.

தொடர்ந்து, “கொய்யாத்தோப்பு குண்சேகர் ஆர்பர்ல சேந்துட்டாண்டா . . .” என்றார்.

“தெரியும்பா” என்றான் ஜகதாலன்.

“நா அவன் ஆட்றத பாத்துக்குறேண்டா. உங் கால் தூசிக்குகூட வர மாட்டான். அவுனுக்குல்லாம் வேல கெடைக்கிது . . .”

“எனுக்கும் கட்ச்சிடும்பா” ஜகதாலனின் குரல் கெஞ்சியது.

அப்பா பதில் பேசவில்லை. ஜன்னல் வழியே இருட்டையே பார்த்துக்கொண்டிருந்தார். ஜகதாலன் மெதுவாகப் பின்வாங்கித் தூங்கச் சென்றான். தூக்கம் வரவில்லை. அப்பாவை நினைத்தால் மனம் கலங்கியது. எப்படியாவது படித்துத் தொலைத்துவிட வேண்டும் என்ற ஆத்திரம் வந்தது.

12

அத்தை படுத்துத் தூங்கிவிட்டார். பகல் நேரமாதலால் பார்வதிக்குத் தூக்கம் வரவில்லை. பகவதிபுரத்தில் எதுவுமே அவளுக்குப் பிடிக்கவில்லை. இவ்வளவு சீக்கிரம் எல்லாமே பிடிக்காமல் போகும் என்று அவள் எதிர்பார்க்கவில்லை. இந்த வீடுகள், குண்டும் குழியுமான சாலைகள், பன்றியின் அலறல், முத்து பகலில் தூங்கிக்கொண்டே இருப்பது, பாத்ரூமில் அடிக்கும் பீடி நாற்றம் . . . மனம் கசந்தது. கை தன்னையறியாமல் முந்தானையில் முடிச்சுப் போட்டபடியும் கழற்றியபடியும் இருந்தது. தொடர்ந்து அதையே செய்துகொண்டிருந்தாள். 12ஆம் வகுப்பு படிக்கும் போதிலிருந்தே இந்தப் பழக்கம். மாஞ்சா போடுபவனின் முகம் நினைவுக்கு வந்ததும் கை சட்டென்று நின்றது. அவன் ஏன் எப்போதும் தன்னையே பார்த்துக்கொண்டிருக்கிறான் என்று யோசித்தாள். முத்துவிடம் சொல்லலாமா என்று நினைத்தாள். ஏனோ வேண்டாம் என்று தோன்றியது. குடியாத்தம் வீட்டு நினைவும் ரவியின் நினைவும் வந்தன. அப்பாவின் மீது வருத்தமும் ரவி மீது கோபமும் வந்தது. இந்த இடத்தில், இந்த மனிதர்களுடன் தன்னால் இருக்கவே முடியாது என்று நினைத்தாள். எல்லாவற்றையும்விடக் கழிவறையில் பீடி நாற்றம் அவளைப் பாடாய்ப் படுத்தியது.

ஏதாவது காரணம் சொல்லி வீட்டுக்குப் போய் பத்து நாள் இருந்துவிட்டு வந்தால் நன்றாக இருக்கும் என்று தோன்றியது. ஆனால் கல்யாணமாகி இத்தனை சீக்கிரம் என்ன சொல்லிவிட்டுப் போவது? கொஞ்ச நாள் போகட்டும், பார்க்கலாம் என்று நினைத்துக்கொண்டாள். அப்பாவுக்கு உடம்பு

எப்படி இருக்கிறதோ என்று நினைத்துக்கொண்டாள். சித்தியும் சித்தப்பாவும் பார்த்துக்கொள்வார்கள் என்றாலும் அவளுக்குக் கவலையாக இருந்தது.

கீழே சத்தம் கேட்டது. ஜன்னல் வழியே எட்டிப் பார்த்தாள். அந்த வீட்டு ஜன்னலிலிருந்து பார்த்தால் இரு வீடுகளுக்கு இடையில் இருக்கும் இடைவெளியில் உள்ள சந்து தெரியும். அந்தச் சந்தில்தான் முத்து அடிக்கடி எச்சில் துப்புவான். பார்வதி அங்கே என்ன சத்தம் என்று எட்டிப் பார்த்தாள்.

சில பையன்கள் கிரிக்கெட் விளையாடிக்கொண்டிருந்தார்கள். சிலர் சுவர் ஓரத்தில் சதுரமாக ஒரு கட்டம் போட்டு கோலிகளை ஒரு வரிசையில் அடுக்கி ஆடிக்கொண்டிருந்தார்கள். சிறுவர்கள் மட்டுமில்லாமல் 20, 22 வயது மதிக்கத்தக்க இளைஞர்களும் ஆடிக்கொண்டிருந்தார்கள். அனேகமாக எல்லாருமே லுங்கி அணிந்திருந்தார்கள். யாரோ ஒருவன் அடித்த அடியில் கோலிகள் தெறித்து ஓடின. சிறிது நேரம் அங்கே பெரும் ஆரவாரம் இருந்தது.

சிறிது நேரம் கழித்துப் பணம் சம்பந்தமாகப் பேச்சு எழுந்தது. பத்து ரூபா, அம்பது ரூபா என்று பேசிக்கொண்டார்கள். "அம்பது இல்லடா பாடு பையா" என்றான் ஒருவன். "ங்கோத்த யார பாத்துரா பாடுன்ற தூம . . ?" என்றான் மற்றொருவன். பாடு என்றவன் லுங்கியைத் தூக்கிக்கட்டிக்கொண்டு அவனை அடிக்க வந்தான். இன்னொருவன் தடுத்தான். "வெலாட சொல்ல என்னாடா சண்டை? வெலாட்டு வெலாட்டா இருக்கனும். ங்கோத்தா சண்ட போடற நாயி அங்க போயி சண்ட போடு" என்றான்.

"எவன பாத்து நாயின்ன ..." என்று கோபம் இவன் பக்கம் திரும்பியது.

"தோத்து போனதும் சண்ட வலிக்கிறியா? காசு குடுக்காம . . . போயிடலாம்னு பாக்குறியா? நாறக் . . . சொம்மா வுட மாட்டண்டா . . ."

"என்னாடா புடுங்குவ பாடு பையா?"

"ஏய் . . . ங் . . ."

அதற்குள் ஒருவன் கை ஓங்கிவிட்டான். இன்னொருவன் எட்டி உதைத்தான். வேறொருவன் ஒரு பெரிய கல்லை எடுத்து வந்து போட்டான். அது யார் மேலும் விழாமல் தள்ளி விழுந்தது. பெரும் கூக்குரலுடன் அவனை அடிக்க நாலு பேர் பாய்ந்தார்கள்.

பார்வதிக்கு பயமாக இருந்தாலும் அந்தக் காட்சியிலிருந்து சட்டென்று அவளால் விலக முடியவில்லை.

திடீரென்று அங்கே கணீரென்று ஒரு குரல் கேட்டது. யாரோ வேகமாக வரும் சத்தம் கேட்டது. எல்லோரும் சண்டையை நிறுத்திவிட்டுக் குரல் வந்த திசையைப் பார்த்தார்கள். நல்ல உயரமும் வலுவான உடற்கட்டும் கொண்ட இளைஞன் அந்தச் சந்திலுள் நுழைந்தான். அவனைப் பார்த்ததும் சின்னப் பையன்கள் ஓடிவிட்டார்கள். உள்ளே வந்தவன் அங்கிருந்த ஒருவனின் சட்டையைப் பிடித்தான்.

"என்னடா தகராறு இங்க?"

அனைவரும் சப்த நாடியும் ஒடுங்கி நின்றிருந்தார்கள். அவன் கையில் அகப்பட்டவன் கையெடுத்துக் கும்பிட்டான். "இல்லண்ணா, இல்லண்ணா, சொம்மாண்ணா . . ." என்றான்.

"என்னாடா சொம்மா? துட்டு வெச்சி வெலார்ரது, துட்டு போச்சினா சண்ட போர்ரது . . . இன்னாடா வேல இது?" என்றான்.

பார்வதிக்கு அவனை அடையாளம் தெரிந்துவிட்டது. மாஞ்சா நிபுணன். தான் நிற்பது தெரியாமல் பார்க்கிறோமா என்பதை மீண்டும் ஒரு முறை உறுதி செய்துகொண்டாள்.

கையில் இருப்பவனை விடாமல் எல்லோரையும் அவன் ஒரு முறை கூர்மையாகப் பார்த்தான். அனைவரும் அச்சத்துடன் அவனைப் பார்த்துக்கொண்டிருந்தனர்.

"இன்னூரு வாட்டி உங்கள கோலியும் கையுமா பாத்தேன் . . . கைய எட்த்துருவேன். தெவ்விடியாப் புள்ளிங்கலா" என்றான். "ஜனங்க இருக்குற எடத்துல என்னடா சத்தம்?" என்றான்.

"சரிண்ணா . . . இனிமே ஆட மாட்டோண்ணா . . ." என்று ஈன ஸ்வரத்தில் ஓரிருவர் சொன்னார்கள். சுட்டு விரலை நீட்டி ஒவ்வொருவரையும் எச்சரித்துவிட்டுத் தன் கையில் பிடிபட்டிருந்தவனை அலட்சியமாகத் தள்ளிவிட்டான். அவன் இரண்டு அடி பின்னால் போய் விழுந்தான். மாஞ்சா நிபுணன் திரும்பி நடந்தான். கம்பீரமான, அலட்டலான நடை.

பார்வதி ஜன்னலை விட்டு விலகி உள்ளே வந்தாள். அவன் என்ன அவ்ளோ பெரிய ஆளா என்று நினைத்துக்கொண்டாள். அவன் வந்ததும் மிரட்டியதும் அனைவரும் பயந்து நடுங்கியதும் அவர்கள் இவனுக்குத் தந்த மரியாதையும் அவள் மனதில் சித்திரங்களாகத் தோன்றி மறைந்தன. சற்று முன் இருந்த மன இறுக்கம் தளர்ந்ததுபோல் இருந்தது. அவனுடைய கம்பீரம் அவள் மனதில் அழியாத சித்திரமாகப் பதிந்தது.

13

காலையில் தண்ணீர் பிடித்துக்கொண்டு வருவதற்குள் அம்மா இட்லி வாங்கி வைத்திருந்தார். பெரிய பெரிய இட்லிகள். ஜகதாலன் ஐந்து இட்லி சாப்பிட்டான். அம்மா வீட்டு வேலைக்குக் கிளம்பிய பிறகு அவன் புறப்பட்டான். நேராக செண்பகம் வீட்டுக்குப் போனான். செண்பகத்துக்கு ஒரே ஆச்சரியம். "இன்னாப்பா திடீல்னு வந்துகுற?" என்றாள்.

"பரீச்சைல எப்டியாவது பாஸ் பண்ணணுங்கா ..." என்றான்.

"அதுக்கு நா இன்னா பண்ணுவேன்? எனுக்கு படிக்கவே தெரியாதே?"

"அது எனுக்கு தெரியாதா? ஷ்டெல்லா மிஸ்ஸாண்ட சேத்துவுடேன்" என்றான்.

"அவுங்குளுக்கு பெரிய கிளாஸ் பாடம் தெரியுமான்னு கேக்கறம்பா" என்றாள் செண்பகம்.

"கேட்டு சொல்லுக்கா" என்று சொல்லிவிட்டுக் கிளம்பினான்.

"கொஞ்சம் இருப்பா. ஏதாது சாப்ட்டுட்டு போ" என்றாள். அவன் பதிலுக்குக் காத்திருக்காமல் உள்ளே போனாள்.

"இப்பதாங்கா இட்லி சாப்பிட்டேன்" என்றான்.

"டீயாவுது குட்ச்சிட்டு போ . . ."

“வாணாங்கா” என்று சொல்லிவிட்டுக் கிளம்பினான்.

மாலையில் டீக்கடையில் நின்றிருந்தபோது செண்பகம் எதிரில் வந்தாள். ஜகதாலன் கூட்டத்திலிருந்து விலகி அவளருகில் சென்றான். “கேட்டியாக்கா?”

“கேட்டேன். அவுங்குளுக்கு பிளஸ் டூ பாடம் தெரியாதாம். வேற டீச்சர சொல்றேன்னு சொல்லிகிறாங்க. அட்த்த வாரம் கேட்டு சொல்றாங்களாம்” என்றாள்.

ஜகதாலனுக்குக் கொஞ்சம் ஏமாற்றமாக இருந்தது.

தினமும் ஓரிரு முறைகளாவது படிக்க முயற்சி செய்தான். பாடத்துக்குள் மனம் செல்லவில்லை. அறிவியல் பாடத்தைப் பிடிவாதமாகப் பார்த்துக்கொண்டிருந்தான். கணக்கு அவனுக்கு சுமாராக வரும் என்பதால் அதை எப்படியாவது சமாளித்துவிடலாம் என்று நம்பிக்கையாக இருந்தான். ஆனால் இந்த முறை எப்படியும் பாஸ் ஆக வாய்ப்பில்லை என்பது அவனுக்குப் புரிந்தது. ராசண்ணன் சொன்னதுபோல டுட்டோரியலுக்கே போயிருக்கலாம் என்று தோன்றியது. ஜூன் மாதமே போய் டுட்டோரியலில் சேர்ந்துவிட வேண்டும் என்று முடிவு செய்தான். புத்தகத்தை மூடி வைத்தான்.

14

மாலையில் காய்கறி வாங்குவதற்காகப் பார்வதி கிளம்பினாள். முத்து இன்னும் வரவில்லை. சாலையில் சிலர் காற்றாடி விட்டுக்கொண்டிருந்தார்கள். சைக்கிள்கள் நடமாட்டம் அதிகமாக இருந்தது. கோவிலில் ஒலிபெருக்கி கட்டப்பட்டு பக்திப் பாடல் ஒலித்துக்கொண்டிருந்தது.

கிணற்றடிக்குப் பக்கத்தில் பூக்கடை இருந்ததைப் பார்த்த ஞாபகம் பார்வதிக்கு இருந்தது. பூ வாங்கிக் கொண்டு போகலாம் என்று நினைத்தாள். காய்கறிக் கடையிலிருந்து வரும் வழியில் கிணற்றடி இருக்கும் திசையை நோக்கித் திரும்பினாள். அவள் நடக்க நடக்க பக்திப் பாடல் பின்னோக்கிப் போய்க் கொண்டிருந்தது. ஹெச். பிளாக்கில் 3ஆம் எண் கட்டடத்தின் வாசலில் பூக்காரி இருந்தாள். ஒரு முழம் பூ வாங்கிக்கொண்டு திரும்புகையில் அந்தக் கட்டடத்தின் முதல் மாடியிலிருந்து ஒரு பாடல் ஒலித்தது.

அவர் போல் பேசிட நாவும் இல்லை
அவர் போல் அலைந்திடக் கால்கள் இல்லை
எண்ணிலடங்கா மாந்தர் சத்தம்
எந்தன் செவியில் கேட்குதய்யா

இதுவரை பார்வதி இந்தப் பாடலைக் கேட்டதில்லை. இதுபோன்ற பாடல் எதையுமே அவள் கேட்டதில்லை. குரல் நன்றாக இல்லை. ஆனால் அதில் பக்தி பெருக்கெடுத்தது. கூடவே டக் டக் என்று ஒரே தாள கதியில் பின்னணி இசை. விரலால் மேசையின் மீது தட்டும் ஓசை. அந்த ஓசையைக் கேட்கும்போது சற்றே கனமான விரல் அவள் கற்பனையில் தோன்றியது.

சிறிது நேரம் கழித்து அந்தக் குரல் மீண்டும் பாடியது. இந்த முறை சில சிறுவர்களின் குரலும் கேட்டது. அவர் பாடப் பாட அவர்கள் திரும்பப் பாடினார்கள். எழுச்சி கொண்ட குரல்கள். சிறுவர்கள் தொண்டையை நன்றாகத் திறந்து சத்தம் போட்டுப் பாடினார்கள். இரண்டாவது முறை திரும்பப் பாடும்போது பழக்கப்பட்ட வரிகள் என்பதாலோ என்னமோ சத்தம் அதிகமாகவே இருந்தது. முதலில் பாடியவர் அவர்களை மெதுவாகப் பாடுங்கள் என்று சொல்லுவார் என்று பார்வதி எதிர்பார்த்தாள். ஆனால் அவர் அப்படி எதுவும் சொல்லவில்லை. "வா . . . ஏசுவண்டை வா . . . உன் இதயத்தை அவரிடம் தா . . ." என்று பல்லவிக்குப் போனார். சிறுவர்கள் குரலில் மேலும் உற்சாகம். அவர் முடிப்பதற்கு முன்பே "வா . . ." என்று ஆரம்பித்துவிட்டார்கள்.

ஆத்தும தரிசனம் அடையாதவர்
ஆயிரம் ஆயிரம் அலைகின்றாரே . . .

பெரியவர் அடுத்த பத்தியைத் தொடங்கினார். சிறுவர்கள் அவரைத் தொடர்ந்து பாடினார்கள். பார்வதி பூக்காரப் பெண்ணிடம் விசாரித்தாள்.

"ஷ்டெல்லா மிஸ் வூடு இது. பசங்க டூசன் படிக்க வரும். அவங்க போற சர்ச்லேந்து ஓர்த்தர் வந்து சேசு பாட்டு சொல்லி குடுப்பாரு" என்றாள். "பாட்டு முட்ஞ்சதும் எல்லாருக்கும் டீ குடுப்பாங்கோ. டீ வாசன இங்க வெரிக்கும் அடிக்கும்" என்றாள். அப்படிச் சொல்லும்போது அவள் முகத்தில் சிரிப்பு படர்ந்தது. பார்வதியும் சிரித்துக்கொண்டே கிளம்பினாள். கடையில் வாங்கிச் சாப்பிடும் டீ ஞாபகம் வந்தது.

மதியம் இருந்த மனப் புழுக்கம் இப்போது இல்லை. வீடு வந்து சேர்ந்தாள். முத்து வீட்டில் இருந்தான். "எங்க போயிருந்த?" என்று கோபமாகக் கேட்டான்.

பார்வதிக்கும் கோபம் வந்தது. "காய்கறி வாங்கப் போனேன். அப்டியே பூ வாங்கிட்டு வந்தேன்" என்றாள். பதிலுக்குக் காத்திருக்காமல் உள்ளே போய், வாங்கி வந்ததையெல்லாம் உள்ளே வைத்துவிட்டு வந்தாள்.

"நீங்க எங்க போய்ட்டு வந்தீங்க? எத்தன மணிக்கு டூட்டிக்கு கௌம்பணும்?" என்று கேட்டாள்.

முத்துவின் முகம் மாறியது. அத்தையும் கோபமாகத் திரும்பிப் பார்த்தார். பார்வதி கண்டுகொள்ளவில்லை. குடியாத்தத்தில் பக்கத்து வீட்டில் இதே போன்ற மாமியாரை அந்த வீட்டுக்கு வந்த மருமகள் மல்லிகா எப்படிச் சமாளித்தாள் என்பதை

அவள் பார்த்திருக்கிறாள். அவளோடு நிறைய பேசியிருக்கிறாள். 'எல்லாத்துக்கும் கரெக்டா பதில் குடுக்கணும். அவங்களையும் திரும்பி கேள்வி கேக்கணும். அடிக்க கிடிக்க வந்தா கத்தி ஊரக் கூட்டணும். ராத்திரி பகல்னு பாக்கவே கூடாது' என்று மல்லிகா சொல்லியிருக்கிறாள். கோலி விளையாடும் பையன்களை அந்த ஆள் மிரட்டியதும் பார்வதியின் மனதில் தங்கியிருந்தது. ஏனோ அந்தக் காட்சி அவளுக்கு உற்சாகத்தைத் தந்தது.

"சொல்லுங்க, எத்தன மணிக்கி டூட்டி?"

"நீ சோத்த ஆக்கு. நா கெலம்பும்போது கெலம்பிக்கறேன்" என்றான் முத்து.

லட்சுமியம்மாவின் முகத்தில் கடுப்பு ஏறியிருந்ததைப் பார்வதி கண்டுகொள்ளவில்லை. அவள் மனதில் ஏசு கீதம் ஓடிக்கொண்டிருந்தது.

அவர்போல் நடந்திடக் கால்கள் இல்லை . . .

இரவில் முத்து வழக்கம்போலக் குடித்துவிட்டு வந்து பார்வதியைக் கட்டியணைத்துப் படுத்துக்கொண்டான். இப்போதெல்லாம் கொஞ்சம் கொஞ்சமாக ஸ்பரிசம் பழக ஆரம்பித்திருந்தது. பார்வதிக்கு அதில் ஆர்வம் இல்லையென்றாலும் ரொம்ப நாளுக்குத் தடுக்க முடியாது என்பது தெரிந்திருந்தது.

முத்துவின் மீது சாராய நாற்றம் வீசியது. பார்வதிக்கு உறை சாராய நாற்றமே பிடிக்கவில்லை. பீடி நாற்றத்தையும் சாராய நாற்றத்தையும் பற்றிப் பேச வேண்டும் என்று நினைத்தாள். ஆனால் இப்போது பேசினால் அவன் காதில் ஏறாது. ஏதாவது சொன்னால் கத்துவான். அசிங்கப்படுத்துவான். வேண்டா வெறுப்பாக அவனுக்கு ஒத்துழைத்தாள். அவன் உடல் வேகம் எடுக்கும்போது அவளுக்கு உடலில் எரிச்சல் அதிகமாயிற்று. அவன் உடல் அடங்கியதும் நிம்மதியானது. எதுவுமே பேசாமல் எதுவுமே கேட்காமல் தன் போக்கில் ஏதோ செய்கிறானே என்று நினைத்தாள். மல்லிகா சொன்னதெல்லாம் வேறு மாதிரி இருந்தது. அவள் கொடுத்து வைத்தவள் என்று நினைத்துக்கொண்டாள். வாயைப் பிளந்தபடி தூங்கும் முத்துவைப் பார்த்துக் கோபம் வந்தது. ஒரு நாள் வெச்சிக்கறேன் இரு என்று கறுவிக்கொண்டே தூங்கிவிட்டாள். நள்ளிரவில் எழுந்து பார்க்கும்போது முத்துவைக் காணவில்லை. என்னதான் சோம்பேறியாக இருந்தாலும், குடிகாரனாக இருந்தாலும் பாத்ரூமில் நாத்த பீடி குடிப்பவனாக இருந்தாலும் வேலைக்கு ஒழுங்காகப் போய்விடுகிறான் என்பதை நினைத்துப் பார்வதிக்குத் திருப்தியாக இருந்தது.

15

பார்வதியின் அன்றாட வாழ்க்கை விரைவிலேயே பழக்கத்தின் வட்டத்துக்குள் வந்துவிட்டிருந்தது. காலையில் பன்றிக் கூச்சலுடன் கிணற்றடி அனுபவம், சில சமயம் மாஞ்சா போடும் இளைஞர்களின் நடவடிக்கைகளின் தரிசனம், காலையில் இட்லி அல்லது கூழ் அல்லது நீராகாரம், மதியம் ஏதோ சமையல், பிறகு சந்தில் கோலி விளையாடும் இளைஞர்களை வேடிக்கை பார்ப்பது, மாலையில் வேலை இருந்தாலும் இல்லாவிட்டாலும் கோவிலுக்கும் பூக்கடைக்கும் போய்விட்டு வருவது, அவ்வப்போது கிறிஸ்தவ கீதங்களைக் கேட்பது, இரவில் அரை மயக்கத்துடனும் உறை சாராய நாற்றத்துடன் நெருங்கும் முத்துவைச் சகித்துக்கொள்வது என்று அவள் வாழ்க்கை போய்க்கொண்டிருந்தது. பன்றிகளின் சத்தம் பழகிவிட்டது. மாஞ்சா நிபுணன் பார்ப்பதும் பழகிவிட்டது. ஆனால் சாராய நாற்றத்தையும் பீடி நாற்றத்தையும் பழகிக்கொள்ள முடியவில்லை.

முத்துவிடம் அது பற்றிப் பேசினாள். அவன் அதை ஒரு பிரச்சினையாகவே எடுத்துக் கொள்ளவில்லை.

"அதுல உனுக்கு இன்னா பிர்ச்சன? பீடி புட்ச்சாதான் எனுக்கு கொல்லிக்கு வருது. சாராயம் குட்ச்சாதான் நிம்மதியா தூங்க முடீது. கொஞ்சம் அஜிஸ் பண்ணிக்க. பாத்ரூம்புல வேண்ணா ஊதுபத்தி ஏத்தி வை. படுக்க சொல்லோ பக்கத்துல ஊதுபத்தி ஏத்திக்கோ" என்று சர்வ சாதாரணமாகச்

சொல்லிவிட்டுக் கிளம்பிவிட்டான். பாத்ரூமில் ஊதுபத்தியா என்று தலையில் அடித்துக்கொண்ட அவள் அவனை எப்படி மடக்குவது என்று யோசிக்க ஆரம்பித்தாள்.

பகலில் ரொம்பவும் வெட்டியாக இருப்பதாக அவளுக்குத் தோன்ற ஆரம்பித்தது. வெளியில் போய் அப்பாவின் அலுவலகத்துக்கு போன் செய்ய முயன்றாள். தொடர்பு கிடைக்கவில்லை. ரவியின் அலுவலக எண்ணும் தெரியும். ஆனால் அவனுக்கு போன் செய்ய விருப்பம் இல்லை.

இப்படிப்பட்ட சமயத்தில்தான் செண்பகத்தின் நட்பு கிடைத்தது. பார்வதியை விடக் கிட்டத்தட்டப் பத்து வயது பெரியவளாக இருப்பாள். காய்கறிக் கடையில் பார்த்தாள். கீரை எங்கே கிடைக்கும் என்று விசாரித்தபோதுதான் பழக்கம் ஏற்பட்டது. “நல்ல கீரை வாங்கணும்னா டேசன் ரோடுக்குதாம் போவணும்” என்று சொன்ன செண்பகம், “நா தெனைக்கும் அங்கதாம் போறேன், நா வேண்ணா வாங்கியாரட்டா?” என்று கேட்டாள்.

அவள் கேட்ட விதம் பார்வதியை நெகிழவைத்துவிட்டது. “பரவால்லீங்க, நானே போய் வாங்கிக்கறேன். ஸ்டேசன் எங்க இருக்கு? எப்டி போறது?” என்றாள்.

“தோ, இந்த மெய்ன் ரோடுக்கா போயி ரைட்ல திரும்புனா ஒரு கோயில் வரும். அங்கேர்ந்து நேரா போய் கட்சீல லெப்ட் எடுக்கணும். எனுக்கு ஒண்ணியும் பிரச்சன இல்ல. நான் தெனிக்கும் அங்க போறன்” என்றாள் செண்பகம்.

பார்வதி சிரித்தாள். “நா சும்மாதான இருக்கேன், நானே போய்க்கறேன்” என்றாள்.

அடுத்த நாளே ஸ்டேஷன் ரோடில் கீரை வாங்கச் சென்றபோது அங்கே செண்பகத்தைப் பார்த்தாள். ஆனால் செண்பகம் கீரை வாங்க வந்ததுபோலத் தெரியவில்லை. “இங்க என்ன வேலை உங்களுக்கு?” என்றாள்.

“டெய்லர் கடைல வேல பாக்கறேன். ஜாக்கிட்டு, பாவாடையெல்லாம் தெப்பேன்” என்றாள் செண்பகம்.

“ஓ, எனக்கும் தெக்கணும்னு ஆசை. ஆனா தெக்க தெரியாது” என்றாள்.

செண்பகம் சிரித்தாள். “கத்துக்கலாமே” என்றாள்.

பார்வதி விசாரித்துவைத்துக்கொண்டாள். மதியம் வெட்டியாக உட்கார்ந்திருப்பதற்குப் பதில் தையல் வகுப்புக்குப்

போகலாம் என்று நினைத்தாள். இருவரும் பேசிக்கொண்டே நடந்தார்கள். பார்வதியிடம் குடியாத்தத்தைப் பற்றி செண்பகம் கேட்டாள். பகவதிபுரத்தில் தனக்குப் புரியாத விஷயங்களைப் பற்றிப் பார்வதி கேட்டுக்கொண்டாள்.

கோவிலை அடுத்து பகவதிபுரத்துக்குச் செல்லும் பிரதான வீதியில் இருவரும் நுழைந்தபோது அந்த மூலையில் இருந்த விறகுக் கடைக்குள் மாஞ்சா நிபுணன் நுழைவதைப் பார்த்தாள் பார்வதி. அவளை அறியாமல் அந்தக் கடையை நோக்கிப் பார்வை சென்றது. அதைக் கவனித்த செண்பகம் அவளிடம் இருந்து கீரையை வாங்கிப் பார்த்தாள். "எவ்ளோக்கு வாங்கின?" என்றாள். "அஞ்சு ரூபா" என்றாள் பார்வதி. "அஞ்சு ரூபாய்க்கு இது ரொம்ப கம்மி. நீ புது கஷ்டமர்னு உன்ன ஏமாத்திட்டுக்கிறான். அட்த்த வாட்டி வாங்கும்போது நானும் கூட வரேன்" என்றாள்.

பார்வதிக்குக் கஷ்டமாக இருந்தது. இப்படி ஏமாந்து விட்டோமே என்று நினைத்தாள். மீண்டும் ஒரு முறை விறகுக் கடையைத் திரும்பிப் பார்த்தாள். அங்கு சிலர் உள்ளே போவதும் வெளியே வருவதுமாக இருந்தார்கள். "இது என்னா, வெறகு கடைல இவ்ளோ கூட்டம்?" என்று கேட்டாள்.

செண்பகம் மீண்டும் கீரையைப் பற்றிப் பேசிக்கொண்டே வேகமாக நடந்தாள். அவள் முகம் மாறியிருந்தது. பார்வதி குழப்பத்துடன் அவளைப் பின்தொடர்ந்தாள்.

சற்று தூரம் வந்த பிறகு செண்பகத்தின் வேகம் குறைந்தது. ஆனால் படபடப்பு அடங்கவில்லை. பார்வதி அவளைக் குழப்பத்துடன் பார்த்தாள்.

"அது பாக்கதான் வெறவு கட. உள்ள ஒற யாவாரம் நடக்குது" என்றாள்.

"ஒற யாவாரம்னா?"

"ஒற சாராயம். பாக்கெட்ல விக்கிறாங்கலே, அது . . ."

"ஓஹோ..." பர்வதிக்கு முத்து இங்கேதான் வந்து குடிக்கிறான் என்பது புரிந்தது.

"சாராயம் விக்கிறது மட்டுமில்ல. கட ஓனரு பெரிய ரவுடி. பாக்க பஞ்சாயத்து போடு பிர்சிடெண்டு மாரி இருப்பாரு. ஆனா பெரிய ரவுடி. நெறய அடியாளுங்க அவுரு கிட்ட இருக்காங்கோ. வரதராசன்னு பேரு. நாங்கல்லாம் வரதண்ணன்னுதான் சொல்லுவோம்" என்றாள் செண்பகம். பயமும் மரியாதையும் அவள் குரலில் தொனித்தன.

“ஆனா அவுரு நம்ம ஊரு ஆலுங்க மேல கை வெக்க மாட்டாரு. நமுக்கு ஒன்னுன்னா எல்ப் பன்னுவாரு” என்றாள் தொடர்ந்து.

பார்வதி தலையாட்டினாள். “நம்ம அங்க வரும்போது உயரமா ஓர்த்தன் உள்ளே போனானே, அவன் யாரு?” என்றாள்.

“அவனா, அவன உனுக்குத் தெரீமா?”

“இல்ல, இல்ல, வீட்டாண்ட பாத்துருக்கேன் . . .” என்றாள் அவசரமாக.

“அவந்தா ஓனருக்கு ரைட்டேண்டு. மாஞ்சா குருன்னு பேரு. அவுரு இன்னா சொன்னாலும் இவங் கேப்பான்” என்றாள் செண்பகம்.

“அவுரு நம்ப ஊருக்கு நல்லது பண்ணுவாருன்னா அப்றம் ஏன் அவர பாத்து பயப்படணும்?”

“அவுரு நெல்லுவுருதான். ஆனா அவரு கையாளுங்கோ மோசமான ஆளுங்கோ. நம்ப வம்புக்கு வர மாட்டானுங்கோ. நாமா மாட்டிக்கினா நாற அட்ச்சிடுவானுங்கோ. எதுக்கு தேவையில்லாத பிர்ச்சன?” என்றாள் செண்பகம்.

பகவதிபுரம் பெயர்ப் பலகை இருக்குமிடத்துக்கு வந்ததும் வலது புறம் திரும்பிக் குடியிருப்புக்கு உள்ளே நுழைந்தார்கள்.

இருவரும் கோவிலை நெருங்கினார்கள். பார்வதி வலது புறம் போக வேண்டும். செண்பகம் இடது புறம். “வரங்க்கா” என்றாள் பார்வதி. செண்பகம் சிரித்தபடி கிளம்பினாள். அப்போது ஒரு பையன் ஓடி வந்தபடி “அம்மா” என்றான். செண்பகம் நின்றாள்.

“டூசன் முட்ஞ்சிட்சாடா?” என்றாள்.

“ஆங் . . . நீ எங்க போய்ட்டு வர?” என்றான் அவன். பையனுக்கு 13–14 வயது இருக்கும். ஒல்லியாக, குள்ளமாக இருந்தான்.

“கடைக்கிடா” என்றாள்.

“என்ன வாங்கியாந்த?” என்றான்.

“இவங்ககூடப் போனேன். இவுங்கோ இந்த எட்த்துக்கு புத்சு. மார்க்கெட்டு காமிக்க போனேன்” என்றாள்.

பையன் இப்போதுதான் பார்வதியைப் பார்த்தான். பார்வதி புன்னகைத்தாள். அவனும் லேசாகப் புன்னகைத்தான். “என்ன படிக்கற?” என்றாள்.

“ஏழாது” என்றான்.

“உம் பேர் என்ன?”

“சந்தரன்.”

பார்வதி விடைபெற்றுக்கொண்டாள்.

“தம்பி எங்கடா?”

“எங்கியாம் பொறுக்கினுருப்பான்.”

“சீ, அப்டியெல்லாம் சொல்லாத.”

“பின்ன? அவன் வேற என்ன பண்றானாம் . . ?”

பின்னால் அவர்கள் பேசிக்கொண்டே செல்வது பார்வதிக்குக் கேட்டது. அந்தப் பையனுக்குத் தம்பி மீது என்ன கோபம் என்றும் யோசித்தாள். இந்தப் பையனை அந்த கிறிஸ்தவ கீதம் பாடும் வீட்டுக்குக் கீழே ஒருமுறை பார்த்தது நினைவுக்கு வந்தது.

நன்றாக இருட்டியிருந்தது. பார்வதி நிதானமாக நடந்தாள். எம்.ஜி.ஆர். மன்றத்தில் ஏதோ பாட்டு ஓடிக்கொண்டிருந்தது. ஈ பிளாக்கைத் தாண்டியபோது குப்பென்று வாடை அடித்தது. இங்குதான் பன்றி வெட்டுபவர்களின் வீடு இருக்குமோ என்று நினைத்துக்கொண்டாள்.

16

முத்து சீக்கிரமே படுத்துவிட்டான். பார்வதி பாத்திரங்களை ஒழித்துவிட்டு, விளக்கை அணைத்து விட்டு வந்து அருகில் படுத்துக்கொண்டாள்.

இருட்டு சூழ்ந்ததும் பன்றியின் அலறல் பார்வதியின் காதுகளில் எதிரொலித்தது. முத்துவைக் கட்டிக்கொண்டாள்.

வெளியில் ஏதோ சத்தம் கேட்டது. முத்துக் கிருஷ்ணன் எழுந்து போனான். பார்வதிக்குத் தூக்கம் வரவில்லை. முத்துவின் வியர்வை நெடி அவள் மூக்கில் தங்கியிருந்தது.

வெளியே போய் வெகு நேரம் கழித்தே முத்து திரும்பி வந்தான். "பசங்க குஷ்ட்டு பேசினிருக்கானுங்கோ" என்று சொல்லிவிட்டுப் படுத்துக்கொண்டான்.

"அத கண்டுபிடிக்கறதுக்கு இவ்ளோ நேரமா?" என்று பார்வதி கிசுகிசுத்தாள்.

"அய்ய, இன்னா நெக்குலா?" என்றான். அவன் குரலில் கோபம் இல்லை. ஆனால் குரல் உயர்ந்திருந்தது. பார்வதிக்கு இருட்டில் அவன் சத்தமாகப் பேசுவது சுத்தமாகப் பிடிக்கவில்லை. "மெதுவா" என்றாள் மெதுவாக.

"இப்ப இன்னா ரகசிமா பேசினிருக்கோம்?" என்றான். மீண்டும் குரல் உயர்ந்தே இருந்தது. பார்வதிக்குக் கோபம் வந்தது. ஆனால் மேற்கொண்டு

பேசவில்லை. கோபத்தை மட்டுப்படுத்திக்கொள்ள ஆழமாக மூச்சை இழுத்துவிட்டாள். சாராய வாடை அவளுக்குள் சென்றது.

முத்து பார்வதியின் மீது கை போட்டு அணைத்தபடி தூங்கிவிட்டான். சாராய வாடை பார்வதியை நெடு நேரம் தூங்க விடவில்லை.

பார்வதிக்கு அப்பாவின் நினைவு வந்தது. லட்சுமி அத்தை பல முறை குடியாத்தத்துக்கு வந்து பெண் கேட்டிருக்கிறார். வரும்போதெல்லாம். பூவும் இனிப்பும் வாங்கிவருவார். பார்வதியைப் பார்த்ததும் பூரித்துப்போவார். தம்பியிடம் குழைந்து பேசுவார். ஆனால் பார்வதியின் அப்பாவுக்குத் தன் பெண்ணைக் கொடுக்க விருப்பமில்லை.

லட்சுமி அத்தை விடவில்லை. எம் பையனுக்கு என்ன குறச்சல் என்று கேட்டுக்கொண்டே இருந்தார். “இத பாருக்கா, தாயில்லாத பொண்ணுன்னு செல்லமா வளத்துட்டேன். என் கண் எதிர்லயே இருக்கட்டுன்னு இந்த ஊர்லயே கட்டிக் குடுக்கலாம்னு பாக்கறேன்” என்று பார்வதியின் அப்பா பொறுமையாகப் பேசினார்.

பார்வதிக்கு அப்பா பேசுவது பெரும் ஆறுதலாக இருந்தது. அவளுக்கு ஏனோ லட்சுமி அத்தையைப் பிடிக்காது. அத்தையின் பையனைச் சின்ன வயதில் பார்த்தது. மூக்கு ஒழுகிக்கொண்டிருப்பது தெரியாமல் கோலி ஆடிக் கொண்டிருந்தான். அவனை நினைக்கும்போதெல்லாம் அந்தக் காட்சிதான் அவளுக்கு நினைவுக்கு வரும். இரண்டு ஆண்டு களுக்கு முன்பு ஒரு கல்யாணத்தில் பார்த்தாள். இவர்கள் கிளம்பும்போது அத்தையும் அவர் பையனும் வந்தார்கள். மஞ்சள் நிறத்தில் கறுப்புக் கட்டம் போட்ட சட்டை, பழைய ஸ்டைல் பெல்பாட்டம், பார்வதிக்குச் சிரிப்பு வந்தது.

“தாயில்லாத பொண்ணுக்கு நான் தாயா இருக்க மாட்டேனா? ஏண்டா என்ன பிரிச்சி பேசற?” என்று லட்சுமி அத்தை அழ ஆரம்பித்தார்.

“எம் பொண்ண படிக்க வெச்சிருக்கேன். உம் பையன் படிக்காத கொள்ளாத வெட்டியா சுத்திட்டிருக்கான்” என்றார் அப்பா.

“என்ன பொல்லாத படிப்பு? இதுக்குதான் பொட்டக் கழுதைங்களுக்குப் படிப்பே வாணாம்னு சொல்றது.

முறுக்கிப்பாளுங்கோ. அவுளுங்க சொம்மா இருந்தாலும் உன்னாட்டம் அப்பனுங்கோ சொம்மா இருக்க மாட்டானுங்கோ" என்றார் லட்சுமி.

அப்பாவுக்குக் கோபம் வந்துவிட்டது. "எம்பொண்ணால அங்க வந்து இருக்க முடியுமா? சின்ன வீடா இருந்தாலும் இங்க கொஞ்சம் வசதியா இருந்து அவ பழகிட்டா. அங்க அவுசிங் போர்ட்ல எப்பிடி அவ சமாளிப்பா?" என்றார்.

லட்சுமிக்கும் கோபம் வந்தது. மூக்கு விடைக்கக் கத்த ஆரம்பித்தார். "டேய், நானாடா வோணூம்னு குட்சைக்கு போனேன்? நீங்கல்லாம் சேந்துதானடா அந்தக் குடிகாரனுக்குக் கட்டி வெச்சீங்க? அவங் குட்ச்சி குட்ச்சே சீக்கிரம் செத்துப்பூட்டான். அவனே கண்டி இர்ந்தா எனுக்கு இந்த நெலம வந்துர்க்குமாடா? நீயெல்லாம் என்னப் பாத்து இப்பிடி பேசுவியாடா?"

அப்பா பதில் பேசவில்லை. தன் பழைய கதையைப் பல முறை தன் பெண்ணிடம் சொல்லியிருக்கிறார். அப்பாவின் அப்பா சுந்தரம் குடியாத்தத்தில் சின்னக் கடை வைத்திருந்தார். வியாபாரம் சுமாராகப் போய்க்கொண்டிருந்தது. பிரபுவோடு சேர்த்து நான்கு குழந்தைகள். மூன்று பையன்கள், ஒரு பெண். லட்சுமி மூத்த பெண். அவர் மனைவிக்கு அடிக்கடி உடம்புக்கு முடியாமல் போய்க்கொண்டிருந்தது. ரொம்ப நாள் கழித்துத்தான் டி.பி. என்று தெரிந்தது. பையன்கள் தலையெடுப்பதற்குள் அவர் செத்துப்போய்விட்டார். வீட்டையும் கவனித்துக்கொண்டு குடும்பத்தையும் கவனித்துக்கொள்ள அவரால் முடியவில்லை. எப்படியோ குடிப் பழக்கமும் வந்துவிட்டது. மூத்த பெண் லட்சுமிக்குக் கல்யாண வயது வந்தபோது அவரால் நல்ல வரன் பார்க்க முடியவில்லை. பிரபுவின் அண்ணன் ராஜசேகர் அப்போதுதான் கடையைப் பார்த்துக்கொள்ள ஆரம்பித்திருந்தார். ஆனால் அவருக்குச் சாமர்த்தியம் போதாது. கடை நஷ்டமாயிற்று. அப்பாவின் குடிப் பழக்கமும் அதிகமாயிற்று. அந்தச் சமயத்தில் பார்வதியைக் கல்யாணம் செய்துகொடுத்தால் போதும் என்று ஆகிவிட்டது.

சென்னையிலிருந்து ஒரு வரன் வந்தது. அவருடைய பின்னணி எதையும் பெரிதாக விசாரிக்காமல் கல்யாணம் செய்து கொடுத்துவிட்டார்கள். சென்னையில் பெயிண்டராக வேலை பார்த்துக்கொண்டிருந்த அவருக்கும் குடிப் பழக்கம் உண்டு. வேலைக்கு ஒழுங்காகப் போவதில்லை. மாம்பலத்தில் வாடகை வீட்டில் இருந்தவரால் வாடகை ஒழுங்காகத் தர முடியாமல்

காலி செய்தாக வேண்டிய நிலை வந்தது. சைதாப்பேட்டை பக்கம் போனால் வீடு இலவசமாகக் கிடைக்கும் என்று யாரோ சொல்வதைக் கேட்டு அங்கே போய்ப் பார்த்தார். ரயில் நிலையத்துக்குக் கொஞ்சம் தள்ளி ரயில்வே பாதைக்கு அந்தப் பக்கம் குடிசை போட்டுக்கொண்டு குடியேறியவர்களுடன் சேர்ந்துகொண்டார். அதன் பிறகு அந்த இடமே கதி என்று ஆனது. குடித்துவிட்டு சைக்கிள் ஓட்டிக்கொண்டு போனவர் ரயில் பாதையைக் கடக்கும்போது ரயிலில் அடிபட்டுச் செத்துப்போனார். லட்சுமி அத்தை முத்துவைத் தனியாக வளர்க்க வேண்டியதாயிற்று. லட்சுமி அத்தையின் அதிருஷ்டம் அங்கே குடிசை போட்டிருந்த பலருக்கும் ரயில் பாதைக்கு அந்தப் பக்கம் இருந்த பகவதிபுரத்தில் குடிசை மாற்று வாரிய வீடு கிடைத்தபோது அவருக்கும் கிடைத்தது. முத்து சரியாகப் படிக்காமல் கோலி, பம்பரம், சூதாட்டம் என்று காலத்தைத் தள்ளிக்கொண்டிருந்தான்.

பிரபுவின் தம்பிதான் இப்போது கடையை நடத்திக் கொண்டிருக்கிறார். பிரபுவின் அண்ணன் யாருடனோ சேர்ந்துகொண்டு தில்லிக்குப் போய்விட்டதாகச் சொல்வார்கள். அவர் எங்கே என்று யாருக்கும் தெரியாது. எஸ்.எஸ்.எல்.சி. தேறிய பிரபுவுக்கு எப்படியோ அரசுப் பள்ளிக்கூடத்தில் அலுவலக வேலை கிடைத்தது. அதைக் கெட்டியாகப் பிடித்துக்கொண்டு தன் மகளைப் படிக்கவைத்துவிட்டார். தன் குடும்பம்தான் இப்படி ஆகிவிட்டது, தன் மகளாவது நன்றாக இருக்க வேண்டும் என்பதால் வேலையைத் தவிரவும் சில்லறை வேலைகள் சிலவற்றைச் செய்து சம்பாதித்தார்.

அப்படி வளர்த்த பெண்ணைக் குடிசை மாற்று வாரியக் குடியிருப்பில் இருக்கும் ஒருவனுக்குக் கட்டிக்கொடுக்க அவருக்குத் துளியும் விருப்பம் இல்லை. சொந்த அக்காதான் என்றாலும் வேறு எந்த உதவி வேண்டுமானாலும் செய்யலாம், பெண்ணைக் கொடுக்க முடியுமா என்று தன் தம்பியிடம் பொருமினார்.

அப்பா உறுதியாக இருப்பது குறித்துப் பார்வதிக்குப் பெரிய ஆசுவாசம் ஏற்பட்டது. டியூஷன் படிக்கும் வீட்டுப் பையன் ரவியைப் பற்றி அப்பாவிடம் சீக்கிரமே சொல்லிவிட வேண்டும் என்று நினைத்துக்கொண்டாள்.

ஆனால் அவள் எதிர்பாராததெல்லாம் விரைவில் நடந்தன.

அத்தை அடிக்கடி வர ஆரம்பித்தார். தொடர்ந்து வற்புறுத்திக்கொண்டிருந்தார். அப்பாவும் தொடர்ந்து மறுத்துக்

கொண்டிருந்தார். ஒரு கட்டத்தில் அத்தை பொறுமையிழந்து சண்டை பிடிக்க ஆரம்பித்தார். அப்பா பதிலுக்குச் சண்டை போடவில்லை என்றாலும் இந்தப் பேச்சை எடுக்காதே என்று சொல்லிவிட்டு அமைதியானார்.

ஆனால் அத்தை அமைதியாகவில்லை. ஒரு நாள் சீறி எழுந்துவிட்டார். "தம்பின்னு பாக்கறண்டா. இல்லாட்டி மண்ண வாரி சபிச்சிடுவேன். நான் சபிச்சேன்னா உன் பொண்ணு எங்கியும் போய் வாய முடியாது. மரியாதயா பொண்ணு குடு" என்று சாமி ஆடினார்.

லட்சுமியின் முகத்தில் தெரிந்த தீவிரம் அப்பாவை அசைத்தது. அத்தையின் முகத்தைப் பார்க்கவே பார்வதிக்குப் பயமாக இருந்தது.

அத்தை பயங்கரமாகக் கத்த ஆரம்பித்தார். "முண்டச்சி சாபம் பலிச்சிருண்டா. நா சாபம் உட்டா அப்புறம் யாருமே நெல்லா இருக்க மாட்டீங்கடா . . . சொல்லிவெக்கறேன். நானும் உன்னாட்டம் இருக்க வேண்டியவதாண்டா. நீ பொறந்த அதே வவுத்துலதாண்டா நானும் பொறந்தேன். உங்களாலதாண்டா நா இந்த கதிக்கு வந்துக்குறேன். நீங்க பண்ணி வெச்ச கல்யாணந்தாண்டா என்ன இப்பிடி சந்தி சிரிக்க வெச்சிக்கிது. நா இந்த கெதிக்கு வந்து லோல்படணும்னு எனுக்கு தலயெய்தாடா? கூட பொறந்த அக்கா கைலயே கவுர்தி பாக்கறியே, நீயெல்லாம் மனுசனாடா? உனுக்கு சின்ன வயசுல சோறு ஊட்ன கைடா இது. இத்தால உம்மேல மண்ண அள்ளிப் போட வெச்சிராத . . ."

அத்தையின் ஆவேசம் அதுவரை அவள் யாரிடத்திலும் பார்த்திராதது. பார்வதிக்கு அழுகை வந்தது. அப்பாவின் முகம் பேயறைந்ததுபோல ஆகிவிட்டதைப் பார்த்துப் பார்வதிக்கு வயிறு கலங்கியது. அத்தை புலம்ப ஆரம்பித்தார்.

"எல்லாருமா சேந்து என்ன குட்சைல தள்ளிவுட்டுட்டீங்க. என்னோட சம்பந்தம் வெச்சிக்கவும் மாட்டீங்க. நீங்க மட்டும் பதுவிசா பெரிய மன்சங்க மாரி வாயணும், நானும் எம் புள்ளியும் குட்சைலயே இர்ந்து அங்கியே சாவணும். எம்பையனுக்கு குட்ச பொண்ணயே பாத்து கட்டி வெச்சி அவன் தலமொறையையும் அங்கியே சமாதியாக்கணும். அத்தானடா உனுக்கு ஆசை? உம் பொண்ண கட்டிவெச்சி முத்துக்கு நல்ல வேல பாத்து குட்த்து அங்கோர்ந்து வெளிய இட்டாந்தியானா அவம் புள்ளயும் உன்ன மாரி, உம் பொண்ணு மாரி கெவுர்தயா வாயும். முன்னுக்கு வரும். இல்லாகாட்டி அந்த அவுசிங் போட்லயே கடந்து லோல்பட்டு

சாவ வேண்டித்தான். அத்தான் உனுக்கு ஆசயா? உனுக்கு சோறு ஊட்ன அக்காளுக்கு நீ காட்ற நன்றியாடா இது? நா இன்னாடா அப்டி பாவம் பண்ணேன்?"

அத்தை பெருங்குரலெடுத்து அழ ஆரம்பித்தார். குமுறிக் குமுறி அழுதார். பல நாள் சேர்த்துவைத்த துக்கமெல்லாம் பெரும் வேகத்துடன் பீறிட்டு வந்தது. பழைய அனுபவங்களை, தன் வாழ்க்கையை எல்லாம் திரும்பத் திரும்பச் சொல்லிக்கொண்டு அழுதார். துயரத்தின் பெரு வெள்ளம் பிரபுவின் உறுதியை அசைத்தது. அக்காவிடம் வாதிடுவதை நிறுத்திவிட்டு அவரைச் சமாதானப்படுத்தும் முயற்சியில் இறங்கினார்.

அப்பாவின் பிடிவாதம் தளர்வதைப் பார்வதியால் உணர முடிந்தது. பார்வதியின் நம்பிக்கை தளர்ந்தது.

அப்பா ஒருமுறை மெட்ராஸுக்குப் போய்விட்டு வந்தார். என்ன விஷயம் என்று தெரியவில்லை. சித்தப்பா வீட்டுக்கு வந்திருந்தபோது அவரிடம் அக்காவின் வீட்டுக்குப் போய்ப் பார்த்துவிட்டு வந்ததைச் சொன்னார். அப்பா தீர்மானத்துக்கு வந்துவிட்டதுபோல இருந்தது. "கவலைப்படாதேம்மா" என்று பார்வதியிடம் அடிக்கடி சொல்லிக்கொண்டிருந்தார். முத்துவின் வேலையைப் பற்றியெல்லாம் சொன்னார். ஏதோ தொழிற்சாலையில் வேலை பார்க்கிறான் என்றார். பெரும்பாலும் இரவு நேரப் பணி என்றும் சில சமயம் பகலிலும் ஏதாவது வேலை செய்துகொண்டிருப்பதாகவும் சொன்னார். சீக்கிரமே எழும்பூரில் ஒரு வீடு பார்த்துக் குடியேறப்போவதாகத் திட்டம் என்றார்.

இதையெல்லாம் கேட்கக் கேட்கப் பார்வதிக்கு வயிறு கலங்கியது. முத்து உருப்படியாக இருந்தால் நல்லதுதான். ஆனால் அதற்காக அவனை நான் ஏன் கல்யாணம் செய்துகொள்ள வேண்டும் என்று அவளுக்குத் தோன்றியது. எனக்குப் பிடிக்கவில்லை என்று அப்பாவிடம் சொல்லிவிடலாமா எனப் பலமுறை யோசித்தாள். ஆனால் அப்படிப் பேச மனம் வரவில்லை. அப்பா தனியாகத் தன்னை வளர்த்தது, அதற்காகப் பல விதங்களிலும் கஷ்டப்பட்டது, சர்க்கரை நோய் முதலான பல வித உபாதைகள் அவருக்கு இருப்பது இதையெல்லாம் நினைத்துத் தயங்கினாள். அப்பா அவருடைய அக்காவின் சாபத்துக்கு உண்மையிலேயே பயப்படுவதும் அவர் வாழ்க்கை சீரழிந்ததற்குத் தானும் காரணம் என்று குற்ற உணர்வோடு இருப்பதும் பார்வதிக்குப் புரிந்தது. ரவியும் தைரியமாக எதுவும்

செய்யத் தயாராக இல்லை. பார்வதி மௌனமாகக் கண்ணீர் வடித்தாள்.

ரவி தைரியம் கொடுத்திருந்தால் ஒருவேளை பேசியிருக்கலாம் என்று இப்போது தோன்றியது. இப்போது நினைத்து என்ன பிரயோஜனம் என்று நினைத்துக்கொண்டாள்.

அப்பா அடிக்கடி முருகன் பெயரை ஜபிப்பது நினைவுக்கு வந்தது. பார்வதி கண்களைத் துடைத்துக்கொண்டு முருகன் பெயரைச் சொல்லிக்கொண்டே தூங்க முயற்சி செய்தாள்.

17

பகவதிபுரத்தின் எல்லையில் பிரதான சாலையில் உள்ள விறகுக் கடையில் வரதராசன் அமர்ந்திருந்தார். நடுத்தர வயது. கம்பீரமான ஆகிருதி. முதலாளியின் களை அவர் உடல் முழுவதும் பொங்கி வழிந்துகொண்டிருந்தது.

உள்ளே நான்கைந்து பேர் விறகுகளை எடைபோட்டு வாங்கிக்கொண்டிருந்தார்கள். வேறு சிலர் விறகுகளைப் பார்க்காமல் விறகுக் குவியலுக்கு அருகில் உள்ள சிறிய சந்தினூடே நுழைந்து உள்ளே சென்றுகொண்டிருந்தார்கள். ஒரு சிலர் வரதராசனுக்கு ஒரு சிறிய சலாம் வைத்துவிட்டு உள்ளே சென்றார்கள்.

உள்ளே வேறொரு வியாபாரம் நடக்கிறது. அரசு விற்கும் உறை சாராயம் அங்கே பிற இடங்களை விட மலிவாகக் கிடைக்கிறது. அதிகபட்ச சில்லறை விலை ஐந்து ரூபாய் என்று அரசு அறிவித்திருக்கிறது. இங்கே மூன்றரை ரூபாய்க்குக் கிடைக்கிறது.

அப்போது இரண்டு பேர் கடைக்குள் நுழைந்தார்கள். அவர்கள் வரதராசனுக்கு சலாம் வைத்துவிட்டு அவர் அருகே வந்து நின்றார்கள். வரதராசன் வாடிக்கையாளரைக் கவனித்துவிட்டு அவர்களை ஏறிட்டுப் பார்த்தார்.

அவர்களைத் தொடர்ந்து ராசுக்குட்டியும் வந்தார். அவர் முகமே சரியில்லை. வரதராசனின் மேசைக்கு எதிரில் இருந்த நாற்காலியில் உட்கார்ந்தார். முதலில் வந்த இருவரையும் பார்த்துத் தலையசைத்தார்.

"சுந்தரத்த வெட்டிட்டாங்கண்ணா . . ."

வரதராசன் அதிர்ந்தார். "ங்கொம்மாள . . . யார்ரா?"

"அவுங்கதான் . . ."

"பாடி எங்க குது?"

"ராம் தேட்டராண்ட நட்ந்துட்டுக்குது. போலீஸ் வந்து கேஸாயிட்டுக்குது. மத்யானம்தான் அடயாலமே தெர்ஞ்சிது . . ."

"அவுங்கன்னு எப்பிட்றா சொல்ற?"

"அடையாலம் எல்லாம் கரைட்டா இருக்குதுண்ணா. சுந்தரங்கூட போன பசங்களும் மாட்டிகிறாங்க. லாக்கப்ல அவுனுங்கல பாத்துட்டு வந்த நம்ம பசங்க கைல சொல்லிகிறாங்க."

வரதராசன் ராசுவைப் பார்த்தார்.

ராசு ஒன்றும் பேசவில்லை.

வரதராசனின் முகம் இறுகியது. "குருவ வர் சொல்லு" என்றார்.

இருவரும் கிளம்பினார்கள்.

குருவின் வீடு பூட்டியிருந்தது. தேடிச் சென்றவர்கள் பக்கத்து வீட்டில் இருப்பவரிடம் விசாரித்தார்கள். "எக்ஜைஸ் பண்ண போய்கிறாருங்கோ" என்றார் அவர். இரண்டு கைகளையும் மடித்து உடற்பயிற்சி செய்வதுபோலச் செய்துகாட்டினார். வீட்டுக்குள்ளிருந்து பன்றியின் கூச்சல்கள் கேட்டன. கூடவே நாற்றமும் அடித்தது.

வரதராசனின் ஆட்கள் முகத்தைச் சுளித்தபடி கிளம்பினார்கள்.

பகவதிபுரத்திலிருந்து வெளியே வந்த அவர்கள் அங்கிருந்து அரை கிலோ மீட்டர் தள்ளியிருக்கும் மாநகராட்சி மைதானத்துக்குப் போனார்கள்.

18

குரு மாநகராட்சி மைதானத்தில் உடற்பயிற்சி செய்துகொண்டிருந்தான். அவனுடன் சில நண்பர்களும் உடற்பயிற்சி செய்துகொண் டிருந்தார்கள். சிலர் மாஞ்சாவுக்கான கலவையைக் கலந்துகொண்டிருந்தார்கள். சிலர் சும்மா பேசிக் கொண்டிருந்தார்கள்.

அவனைத் தேடி வந்தவர்கள் உள்ளே வரும்போது குரு டபிள் பாரில் பயிற்சி செய்துகொண் டிருந்தான். அவன் இறங்கும்வரை காத்திருந்தார்கள்.

"இன்னாடா திடீல்னு இந்தப் பக்கம்? கம்பிய கிம்பிய தொட்ற போறீங்க . . . கை சுலுக்கிக்கும்" என்று சொல்லிவிட்டுக் கடகடவென்று சிரித்தான். பேசிக்கொண்டே கராத்தே பயிற்சியைச் செய்தான். இடது கையைச் செங்குத்தாக மேலே தூக்கி நிறுத்தி, வலது காலைத் தூக்கி உள்ளங்கையில் அடித்தான். பளீர் என்று சத்தம் கேட்டது. உடல் சற்றும் குனியவில்லை. மிக வேகமாகவும் தடுமாற்றம் இன்றியும் இதைச் செய்தான். பிறகு இடது கால், வலது கை, அது முடிந்ததும் இரண்டு கால்களையும் முழுமையாக விரித்துக் கீழே உட்கார்ந்தான். அப்படியே இடுப்பில் கைகளை வைத்து இடது புறமும் வலது புறமும் திரும்பினான்.

"சொல்றா, எக்சைசா பண்ண வந்தீங்க?"

"நமுக்கு இந்த எக்சைஸ் எல்லாம் தேவயில்லண்ணா ... டெய்லி ஒயைக்கறதே போதும்" என்றான் ஒருவன்.

எழுந்துகொண்ட குரு, “அப்டியா?” என்று சொல்லிவிட்டு அவன் நெஞ்சில் லேசாகக் குத்தினான். அவன் தடுமாறி மூன்று அடிகள் பின்னால் போனான்.

“ங்கோத்தா லைட் பஞ்ச்சுக்கே இப்பிடி ஆட்றியேடா” என்று குரு சிரித்தான். அவனுடன் இருந்தவர்களும் சிரித்தார்கள்.

வந்தவர்களும் கூச்சத்துடன் சிரித்தார்கள்.

“என்னடா விசியம்?” என்று குரு கேட்டான்.

“வரதண்ணன் வர சொன்னாரு” என்றான் ஒருவன்.

குருவின் முகமும் உடலும் சட்டென்று மாறின.

“எங்கடா க்குறாரு?” குரலில் சட்டென்று ஒரு பணிவு.

“கட்ட தொட்டிலதான்.”

குரு சட்டையை எடுத்துப் போட்டுக்கொண்டு கிளம்பினான். உடன் வருபவர்களை அங்கேயே இருக்கச் சொல்லிவிட்டு சைக்கிளை எடுத்துக்கொண்டு விரைந்தான். அனைவரும் அவன் போவதையே பார்த்துக்கொண்டிருந்தார்கள்.

குரு அசாத்தியமான வேகத்தில் சைக்கிள் ஓட்டினான். மரம், செடி, கொடிகளினூடே ஒரு புலி பாய்ந்து செல்வதுபோல மக்கள், வாகனக் கூட்டத்திடையே விரைந்தான்.

19

குரு கட்டை தொட்டிக்குள் நுழைந்தான். வரதராசனுடன் ராசண்ணனும் இருந்தார். குரு இருவருக்கும் பணிவுடன் சலாம் வைத்தான்.

"என்னடா, எக்சைஸா?" என்றார் வரதராசன். குரு மெலிதாகப் புன்னகைத்தான்.

அப்போது இன்னொருவன் கடைக்குள் நுழைந்தான். அவனைப் பார்த்ததும் குருவின் முகம் மலர்ந்தது. அவனும் குருவைப் பார்த்துச் சிரித்தான். உட்கார்ந்திருக்கும் இருவருக்கும் வணக்கம் சொன்னான்.

"வா இஸ்மாயிலு" என்றார் இரண்டாமவர்.

இருட்ட ஆரம்பித்துவிட்டது. கடையில் இப்போது கூடுதலான ஆட்கள் உள்ளே சென்றார்கள். திரும்பும்போது கையில் உறையுடன் வந்தார்கள். ஒவ்வொருவரும் குறைந்தது மூன்று உறைகளாவது வைத்திருந்தார்கள்.

குருவும் இஸ்மாயிலும் வரதராசனின் முகத்தையே பார்த்துக்கொண்டிருந்தார்கள். "சுந்தரத்த வெட்டிட்டாங்கடா." வரதராசன் நேரடியாக விஷயத்துக்கு வந்தார்.

குருவின் முகம் இறுகியது. காலையில் வெளியே போனவன் ஐந்து மணி சுமாருக்குத்தான் திரும்பினான். வந்ததும் மைதானத்துக்குக் கிளம்பிவிட்டான். யாரையும் பார்க்கவில்லை. பார்த்திருந்தால் செய்தி தெரிந்திருக்கும். "எப்டி?" என்றான்.

"கணேசனோட ஆளுங்க" என்றார் ராசுக்குட்டி. "வடபழனில ஒரு தேட்டர்ல வெச்சி வெட்டிக்கிறானுங்க."

குரு கடைக்குள் செல்பவர்களைப் பார்த்தான். அவன் பார்வையின் பொருள் வரதராசனுக்குப் புரிந்தது.

"இதுல பாதிப் பேரு அங்கேர்ந்து வர்ரவங்கதான். அது எனுக்கும் தெரியும். இவுங்க நம்ம கஸ்டமர்ஸ். இவுனுங்க இங்க வந்து சரக்கு வாங்கறதாலதான் அவுனுங்க காண்டாவறானுங்க. அதுக்குதான் எங்கைல வேல செய்றவன வெட்டிட்டுக்குறான்" என்றார். சிறிது இடைவெளி விட்டு, "அவன போடற போடுல பாடர் தோட்டத்துல கடையே இருக்கக் கூடாது" என்றார். குரலில் அழுத்தமும் நிதானமும் இருந்தன.

குரு தலையாட்டினான். இருவருக்கும் சலாம் வைத்துவிட்டுக் கிளம்பத் தயாரானான்.

வரதராசன் அவனைக் கையமர்த்தினார். குரு நின்றான். அருகில் வருமாறு அழைத்தார்.

"இப்ப எதுவும் பண்ணிராத. ரொம்ப நாள் பொறுத்து இப்ப வேலய காட்டிருக்காங்கன்னா ஏதாவது காரணம் இருக்கும். கொஞ்சம் கவுனி. உடனே ஸ்கெட்சு போட்டுறாத. சுந்தரம் நம்ம ஆளுன்னு போலீசுக்கு தெரியும். இப்ப அங்க ஏதாது நடந்தா அது நம்ப வேலயாதான் இருக்கும்னு போலீசு மோப்பம் புட்ச்சிரும். கணேசுக்கு போலீஸ்ல ஆளு இருக்குதுன்னு உனுக்குத் தெரியுல்ல? கொஞ்ச நாள் காயப் போடு. அப்றமா அட்ச்சிடு" என்றார். குரு அமைதியாகத் தலையாட்டினான், "மவனே, போட்ற போட்ல தேவடியா மவன் கணேசுக்கு ஈரக்கொல நடுங்கனுண்டா . . ." என்றார்.

குரு உள்ளே சென்று நைலான் கயிறை எடுத்துக்கொண்டான்.

குருவும் இஸ்மாயிலும் வெளியே வந்தார்கள். மைதானத்தில் குருவுடன் இருந்த நண்பர்கள் வெளியில் காத்திருந்தார்கள்.

இவர்கள் வெளியேறும் சமயத்தில் முத்து உள்ளே நுழைந்தான். "என்னா குரு, நீ எங்க இங்க?" என்றான் ஆச்சரியத்தோடு. "நீயும் ஆரமிஷ்டியா?" என்றான் சிரித்துக்கொண்டே.

"அடிங் . . . அதெல்லாம் நமுக்கு புடிக்காதுடா. போதைல இர்ந்தா உன் லைஃப் உங் கண்ட்ரோல்ல இருக்காது" என்றான் குரு.

முத்து சிரித்தான். "இது இர்ந்தாதாம்பா நமுக்கு கண்ட்ரோலு" என்றான்.

“இன்னா, கல்யாணம் பண்ணிக்கினு பொண்ண இட்டாந்துட்ட போலகீது?”

“பின்ன? கல்யானம் பண்ணிக்கினு பொண்ண வுட்டுட்டா வருவாங்க?” என்று சொல்லிவிட்டு அதைத் தானே ரசித்தபடி கடகடவென்று சிரித்தான்.

“ங்கோத்த . . . ஜோக்கா? த சீ வாய மூடு” என்ற குரு, “நாங்கல்லாம் வரக் கூடாதுன்னு கல்யாணத்ததான் வெளியூர்ல வெச்சிட்ட. வூட்டுக்கு வந்தப்பறம் ஒரு வார்த்த சொல்லக் கூடாதா?” என்றான்.

“உன்ன பாக்கவே முடீல குரு . . .”

“அடிங் . . . நா இங்கதானடா இருக்குறன்?”

முத்து பதில் பேசவில்லை.

“பொண்ணும் மாப்ளயும் ஊட்டுக்கு வந்து சாப்ட்டு போங்கடா” என்றான் குரு.

“ஆவட்டும் குரு, அம்மா கைல கேட்டு வரேன்” என்றான் முத்து.

“ஆத்தாள கேக்காம எதுவும் செய்ய மாட்டாரு இவுரு. போடாங் கோத்தா” என்று சொன்னபடி முத்துவின் தோளில் செல்லமாகத் தட்டிக்கொடுத்துவிட்டு குரு கிளம்பினான். மாலை வெயில் பட்டு மின்னிய மஞ்சள் சரடுடன் பார்வதி நடந்து வந்த காட்சியை அவனால் மறக்க முடியவில்லை.

20

பார்வதி கீரை வாங்கிக்கொண்டு வீட்டுக்கு வரும்போது முத்து வீட்டில் இருந்தான். கீரையைப் பார்த்து முகம் சுளித்தான். "ராவைக்கு கீர பண்ண போறியா? ஜல் புச்சிக்கும்" என்றான். ஒரு முறை இருமினான். "ஏற்கனவே ஒடம்பு செரியில்ல" என்றான்.

பார்வதி அலட்டிக்கொள்ளவில்லை. "சாராயம் குடிக்கறத நிறுத்துனா ஒடம்பு தானா சரியா போகும்" என்றாள்.

"சாராயம் குட்ச்சா சலி சரியா போகும் தெரீமா?" என்றான்.

"டாக்ட்ரு சொன்னாரோ?"

"டாக்ட்ரு சொல்லல. இதெல்லாம் அனுபோக வைத்தியம்" என்றான் முத்து.

"சரி, அப்டீன்னா எனுக்கு இருமல் வந்தா நானும் சாராயம் குடிக்கட்டுமா?" என்றாள் பார்வதி.

முத்துவும் லட்சுமியம்மாவும் அதிர்ச்சி அடைந்தார்கள்.

"பொம்பல மாரியா பேசற? உங்கப்பன் இததான் சொல்லி குட்த்தானா?" என்றார் அத்தை.

"உங்க தம்பி கிட்டதான் அத்த கேக்கணும்" என்றாள் பார்வதி சாதாரணமாக.

“என்னடி வாய் நீளுது?” என்றான் முத்து. அவன் கண்களில் ஆவேசம் கொப்பளித்தது. அதைக் கண்ட பார்வதிக்கு இதை வளரவிடக் கூடாது என்று சட்டென்று தோன்றியது.

“அட, சொம்மா வெலாட்டுக்கு சொன்னேங்க. உங்க உடம்பு பாழாவுதேன்னு சொன்னேன். ராத்திரி கீர வாணாம்னா நாலிக்கி செஞ்சிக்கலாம். ஒண்ணும் கெட்டுப் போவாது” என்றாள். சொல்லிவிட்டு சமையலறைக்குள் சென்றாள்.

ஆனால் முத்துவின் படபடப்பு அடங்க வெகு நேரமாயிற்று. சாப்பிட்டுவிட்டு உடனே வெளியே போனான். அவன் எங்கே போவான் என்று பார்வதிக்குத் தெரியும். படுத்ததும் தூக்கம் வரவில்லை. ஆனாலும் முத்து வரும்போது விழித்திருக்கக் கூடாது என்று நினைத்தாள். குறைந்தபட்சம் தூங்கிவிட்டதுபோல நடிக்க வேண்டும் என்று நினைத்தாள்.

காலையில் எழுந்திருக்கும்போது முத்து அயர்ந்து தூங்கிக்கொண்டிருந்தான். அவன் லுங்கியைச் சரிசெய்துவிட்டு எழுந்தவள் தூங்குவதுபோல நடிக்கும் முயற்சியில் தான் நிஜமாகவே தூங்கிவிட்டதை உணர்ந்துகொண்டாள். முத்து எப்போது வந்து படுத்தான் என்று அவளுக்குத் தெரியவில்லை. தன்னையறியாமல் தன் உடைகளைச் சரிபார்த்துக்கொண்டாள். பிறகு எழுந்து பாத்ரூம் சென்றாள். புடவைத் தலைப்பால் முகத்தைப் பொத்திக்கொண்டாள்.

கீழே சாலையில் ஏதேதோ சத்தம் கேட்டுக்கொண்டிருந்தது. பையன்கள் கோலி விளையாடும் சத்தம், மாடுகள் கத்தும் சத்தம் என்று வித விதமாகக் கேட்டுக்கொண்டிருந்தது. பார்வதி ரொம்ப நேரம் ஜன்னல் ஓரம் நின்றுகொண்டிருந்தாள். “மத்தியான்னத்துக்கு சமைக்க ஆரமிக்கலியா?” என்று கேட்டுக்கொண்டே லட்சுமி அம்மா வந்தபோதுதான் அவள் சுய நினைவுக்கு வந்தாள்.

“இப்பதானே இட்லி சாப்ட்டோம்...” என்றாள்.

“ஒலய வெச்சிட்டியானா அது பாட்டுக்கு ஆயினிருக்கும்” என்றார் அத்தை.

பார்வதி உள்ளே போனாள். “காய் இர்ந்தா எட்த்து போடு. நா நறுக்கி தரேன்” என்றார் அத்தை. பார்வதிக்கு இந்த வார்த்தைகள் சற்று ஆறுதலைத் தந்தன. காய்கறி வைத்திருந்த இடத்தைப் பார்த்தாள். ஓரிரு உருளையும் கொஞ்சம் பீன்ஸும் இருந்தன. “கொஞ்சமாதான் இருக்கு அத்த, நானே நறுக்கிக்கறேன்” என்றாள்.

பார்வதி அடுப்பில் தண்ணீரைக் கொதிக்கவைத்துவிட்டுக் காய்கறி நறுக்க உட்கார்ந்தாள்.

வாசலில் செருப்பைக் கழற்றும் சத்தம் கேட்டது. முத்துவாக இருக்கும் என்று நினைத்துக்கொண்டாள்.

முத்துதான். உள்ளே வந்தவன் முகம் கழுவிக்கொண்டான். "சோறு ரெடியானதும் சொல்லு" என்று சொல்லிவிட்டுப் படுத்துக்கொண்டான்.

'எப்பப் பாத்தாலும் படுத்துக்கிட்டே இருக்காரே' என்று பார்வதிக்கு எரிச்சலாக வந்தது. அத்தை இல்லாதபோது பேசிக்கொள்ளலாம் என்று தோன்றியது.

பார்வதி விரைவிலேயே சமைத்துவிட்டாள். முத்து எழுந்துகொண்டான். மூவரும் சாப்பிட்டார்கள். சாப்பிட்டு முடித்ததும் முத்துவின் நண்பன் ஒருவன் வந்தான்.

"இவ எங்கூட பட்ச்சவன். கிருஸ்னன்னு பேரு. இங்கதான் க்குறான்" என்றான் முத்து. பார்வதி அவனைப் பார்த்துப் புன்னகைத்தாள். கிருஷ்ணன் அவளை நேராகப் பார்க்காமல் மெலிதாகச் சிரித்தான். வலது கையை மார்புக்கு அருகே கொண்டு சென்று, முகத்தைச் சற்றே தாழ்த்தி முகமன் கூறும் பாவனையைக் காட்டினான். "சாப்படறீங்களா?" என்று கேட்டாள் பார்வதி. "பரவால்லீங்க. இப்பதாங்க சாப்ட்டு வரேன்" என்றான் கிருஷ்ணன்.

"எந்தம்பி பொண்ணுப்பா. பிலஸ் டூ வெரிக்கும் பட்ச்சிகிது" என்றார் லட்சுமி அம்மா.

தண்ணீர் மட்டும் கேட்டு வாங்கிக்கொண்ட கிருஷ்ணனுடன் முத்துவும் கிளம்பிப் போனான். பார்வதி "என்னங்க" என்று கூப்பிட்டாள். முத்து என்று சிறு வயதில் கூப்பிட்டது போல இப்போது கூப்பிட முடியவில்லை. என்னங்க என்பதும் அவளுக்கு ஒத்துவரவில்லை. ஆனால் வேறு வழியில்லை.

முத்து திரும்பிப் பார்த்தான். பார்வதி லேசாகத் தலையசைத்துவிட்டு உள்ளே சென்றாள். முத்து அதைப் புரிந்துகொண்டு உள்ளே செல்லவில்லை. "இன்னா?" என்றான் சத்தமாக. பார்வதியின் முகத்தில் கடுப்பு ஏறியது. கோபத்தைக் கட்டுப்படுத்திக்கொண்டு, "ஒண்ணுமில்ல, எப்ப வருவீங்கன்னு கேட்டேன்" என்றாள்.

“சீக்கிரம் வந்துருவேன்” என்று சொல்லிவிட்டு முத்து கிளம்பினான். “டி. நகர்ல ஒரு ஊட்ல பெயின்ட் அடிக்கிற வேல. போய்ட்டு வரேன்” என்றான். பார்வதிக்கு இந்த பதில் சற்று ஆறுதலாக இருந்தது.

ஆனால் இன்றும் சினிமாவுக்குப் போக முடியாது என்பதை நினைத்தால் ஏமாற்றமாக இருந்தது. இரவு ஷிப்ட், அதுவும் 12 மணிக்குத்தானே என்பதால் சினிமாவுக்குப் போகலாம் என்று அவள் நினைத்திருந்தாள். மாலை அவன் சீக்கிரம் வந்தாலும் படத்துக்குப் போகலாம் என்று கேட்கும் ஆசை இப்போது அவளுக்குள் இல்லை. அவனாகவே எப்போது படத்துக்குக் கூட்டிப்போகிறான் என்று பார்க்கலாம் என நினைத்தாள். சினிமா நினைவு வந்ததும் கமல் நினைவும் குரு நினைவும் வந்தன.

21

காலையில் எருமைகளின் சத்தமும் கோவில் மணி ஓசையும் கேட்டுப் பார்வதி கண் விழித்தாள். முத்து இன்னும் எழுந்திருக்கவில்லை. வாயில் எச்சில் வழியத் தாறுமாறாகத் தூங்கிக்கொண்டிருந்தான். பார்வதி சற்றே எரிச்சலுடன் அவன் மீது போர்வையைப் போர்த்திவிட்டு பாத்ரூமுக்குச் சென்றாள்.

தூக்கக் கலக்கத்துடன் வேலைகளைக் கவனித்த பர்வதி வழக்கம்போல் குடத்தை எடுத்துக்கொண்டு கீழே இறங்கினாள். சாலையில் நடமாட்டம் அதிகம் இல்லை. மாடுகள் உலாவிக்கொண்டிருந்தன. ஊரே சற்று அடங்கியதுபோல் இருந்தது. பார்வதிக்கு ஒன்றும் புரியவில்லை. பகவதிபுரத்தின் கலகலப்பு காணாமல்போயிருந்தது. சற்று தூரம் சென்றதும் செண்பகத்தின் மூத்த பையன் பள்ளிக்கூடப் பையுடன் எதிர்ப்பட்டான். அவனைப் பார்த்து சினேகமாகப் புன்னகைத்துஅவன் பக்கத்தில் நெருங்கும்போது, “இவ்ளோ சீக்கிரம் ஸ்கூலுக்குக் கெளம்பியாச்சா?” என்று கேட்டாள். சந்திரன் சிரித்துக்கொண்டே தலையாட்டினான். அவன் முகம் வழக்கம்போல இல்லை. வேகமாக நடந்து சென்றுவிட்டான். பள்ளிக்கு நேரமாகியிருக்கும்போல என்று நினைத்துக்கொண்டாள் பார்வதி.

கிணற்றடியிலும் அதிகக் கூட்டம் இல்லை. சரியாகச் சொல்வதானால் இரண்டே இரண்டு பேர்தான் இருந்தார்கள். பார்வதிக்கு இது மேலும் குழப்பத்தை ஏற்படுத்தியது. குடத்துடன்

போய் நின்றாள். அங்கு இருந்தவர்களும் சகஜமாக இல்லை. அவர்களிடம் கேட்கலாமா வேண்டாமா என்று பார்வதி தயங்கினாள். அதில் ஒருத்தி தண்ணீர் எடுத்துக்கொண்டு போனாள். இன்னொருத்தி தண்ணீர் இறைக்க ஆரம்பித்தாள். அவள் குடத்தைத் தூக்கிக்கொண்டு போக யத்தனிக்கும்போது பார்வதிக்கும் பொறுக்கவில்லை. "என்ன ஆச்சு இன்னிக்கு? ஏன் ஊரே டல்லா இருக்கு?" என்றாள்.

அந்தப் பெண் சுற்று முற்றும் பார்த்துவிட்டு, "உனுக்குத் தெரியாதா?" என்றதும் பார்வதி உதட்டைப் பிதுக்கினாள். அந்தப் பெண் சுற்று முற்றும் பார்த்தாள். "முந்தா நேத்து ராத்ரி நம்ம ஊர் ஆள வெட்டிட்டானுங்கோ. வரதண்ணன் கைல வேல பாத்தவன். நேத்து மத்யானம்தான் நம்மா ஆலுங்கலுக்கு விசியமே தெரிஞ்சிட்டுக்குது. வரதண்ணனும் ராசண்ணனும் குருவ கூப்டு பேசிகிறாங்கோ. இன்னா நடக்கப்போவுதோ தெரீல" என்றவளின் குரலில் பதற்றம் தெரிந்தது.

அப்போது பன்றியின் அலறல் பெரும் ஓசையாய் எழுந்தது. வழக்கமான சத்தங்கள் இல்லாத வெளியில் வழக்கத்தை விடவும் வீரியத்தோடு அந்த ஓலம் எழுந்தது. அந்தப் பெண் பார்வதியின் முகத்தைப் பார்த்தாள். அதில் எந்தச் சலனமும் தெரியவில்லை. "யாரு வெட்னது?" என்று கேட்டாள்.

"பாடர் தோட்டத்து ஆலுங்கதான்" என்றாள் அந்தப் பெண்.

"சீக்கிரமா வூட்டுக்குப் போயிடுங்கோ. எதாச்சும் கலட்டா நடந்தாலும் நடக்கும்" என்று சொல்லிவிட்டுப் போனாள் அந்தப் பெண்.

பார்டர் தோட்டத்து ஆட்கள் ஏன் இங்கே வந்து வெட்ட வேண்டும் என்று பார்வதிக்குத் தோன்றியது. அவர்கள்தான் என்று எப்படி இவள் தீர்மானமாகச் சொல்கிறாள் என்ற கேள்வி எழுந்தது. இந்த இரண்டு ஊர்களுக்கும் இடையே தொடர்ந்து சண்டை நடந்துகொண்டிருந்தால்தான் இப்படிப்பட்ட முடிவுக்கு வர முடியும் என்பதை உணர அவளுக்கு அதிக நேரம் ஆகவில்லை. என்ன சண்டை என்று தெரிந்துகொள்ளும் ஆவல் அவளுக்குள் பிறந்தது.

குடத்தைத் தூக்கிக்கொண்டு வரும்போது தெருவில் சலனங்கள் மேலும் குறைந்திருந்தன. எம்.ஜி.ஆர். மன்றம் அருகே சிலர் கூடிப் பேசிக்கொண்டிருந்தார்கள். குரு அவர்களிடையே இருக்கிறானா என்று பார்வதி கவனித்தாள். கூட்டத்தில் அவனைக் காணவில்லை. வழக்கத்தை விடச் சற்று வேகமாகவே வீடு வந்து சேர்ந்தாள்.

முத்து வெளியே கிளம்பிக்கொண்டிருந்தான். "எங்க போற" என்றாள் பார்வதி சற்றுப் பதற்றமாக.

"போம்போது எங்க போறேன்னு கேக்காதடி கேன" என்றான். பார்வதிக்குக் கடும் கோபம் வந்தது.

"ஊரெல்லாம் ஒரே பதட்டமா இருக்கு. இப்ப எங்க போறன்னு கேட்டேன்" என்றாள் கோபத்தை அடக்கிக்கொண்டு.

முத்து அவளைப் புரியாமல் பார்த்தான்.

"பாடர் தோட்டத்து ஆலுங்க நம்ம ஆல வெட்டிட்டானுங்கலாம். காலீலேந்து காலனியே வெறிச்சோன்னு கெடக்குது. இப்ப எங்க போற நீ" என்றாள்.

முத்துவின் முகத்தில் கலவரம் படர்ந்தது. "இன்னா சொல்ற நீ? உனுக்கு எப்பிடி தெரியும்?" என்றான்.

"நீ உள்ள வா மொதல்ல" என்று சொல்லிவிட்டு உள்ளே சென்றாள்.

முத்து உள்ளே வந்தான். பார்வதி தான் கேள்விப்பட்டதைச் சொன்னாள். "நல்ல வேள நீ கட்ட தொட்டிக்கிப் போய்ட்டு சீக்கிரம் வந்துட்ட" என்றாள்.

"நாங் கட்ட தொட்டிக்கி போனது உனுக்கு எப்பிடி தெரியும்?" என்றான் முத்து.

"அய்ய, அங்கதான ஒற சாராயம் விக்கிறாங்க?" என்றாள்.

"அது உனுக்கு எப்பிடி தெரியும்?"

"ஊர்ல நாலு பேரு பேசிக்கும்போது கேட்டதுதான்" என்றாள் பார்வதி அலட்சியமாக.

முத்து கொஞ்ச நேரம் அப்படியே உட்கார்ந்திருந்தான். பிறகு கிளம்பினான். "எங்க போற? அத்தாங் கலவரமா இருக்குதுல்ல?" என்றாள் பார்வதி.

"குருவ பாத்துட்டு வரேன். அவுனுக்கு விசியம் தெரிஞ்சிருக்கும்" என்றான். பார்வதி பேசாமல் இருந்துவிட்டாள்.

பார்வதிக்கு செண்பகம் சொன்ன விஷயங்கள் வேகமாக நினைவுக்கு வந்தன. வரதண்ணன், அவரது அடியாட்கள், வெட்டு, குத்து என்றிருக்கும் அவர்களுடைய போக்குகள் ஆகியவற்றை அசைபோட்டபடியே சமைத்தாள். அத்தையிடம் தான் கேள்விப்பட்ட விஷயத்தைச் சொன்னாள். அவரிடம் எந்தச் சலனமும் இல்லை.

“ரெண்டு மாசத்துக்கு முன்னால அங்க இருக்கறவன இவங்க வெட்டிட்டாங்க. இப்ப அவுனுங்க. நாலிக்கி இவுனுங்க திரியும் போய் எவுனுக்காவது டிக்கிட்டு கீசிருவானுங்கோ. இது அப்பிடிதான். நீ பாத்து நடந்துக்க. வெலிய போவ சொல்ல ஜனங்க நடமாட்டம் கொறஞ்சாலே உசாராயிடணும்” என்றார்.

பார்வதி தலையாட்டினாள்.

“முத்து எங்க?”என்றார் அத்தை.

“குருவ பாக்க போயிருக்காரு.”

“குருவா, அவன எதுக்கு இவம் போய் பாக்கறான்? அதுவும் இந்த மாதிரி சமயத்துல?”

பார்வதிக்குப் புரியவில்லை. “குருவோட இருந்தா பாதுகாப்புதான?” என்று கேட்டாள். அன்று கோலி விளையாடும் பையன்களை அவன் கையாண்ட விதம் அவளுக்கு நினைவுக்கு வந்தது.

“பாதுகாப்பா? அவன் ஒரு ரௌடிப் பையன். இந்த ஏரியாக்கே தௌலத்துன்னு அவுனுக்கு நெனிப்பு. பாட்ர் தோட்டத்து ஆளுங்கல்ல எவுனுக்காவது இவன் இப்ப குறி வெச்சிருப்பான். அவங்கூட இருந்தா போலீஸ் இவனையும் புட்ச்சிக்கினு போவும்” என்றார் அத்தை.

பார்வதிக்குப் பகீர் என்றது. குரு ரவுடியா? முத்துவும் குருவுடன் சேர்ந்து கத்தியை எடுத்துக்கொண்டு போகும் காட்சி மனதில் தோன்றியது. “இவுரும் சண்டைக்குல்லாம் போவாரா அத்த?” என்றாள் நடுங்கும் குரலில்.

“அய்ய, நீ ஒன்னு, சண்ட வந்தா இவன் ஊர வுட்டே ஓட்ருவான். சின்ன வயசிலேந்தே இப்பிடிதா. அதுக்குல்லாம் இவங்க அப்பாதான் லாய்க்கு. என்னா தெகிரியம் . . . அப்டி ஒரு துன்ச்சல நீ பாத்துருக்கவே மாட்ட . . .”

பார்க்கவே வேண்டாம் என்று தோன்றியது பார்வதிக்கு. இப்போதுதான் சற்று நிம்மதியாக இருந்தது. என்றாலும் குரு முத்துவை இழுத்துக்கொண்டு போவானோ என்ற கவலை ஏற்பட்டது. கட்டை தொட்டியில் குடிக்கப் போகும்போது கலவரத்தில் மாட்டிக்கொள்வானோ என்ற கவலையும் வந்தது.

முத்து உள்ளே நுழைந்தான். பார்வதி பரபரப்புடன் அவன் முகத்தைப் பார்த்தாள்.

“குரு எங்கன்னு தெரீல” என்றான்.

"சண்டை எங்க நடந்துது? கட்ட தொட்டிலயா?" என்று பார்வதி கேட்டாள்.

"அய்யிய்ய, அங்கல்லாம் சண்ட நடக்காது. அங்க எவனாச்சும் பிர்ச்சன பண்ண வந்தா திரும்பி போக முடியாது. அங்க வந்து வாலாட்ட மாட்டானுங்கோ. சினிமா தியேட்டர் பக்கத்துல வெச்சி போட்டுகுறானுங்கோ. நைட்ல போய்க்கிறான். கட்டம் கட்டிட்டானுங்கோ"

"எதுக்காக கொன்னாங்க?"

"இதுக்குல்லா ஒரு ரீசனா? பாடர் தோட்டத்துக்கும் நமுக்கும் ஆவவே ஆவாது. மாறி மாறி கொலதான். ரொம்ப நாள் தகராறு இது. ஒற சாராயம் வந்ததுலேந்து தாஸ்தியாயிட்ச்சி. வரதண்ணன் கடைல சீப்பா குடுக்கறாங்கோ. அங்கோர்ந்தும் இங்க வந்து நெறிய பேர் குடிப்பானுங்கோ. ஏற்கனமே இருக்குற கடுப்பு இதால தாஸ்தியாயிட்சி. அங்க ப்ளேடு பாபுன்னு ஒர்த்தங் கீறான். கணேசமூர்த்தியோட கையாளு. அவந்தா ஸ்கெட்சு போட்டுட்ருப்பான்."

"ஸ்கெட்சா? அப்டீன்னா"

"அப்டீன்னா கட்டம் கட்றதுன்னு அர்த்தம். ஆள குளோஸ் பண்றது."

"இதுக்குலாம் முடிவே கெடயாதா?"

"இந்த ரெண்டு ஊர்லயும் இருக்கற ஆம்பளைங்கள கொன்னு போட்டுட்டா இதெல்லாம் நின்னுடும்" என்று இடைமறித்துச் சொன்னார் லட்சுமியம்மா.

முத்து அம்மாவை முறைத்தான் "ஆம்பலைங்கல கொன்னுட்டு பொம்பலைங்க மட்டும் என்னா பண்ண போறிங்க?" என்றான்.

"ஆம்பளைங்க மட்டும் என்னாத்த பண்ணி கீச்சீங்க? போடா வெத்து வேட்டு" என்றார் லட்சுமி அம்மா.

"யார வெத்து வேட்டுன்ற?" என்றான் முத்து.

"அத்த ஒரு பேச்சுக்கு சொல்லிச்சி. அத வுடு. நீ எந்த வம்புக்கும் போவாத" என்றாள் பார்வதி.

"டீ போடு" என்றான் முத்து.

"டீ எங்க போட்றது? நீ போய் வாங்கின் வா" என்றாள் பார்வதி.

22

“ரெண்டு பிளேட் ஆப்பம், மட்டன் சாப்ஸ்” என்றான் குரு.

“ரொம்ப தெம்பா க்குற போலகுது” என்றான் மோகன். குருவுடன் மைதானத்தில் உடற்பயிற்சி செய்பவன். மேட்டுப்பாளையத்தில் வீடு. தவணை முறையில் புடவை, பேண்ட் துணி, சட்டை துணி ஆகியவற்றை வியாபாரம் செய்வது அவன் தொழில். சிறிய வயதில் இருவரும் ஒரே பள்ளியில் படித்தார்கள்.

“தெம்புக்கு இன்னா? அது இருக்குட்டும். உந்தொயிலு எப்பிடி போவுது?”

“எப்பவும் டென்சன்தான். ஜனங்க ஆசயா வாங்கிடுவாங்க. ஆனா காசு கேக்கும்போது மட்டும் இப்ப வா அப்றம் வான்னு அலய வெப்பாங்க. இன்சால்மெண்ட் பிஸ்னஸே அப்டிதானே?” என்றான் மோகன்.

ஆவி பறக்க ஆப்பம் கொண்டு வந்து வைத்த சர்வர் குருவைப் பார்த்து மரியாதையாகப் புன்னகைத்தார். “சாப்டு” என்று சொல்லிவிட்டு குரு சாப்பிட ஆரம்பித்தான்.

“கலெக்சன் வராம எப்டி சமாளிக்கிற?” என்று கேட்டான் குரு.

“ஒரே முட்டா வராதுன்னு சொல்ல முடியாது. தராதயே இருந்தா அட்த்த வாட்டி எப்டி வாங்க முடியும்? தருவாங்க. ஆனா லேட்டாவும். எங்

கைல கரெக்டா பேமண்ட் பண்ற கஸ்டமரும் இருக்காங்க, இழுத்தடிக்கிற கஸ்டமரும் இருக்காங்க. இதுலேந்து அதுல போட்டு சமாளிக்க வேண்டித்தான்" என்றவன் ஆப்பத்தைப் பிய்த்து மட்டன் சாப்ஸில் நன்றாக முக்கி எடுத்து வாயில் போட்டுக்கொண்டு சுவைத்துச் சாப்பிட்டான்.

"இதுல என்னா விஷயம்னா நானும் துணி வாங்கற இடத்துல உடனே குட்த்துர மாட்டேன். அங்க நான் கடன். இங்க இவங்க கடன். நடுவுல பணம் இப்டி போய் அப்டி வரும். அதுதான் தொழில்" என்று சொல்லிவிட்டு மட்டன் துண்டை எடுத்துச் சுவைத்தான்.

"அது சரி, நம்ப ஊர் ஜனங்க எப்டி?" என்றான் குரு.

"பகவதிபுரத்துலயா?"

"ஆமாம்."

"செலவங்க சீக்கிரம் குட்த்துருவாங்க, செலவங்க லேட் பண்ணுவாங்க. குடுக்காத போனாதான் நீ இருக்கியே, உங் கிட்ட சொன்னா வாங்கி குடுத்துர மாட்ட?" என்றான் மோகன்.

குரு சிரித்தான்.

"பாடர் தோட்டத்துலயும் உனுக்கு கஷ்டமருங்க இருக்காங்கல்ல?"

"இருக்காங்க. அங்க கொஞ்சம் உஷாரா இருக்கணும். எவனும் ஒயுங்கா கட்ட மாட்டான்" என்றான்.

"அப்றம் எப்டி குடுக்கற?"

"இப்ப கொஞ்சம் பரவாயில்ல. அங்க ஓட்டலு வெச்சிருக்காருல்ல கணேச மூர்த்தின்னு, அவுரு கடைக்கு போய் ஒரு வாட்டி துணிய காமிச்சேன். அவுருக்கு புடிச்சி போச்சி. நாலு துணி எடுத்தாரு. அவுருதான் அந்த ஊரு தெளலத் போல . . . அவுரு எங் கைல வியாபாரம் பண்றாருன்னு தெரிஞ்சதும் எல்லாரும் கொஞ்சம் ஒய்ங்கா குடுக்க ஆரமிச்சாங்க. அதுக்கப்பறம் அவுரு கடைல வெச்சே கலெக்சன் பண்ணிடுவேன். யாராது ரெண்டு மூணு மாசம் தராட்டி அவர் கைல சொல்லிட்டா போதும். அவுரு கூடவே ஓர்த்தன் இருக்கான், மாணிக்கம்னு பேரு. அவன் போய் வாங்கி குட்த்துடுவான்" என்றான் மோகன்.

"பரவால்லியே . . ." என்று சொன்ன குருவின் மனம் உற்சாகத்தில் துள்ளியது. பிளேடு பாபு கணேச மூர்த்திக்கு நெருக்கம் என்று அவனுக்குத் தெரியும். ஆனால் பாபுவை

அவ்வளவு சுலபமாக நெருங்க முடியாது. மூர்த்திக்கு வேண்டிய ஆள் வேறு யார் என்று யோசித்துக்கொண்டிருந்தவனுக்கு மாணிக்கம் பற்றிய செய்தி தேனாக இனித்தது.

"வேற என்ன சாப்புட்ற?"

"பரோட்டா சொல்லு."

குரு திரும்பிப் பார்த்ததும் சர்வர் ஓடி வந்தார். "பரோட்டா கொண்டா" என்றான்.

"அது சரி, கலெக்சனுக்கு, டெலிவரிக்கு ஒரு பையன் வேணும்னு கேட்டியே, நம்ப பையன் ஓர்த்தன் இருக்கான்" என்றான்.

"அனுப்பு பாக்கலாம்."

23

ஸ்டேஷன் சாலையில் ஸ்டெல்லா மிஸ் ஒரு டியூஷன் ஏற்பாடு செய்தார். பிருந்தா டீச்சர் மாநகராட்சிப் பள்ளியில் பிளஸ் டூவுக்கு எடுப்பவர். நல்ல டீச்சர் என்று பெயரெடுத்தவர். சதுரமான சட்டம் போட்ட கண்ணாடியும் மலர்ச்சியான புன்னகையும் அணிந்த அவரைப் பார்த்ததுமே ஜகதாலனுக்குப் பிடித்துவிட்டது. அவனுக்குத் தெரிந்த பெண்களைப் போலப் புடவை கட்டாமல் அவர் சுடிதார் அணிந்திருந்தார். அதுவும் அவனுக்குப் பிடித்திருந்தது. மாலையில் கபடி ஆடும் நேரத்தில் அவர் வரச் சொன்னார். அது பிடிக்கவில்லை. கபடி ஆடாமல் எப்படிப் போவது? ஆனால் அவன் நண்பர்கள் அவனைக் கட்டாயம் போகச் சொன்னார்கள். எப்படியும் இந்த முறை பாஸாக வாய்ப்பில்லை என்பதை அவர்களிடம் சொன்னான். இப்போதே ஆரம்பித்தால் அக்டோபருக்கு எழுதுவது சுலபமாக இருக்கும் என்று நண்பர்கள் சொன்னார்கள். திடீரென்று எல்லாரும் பொறுப்பாகப் பேசுவதுபோலப் பட்டது. ஜகதாலன் சிரித்தான்.

“எதுக்கு சிரிக்கிற?” என்றான் ஒருவன்.

“இவ்ளோ நல்ல புள்ளிங்களாடா நீங்க?” என்றான்.

எல்லோரும் சிரித்தார்கள். ஆனால் டியூஷனுக்குப் போகாமல் இருக்க முடியாது என்று ஜகதாலனுக்குப் புரிந்தது. போக ஆரம்பித்தான்.

அடுத்தடுத்த நாட்களில் பகவதிபுரத்தின் சகஜ நிலை குலைந்தது. ஊரே பதற்றமாக இருந்தது. ஜகதாலன் குருவைத் தேடிப் போனான். குரு இல்லை. வழக்கமாக இருக்கும் இடங்களில் போய்ப் பார்த்தான். குருவைக் காணவில்லை. இந்த அறிகுறியே அவனுக்குச் சரியாகப் படவில்லை. கொலை நடந்த பிறகு வரதண்ணன் கடைக்கு அவன் போனதாகச் சிலர் சொன்னார்கள். குருவைத் தேடி மைதானத்துக்குப் போய்ப் பார்க்கலாமா என்று நினைத்தான். அங்கே அவனுடன் வேறு மாதிரியான ஆட்கள் இருப்பார்கள். அவர்களைப் பார்த்தாலே ஜகதாலனுக்குப் பிடிக்காது. கபடி விளையாடும் மைதானத்துக்கு வந்தான்.

“டூசன் போலியா?” என்றான் ஒருவன். ஜகதாலன் ஒன்றும் பேசாமல் உட்கார்ந்தான். அவன் அப்படி உட்கார்ந்து யாரும் பார்த்ததில்லை. ஓரிருவர் அவன் அருகில் வந்தார்கள். “என்ன ஆச்சு ஜகா?” என்றார்கள்.

“குருவ கொஞ்ச நாலா கண்ணுலியே படல. வரதராசண்ணன பாத்துட்டு வந்தான்னு சொன்னாங்க. அதுக்கப்பறம் அவன ஊட்டாண்ட காணோம். மாஞ்சா போடவும் வரதில்லை” என்றான்.

“ஸ்கெட்சு போடறான்னு நெனிக்கிறேன்” என்றான் ஒருவன்.

“எனுக்கு புடிக்கலடா. பதிலுக்கு பதில் கொன்னுகுனே இருந்தா இதுக்கு இன்னாடா முடிவு?”

“அந்த நாயம்லா நாம்ப பேச முடியாது ஜகா . . .”

“ஆமாண்டா, நீங்க ஸ்கெட்சு போடுவீங்க, பதுலுக்கு அவுங்க உனுக்கு ரூட்டு எடுப்பானுங்கோ. எல்லாரும் போய் சாவுங்கடா . . .”

“நீ இன்னா புச்சா எல்லாத்தியும் பாக்குறா மாரி பேசற?”

“டேய், கபடி டீம்ல க்குற யாரும் சண்ட தகறாறுன்னு போவ கூடாது” என்றான் ஜகதாலன்.

“அதெப்டி? ஊர்ல பிர்ச்சனன்னா நாம மட்டும் ஒதுங்க முடியுமா?”

“அப்ப நீயும் போயி வெட்ட போறயா? நீயும் சாவ போறியா?”

“அப்டி இல்ல ஜகா, நம்ப மட்டும் எப்டி சொம்மா இருக்க முடியும்? கூப்ட்டா போய்தான ஆவணும்?”

ஜகதாலன் பேசாமல் இருந்தான்.

மேற்கொண்டு அவர்கள் அதிக நேரம் ஆடவில்லை. ஆட்டத்தில் ஜகதாலன் தலையிடவில்லை. அவன் ஆடவும் இல்லை. அவன் மனம் முழுவதும் கொலைகளைப் பற்றியே நினைத்துக் கவலைப்பட்டது. பார்டர் தோட்டத்துடன் ஃப்ரெண்ட்லி மேச் போட்டுக்கொள்ளலாமா என்று நினைத்தான். அதன் மூலம் பகவதிபுரத்துக்கும் பார்டர் தோட்டத்துக்கும் இடையே உள்ள பகைமை குறையுமா என்று அவன் யோசித்தான். ஆனால் ராசண்ணன், வரதண்ணன் ஆகியோர் மனதுவைத்தால்தான் அது நடக்கும் என்பது அவனுக்குத் தெரியும்.

24

ஒரு நாள் மாலையில் குரு மைதானத்தில் இருக்கும்போது ஒருவன் அவனைத் தேடி வந்தான்.

"என்ன ராஜா, வேலையெல்லாம் எப்டி போவுது?" என்றான் குரு.

"போவுதுண்ணா."

"தோட்டத்துல எத்தினி பூ பறிச்ச?"

ராஜா சிரித்தான். "அங்க மாணிக்கம்னு ஒர்த்தன் இருக்காண்ணா. அவந்தான் மூர்த்திக்கு சோத்து கை, பீச்ச கை எல்லாம்" என்றான்.

"சோறும் ஊட்டுவான், பீயும் தொட்ச்சி உடுவான்றயா?" என்று சொல்லிவிட்டு குரு கட கடவென்று சிரித்தான்.

ராஜாவும் பக்கத்தில் நின்றிருந்தவர்களும் சேர்ந்துகொண்டார்கள்.

"அவங்க வூட்டு நாய் மாரி அவங் கூடவே இருக்காண்ணா" என்றான்.

"அவன் வூடு எங்க இருக்கு?"

"கறி கடயாண்ட லெப்ட்ல திரும்புனா ஒரு குட்ச இருக்கும். அத்தான் அவன் வூடு."

"எதுனா அடயாளம்?"

"ஜன்னல்ல பச்ச கலர் பெயிண்டு அட்ச்சிருக்கும்."

"இருட்ல கலர் தெரியாதுடா. வேற சொல்லு."

"வூட்டுக்கு முன்னால கட்சி கொடி இருக்கும். அங்க வேற யார் வூட்லயும் அப்டி இல்ல."

"தெனைக்கும் வெளீல எங்கியாம் போறானா?"

"ஆங் . . . பசங்கல இஸ்கோல்ல உடற்துக்காக காலீல சைக்கிள்ள போவான்."

"காலீல வூட்டு பக்கம் வா. மாணிக்கம் மொகரய பாத்துக்கறேன்" என்றான் குரு. ராஜா தலையாட்டினான். குரு மீண்டும் பாரில் உடற்பயிற்சி செய்ய ஆரம்பித்தான்.

○

குரு இஸ்மாயில் வீட்டுக்கு முன் நின்றான். இஸ்மாயிலுக்கும் அவனுக்கும் தெரிந்த முறையில் சீட்டி ஒலி எழுப்பினான். எம்.ஜி.ஆர். மன்றத்தில் ஒலிக்கும் பாடலை மீறி அவன் ஒலி எழுந்தது. இஸ்மாயில் வெளியே வந்தான்.

"இன்னும் கெளம்பலியாடா?"

"இன்னிக்கி போலடா."

"போன வாரமே ரெண்டு நாள் லீவு போட்டியேடா?"

"ராசண்ணன் கூப்ட்டாரு" என்றான் இஸ்மாயில்.

"அதுக்காக காலேஜுக்கு லீவு போடுவியா? ராசண்ணன் என்னடா, அவுருக்கு காலேஜ்னா என்னன்னு தெரியாதா?"

இஸ்மாயில் முகம் மாறியது. "குரு, ராசண்ணன பத்தி பேசாத . . . எனுக்குப் போணும்னு இருக்குது, போறேன். வரதண்ணன் கூப்டா நீ போக மாட்டியா? அது மாரிதான் இது" என்றான்.

"சரி உடு. நம்ம பையன் ராஜா அங்க போய் மோப்பம் புடிச்சான்."

"இன்னா சொன்னான்?"

குரு மாணிக்கத்தைப் பற்றிச் சொன்னான். இஸ்மாயில் தலையாட்டினான்.

"எப்டி பண்றது?" என்று கேட்டான் இஸ்மாயில்.

"சொல்றேன் . . ."

"வரதண்ணங் கைல பேசிடு."

"பின்ன? சரி, நாங் கெலம்பறன். ஈவ்னிங் க்ரௌண்டு பக்கம் வா."

“மாஞ்சா போட்றதார்ந்தா என்ன கூப்டாத.”

குரு சிரித்தான். “ஸ்கெட்சு போட்றதுக்குடா” என்று சொல்லிவிட்டுக் கிளம்பினான்.

கிளம்பும்போது சுவரில் காதர் பாட்சாவின் படம் அவன் கண்ணில் பட்டது. காதர் பாட்சாதான் குருவைக் கத்தியைத் தூக்கவைத்தான். காதர் பாட்சாவின் சாவுதான் படிப்பு, கராத்தே, மாஞ்சா என்றிருந்த குருவைக் கொலைகாரனாகவும் வரதராசனின் கையாளாகவும் மாற்றியது.

சைக்கிளில் வரும்போது குருவின் மனம் கனத்திருந்தது. காதரைப் பற்றிய நினைவுகள் மனதை ஆக்கிரமித்திருந்தன. காதர் பச்சையப்பன் கல்லூரியில் படித்துக்கொண்டிருந்தான். குருவைவிட இரண்டு வயது பெரியவன். குருவிடம் மிகவும் அன்பாக இருப்பான். குரு எப்போதும் அவனுடன் இருப்பான். கல்லூரியில் மாணவர் சங்கத் தேர்தலில் ஒரு பையனுடன் அவன் மோதினான். சுரேஷ் என்ற அந்தப் பையனுக்கு அரசியல் செல்வாக்கு உண்டு. பெரிய இடத்துப் பையன். நிறைய பணம் செலவுசெய்தான். ஆனால் காதர் கால்பந்தாட்டம், பாட்டு என்று கல்லூரியில் மிகவும் பிரபலம். அவனிடம் பணம் காசு இல்லாவிட்டாலும் எப்போதும் அவனுடன் நிறைய பையன்கள் இருப்பார்கள்.

காதரின் செல்வாக்கைக் கண்டு ஆத்திரம் அடைந்த அந்தப் பணக்கார வீட்டுப் பையன் காதரைத் தேர்தலிலிருந்து விலக்குவதற்குப் பல முயற்சிகளை எடுத்தான். காதர் அசைந்துகொடுக்கவில்லை. மிரட்டலுக்கும் பணியவில்லை. அவன் தேர்தலில் வென்றான். கல்லூரியே அவனைத் தூக்கிக்கொண்டு கூத்தாடியது. வெற்றிக் களிப்பில் நடந்த சில விஷயங்கள் எதிராளியை உசுப்பிவிட்டன. பேச்சும் வசையுமாய் ஆரம்பித்த சண்டை கைகலப்பில் முடிந்தது. அவன் தாடையில் காதர் குத்தியதில் அவன் பல் உடைந்தது. அது நடந்த மறு நாள் காலை காதர் பகவதிபுரம் அம்மன் கோவில் வாசலில் பிணமாகக் கிடந்தான். உடலில் 25 இடங்களில் வெட்டு விழுந்திருந்தது. திருவல்லிக்கேணி மணியின் ஆட்களை வைத்து இதைச் செய்திருப்பான் என்று பேசிக்கொண்டார்கள். திட்டமும் வெட்டப்பட்ட விதமும் அதை உறுதிப்படுத்தின என்று விஷயம் தெரிந்தவர்கள் சொன்னார்கள்.

காதரும் குருவும் பகவதிபுரத்தில் பிறந்து வளர்ந்தவர்களாக இருந்தாலும் அதுவரை இருவரும் எந்த வன்முறையிலும்

ஈடுபட்டதில்லை. குரு கராத்தே வகுப்புக்கு மிகவும் ஆர்வமாகச் செல்வான். அந்த வயதிலேயே நிறைய உடற்பயிற்சிகள் செய்வான். காற்றாடிக்கு மாஞ்சா போடுவான். அசோக் நகருக்குப் போய் கால்பந்து ஆடுவான். ஊரில் நடக்கும் சண்டை எதிலும் கலந்துகொள்ள மாட்டான். அதெல்லாம் நடக்கும் ஊரில் இருப்பதாகவே அவனுக்கு நினைப்பு இருக்காது. காதர் இன்னும் சாது. வீட்டில் வறுமையைப் போக்கப் படிப்பு ஒன்றுதான் வழி என்பதை உணர்ந்தவன். அந்தப் பகுதியிலேயே கல்லூரிக்குப் போன முதல் பையன் அவன்தான். அவனை வெட்டிவிட்டார்கள் என்றதும் பகவதிபுரமே கொந்தளித்தது. ஆனால் வெட்டியது திருவல்லிக்கேணி மணியின் ஆட்கள். அவனிடம் மோதுவது சுலபமல்ல. ராசுக்குட்டியாலோ வரதராசனாலோ உடனடியாக எதுவும் செய்ய முடியவில்லை.

குரு குமுறினான். வாழ்க்கையே வெறுத்துப்போனது. எதைப் பார்த்தாலும் வெறுப்பாக, ஆத்திரமாக வந்தது. காதர் இல்லாத உலகத்தை அவனால் ஏற்றுக்கொள்ளவே முடியவில்லை.

காதரின் அப்பா கல்லூரியில் காதரோடு போட்டியிட்ட பையன் மீதுதான் சந்தேகம் என்று காவல் துறையில் புகார் கொடுத்தார். காதர் கொலையை விசாரித்த போலீசார் அந்தப் பையனைக் கூப்பிட்டு விசாரித்தார்கள். கல்லூரியில் சில மாணவர்கள் அவனுக்கு எதிராகப் பேச தைரியமாக முன்வந்தார்கள். அந்தப் பையன் மீதான சந்தேகம் இறுகியது. கல்லூரி மாணவர்கள் விவகாரம் என்பதால் பத்திரிகைகள் இது பற்றி எழுத, விரைவில் குற்றவாளிகளைப் பிடிக்கும்படி அரசிடமிருந்து போலீஸுக்கு நெருக்கடி ஏற்பட்டது. வழக்கை உடைக்க அந்தப் பையனின் அப்பா செய்த முயற்சிகள் பலிக்கவில்லை.

காதரின் குடும்பத்துக்கு நெருக்கடி ஏற்பட ஆரம்பித்தது. காதரின் அப்பா வேலை செய்யும் இடம், அவருடைய உறவினர்கள் என்று பல இடங்களையும் நெருக்கடிகள் சூழ்ந்தன. தன் பையன் கண்டந்துண்டமாக வெட்டப்பட்டு இறந்ததைக் கண்ட அப்பாவுக்கு வாழ்க்கையே வெறுத்துப் போனது. என்ன நடந்தாலும் விட்டுக்கொடுக்கக் கூடாது என்னும் வைராக்கியம் பிறந்தது. ராசுக்குட்டி அவரை ஆதரித்தார்.

குரு அவர்களுக்குத் துணையாக நின்றான். இஸ்மாயிலுக்கு அப்போது 16 வயது இருக்கும். குரு அவனுக்குப் பல விதங்களிலும் ஆறுதலாக இருந்தான். இஸ்மாயில் குருவைக் காதராகவே நினைக்க ஆரம்பித்தான். எதிர்த் தரப்பினரின்

நெருக்கடி அதிகரித்தபோது குருவின் கோபம் அதிகரித்தது. ஒரு கட்டத்தில் அவர்கள் பணத்தைக் கொடுத்து வழக்கை முடிக்கும் நிலைக்குப் போய்விட்டார்கள். ஏற்கனவே பலிகடாக்கள் நால்வர் கொலைக்குப் பொறுப்பேற்றுச் சரணடைந்திருந்தார்கள். பண பலத்தால் அந்தப் பையன் விடுவிக்கப்படுவான் என்னும் நிலை உருவாயிற்று.

காதர் இறந்து ஓராண்டு ஆகவிருந்த சமயம். வழக்கு காதர் அப்பாவின் கையை விட்டுப்போய்க்கொண்டிருந்தது. காதர் அப்பாவால் அதைத் தாங்கிக்கொள்ள முடியவில்லை. காதரின் கொலைக்குப் பழிவாங்க வேண்டும் என்ற கோபம் பகவதிபுரத்தின் சகல மூலைகளிலும் எதிரொலித்துக்கொண்டிருந்தது. வரதராசனும் ராசுக்குட்டியும் எல்லாவற்றையும் விசாரித்துவிட்டார்கள். ஒரு காலத்தில் கத்தியைத் தூக்கிக்கொண்டு ரத்த வெறியுடன் பலரை வேட்டையாடிய அவர்கள் இப்போது நேரடியாகக் களம் இறங்குவதற்குத் தயங்கினார்கள். ஆனால் ஏதாவது செய்தாக வேண்டும் என்று முடிவுசெய்தார்கள். காதரை வெட்டிய நான்கு பேருக்கும் கட்டம் கட்டத் திட்டம் தீட்டினார்கள். காதர் வீட்டிலேயே எப்போதும் இருக்கும் குருவிடம் இதுபற்றிப் பேசினார்கள்.

இருபது பேர் கொண்ட குழு ஒன்று அமைக்கப்பட்டது. அவர்களுக்குத் திட்டம் போட்டுக்கொடுத்து வழிநடத்தியது வரதராசன். அப்போதுதான் குருவுக்கு அவருடன் பழக்கம் ஏற்பட்டது. காதர் கொல்லப்பட்ட அதே தினத்தில் திருவல்லிக்கேணி கோஷ்டியினரையும் அந்தப் பையனையும் வெட்ட வேண்டும் என்று தீர்மானிக்கப்பட்டது. மூன்று மூன்று பேராகப் பிரிந்தார்கள். குரு கத்தியைக் கையில் எடுத்தான்.

சரியாக அதே நாளில் ஐந்து பிணங்கள் விழுந்தன. வெவ்வேறு இடங்களில், வெவ்வேறு விதங்களில் கொலைகள் நடந்தன. இரண்டு இடங்களில் குருவின் கை இருந்தது. காதருடன் மோதிய சுரேஷை அவனே வெட்டிக் கொன்றான்.

சுரேஷைக் கொல்ல ஸ்கெட்ச் போட்டுக்கொடுத்தது வரதராசன். பல நாட்கள் சுரேஷைப் பின்தொடர்ந்து சென்று பல இடங்களில் கமுக்கமாக விசாரித்துப் பல தகவல்களை அவர் ஆட்கள் திரட்டினார்கள். சுரேஷ் திங்கள், புதன், வெள்ளியில் மந்தைவெளியில் தேவனாதன் தெருவில் அவனுடைய மாமாவின் கடைக்குப் போய்விட்டு வருகிறான். யமஹா பைக்கில் பயணம் செய்கிறான். தனியாகத்தான் போய் வருகிறான். அவன் கையில்

எப்போதும் சாமான் இருக்கும். மணிக்கட்டில் போட்டிருக்கும் காப்பின் விளிம்பு மிகவும் கூரானது. அதை வைத்து முகத்துக்குக் குறுக்கே இழுத்தால் ரத்தம் கொட்டுவது நிச்சயம். கையில் மாட்டிக்கொள்ள முள் கையுறை ஒன்றை பேண்ட் பாக்கெட்டில் எப்போதும் வைத்திருப்பான். எப்போதும் நண்பர்கள் புடைசூழ இருப்பான். அவர்களில் பாதிக்கும் மேல் அடியாட்கள். நினைத்த மாத்திரத்தில் வெட்டத் தயங்காதவர்கள். மைலாப்பூரில் கல்யாணி ஆஸ்பத்திரிக்கு அருகில் இருக்கும் தெருவில்தான் அவன் வீடு. டியூஷன் போய்விட்டு வரும்போது ராதாகிருஷ்ணன் சாலையை அடையும் முன் ஒரு சிறிய சாலையில் பெட்டிக்கடை ஒன்றில் நின்று சிகரெட் பிடித்துவிட்டு வருவான். அந்தத் தெருவில் இரவில் அவ்வளவாக ஆள் நடமாட்டம் இருக்காது. ஒன்றிரண்டு பேர் நடமாடினாலும் ஒரு சத்தம் போட்டால் ஓடிவிடக்கூடிய மக்கள் அங்கே அதிகம். இங்கே அவன் மூன்று நிமிடங்கள் நிற்பான்.

இது கொலை செய்வதற்கு ஏற்ற இடம் என்று சொல்ல முடியாது. ஆனால் இதை விட்டால் வேறு இடமும் கிடையாது. இங்கே அவனை வெட்ட முடியுமா என்று வரதராசன் யோசித்தார். குரு ஒரு நாள் இரவில் அங்கே சைக்கிளில் போய்விட்டு வந்தான். சுரேஷ் பெட்டிக்கடையிலிருந்து கிளம்பி பைக்கை இடது புறம் திருப்பி அங்கிருக்கும் சாலை வழியே ராதாகிருஷ்ணன் சாலையை அடைகிறான். அந்தச் சாலை இன்னும் பாதுகாப்பானது. ஆனால் அங்கே அவன் நிற்க மாட்டான். பைக்கை மறிக்கலாம். கொஞ்சம் தவறினாலும் ஓடிவிடுவான். அவன் அஜாக்கிரதையாக நிற்கும் இடமாக அது இருக்க வேண்டும்.

குருவுக்கு ஒரு யோசனை வந்தது. கடையில் நிற்கும்போது கடைக்குச் செல்லும் நம் ஆள் ஒருவன் பைக்கின் காற்றைப் பிடுங்கிவிட வேண்டும். பைக்கை எடுத்துக்கொண்டு திரும்பிய பிறகுதான் வண்டி ஆட ஆரம்பிக்கும். அங்கே அவன் நிற்பான். அங்கே வைத்துக்கொள்ளலாம் என்றான். வரதராசன் ஒப்புக்கொண்டார். பைக்கில் சந்தடி இல்லாமல் காற்றைப் பிடுங்கிவிட ஒரு பையனுக்குப் பல நாள் பயிற்சி அளிக்கப்பட்டது.

திட்டமிட்டபடியே எல்லாம் நடந்தன. இடது புறம் திரும்பி விரையும்போது பைக் ஆடியது. சுரேஷ் பைக்கை நிறுத்தினான். எந்தச் சக்கரத்தில் பிரச்சினை என்று பார்த்தான். அப்போது அங்கே வந்த குருவிடம் இங்கே பஞ்சர் கடை இருக்கா என்று விசாரித்தான். “இருக்குண்ணா” என்றபடி குரு அருகில் வந்தான்.

அப்போது குருவின் ஆட்கள் அந்தச் சாலையில் இரு மூலைகளிலும் நின்றிருந்தார்கள். நான்கு பேர் சந்தடி இல்லாமல் இவர்கள் நிற்கும் இடத்துக்கு இரண்டு வீடுகள் தள்ளி மறைவாக நின்றிருந்தார்கள். மேலும் இரண்டு பேர் கையில் பெட்ரோல், துணி, நெருப்புக் குச்சியுடன் தயாராக இருந்தார்கள். தாக்கும்போது எதிரி தப்பித்து ஓடினால் மற்றவர்கள் வெட்ட வேண்டும். பொதுமக்கள் கூடிவிட்டால் நெருப்பைக் கொளுத்தியோ அரிவாளை வீசியோ பயமுறுத்த வேண்டும். மக்கள் மீது கை வைக்கக் கூடாது. பயமுறுத்தி ஓடவைக்க வேண்டும். மக்கள் வந்துவிட்டார்களே என்று காரியத்தை நிறுத்திவிடக் கூடாது. அந்தக் குழப்பத்தில் வெட்டிவிட வேண்டும். எந்தப் பக்கம் ஓடினாலும் மடக்குவதற்குத் தயாராய் எல்லாத் திசைகளிலும் தலா நான்கு பேர் நிற்பார்கள். எல்லார் கையிலும் பொருள் இருக்கும்.

"உங்கள எங்கயோ பாத்துக்குறண்ணா" என்றான் குரு.

"இங்கதான் எங்கியாவது பாத்துருப்ப. கட எங்க இருக்குது?" என்றான் சுரேஷ் எரிச்சலுடன்.

மேலும் நெருங்கிய குரு, "தோ, அங்கதான்" என்று கை காட்டினான். சுரேஷ் அந்தப் பக்கம் திரும்பினான். அடுத்த கணம் தன் கழுத்தில் விழுந்தது என்ன என்று அவனுக்குத் தெரியவில்லை. பைக்கைக் கீழே போட்டுவிட்டு தொப்பென்று விழுந்தான். குரு வெறுங்கையால்தான் அடித்தான். கராத்தே நுட்பமும் கொலை வெறியும் பழிவாங்கும் உணர்ச்சியும் சேர்த்து அடித்த அடி அது. கீழே விழுந்தவன் அசைவதற்கான அரை வினாடி நேரத்துக்குள் பாய்ந்து அவன் தாடையில் உதைத்தான். மிக வலுவான உதை அது. வாய் கோணிக்கொண்டது. சுரேஷால் கத்த முடியவில்லை. அவன் வயிற்றில் ஆங்காரத்தோடு மிதித்தான். சுரேஷ் சுருண்டான். தோள்பட்டையை ஒரு காலால் மிதித்தபடி கையை இழுத்து ஒரே திருப்பலில் முறித்தான். பேண்டின் பக்கவாட்டிலிருந்து நீளமான கத்தியை எடுத்தான். கழுத்தில் செருகினான். அதை உருவி எடுத்து உடல் முழுவதும் வெட்டினான். ஒண்ணு, ரெண்டு, மூணு என்று எண்ணி எண்ணி 25 முறை வெட்டினான்.

எல்லாம் ஐந்து நிமிடங்களில் முடிந்துவிட்டன.

அவன் அடித்த விதத்தையும் வெட்டிய வேகத்தையும் பார்த்த அவனுடைய ஆட்கள் உறைந்துபோனார்கள். இதைக் கேள்விப்பட்ட வரதராசன் இவன் சாதாரண ஆளல்ல, பத்தோடு

ஒன்றாக இருக்கக்கூடிய கூலிக் கொலையாளி அல்ல என்பதைப் புரிந்துகொண்டார். அவனைப் பத்திரமாகப் பார்த்துக்கொள்ள வேண்டும் என்று முடிவுசெய்தார்.

தனிச் சண்டையில் நிபுணனான குருவுக்கு கோஷ்டிச் சண்டை என்றால் என்னவென்று வரதன் கற்றுக்கொடுத்தார். ஸ்கெட்ச் போடுவது என்றால் என்னவென்பதையும் தடயம் இல்லாமல் கொல்வது எப்படி என்பதையும் சொல்லிக்கொடுத்தார்.

இஸ்மாயில் ராசுக்குட்டியுடனும் குரு வரதனோடும் அதிகம் நெருக்கமானார்கள். இஸ்மாயிலுக்கும் குருவுக்கும் நட்பு அதிகரித்தது. குரு இஸ்மாயிலைக் காதராக நினைத்துப் பழகினான். இஸ்மாயிலும் குருவைக் காதராகவே பார்த்தான்.

வரதராசனோ குருவைத் தன் சாம்ராஜ்யத்தின் அஸ்திவாரமாகப் பார்த்தார். அவனுடைய அசாத்தியமான திறமையையும் துணிச்சலையும் வைத்துச் சென்னையின் பெரிய ரவுடிகளுக்கெல்லாம் சவால் விட ஆரம்பித்தார்.

25

கொத்தாக ஐம்பது அறுபது குடிசைகள். சாலை என்று எதுவும் கிடையாது. வீடுகளைச் சுற்றியுள்ள காலியிடங்களைச் சாலை என்று கருதிக்கொள்ளலாம்.

காலியிடங்கள் எல்லாம் சேறும் சகதியுமாய் உள்ளன. நடக்குமிடங்களில் சாக்கடைகள்.

சாலையோரம் காலைக் கடன் கழிக்கும் சிறுவர்கள் அருகே நாய்கள் நிற்கின்றன. நரகலைத் தின்ன அவை காத்திருக்க, சிறுவர்கள் கல்லை எடுத்து வீசுகிறார்கள். "த்தா ஓடு" என்று சொல்லிச் சிரிக்கிறார்கள்.

சற்றே பெரிய திட்டு போன்ற இடத்தில் ஒரு அடி பம்ப். பெரியவர்கள் பம்ப் அருகே குளித்துக்கொண்டிருக்கிறார்கள். பக்கத்திலேயே சிலர் பல் தேய்த்துக்கொண்டிருக்கிறார்கள். கொஞ்சம் தள்ளி ஒரு இட்லிக் கடை. காலை வியாபாரம் களை கட்ட ஆரம்பிக்கும் நேரம்.

அப்போது ஒருவன் ஓடி வந்தான். பாதையின் நடுவில் நின்று கத்தினான். மிக அசிங்கமான வார்த்தைகள் அவன் வாயிலிருந்து வந்தன. அவன் கையில் அரிவாள் இருந்தது.

எல்லோரும் ஸ்தம்பித்து அவனைப் பார்த்தார்கள். அவன் பின்னால் வேறு சிலரும் திரண்டிருந்தார்கள். அவர்களில் ஓரிருவர் கையிலும் அரிவாள்.

மிகுந்த ஆவேசத்துடனும் தெளிவில்லாமலும் அவர்கள் ஏதோ பேசிக்கொண்டார்கள்.

அப்போது ஒருவர் பைக்கில் அங்கே வந்தார். அவரைக் கண்டதும் எல்லோரும் அமைதியானார்கள். சாலையோரம் உட்கார்ந்திருந்த குழந்தைகள் எழுந்துகொண்டன.

"என்னடா பிர்ச்சன?" என்றார் அவர்.

"மாணிக்கம் கைய வெட்டிட்டாங்கண்ணா . . ."

பைக்கில் வந்தவர் முகம் இறுகியது. வேகமாக விரைந்தார். கூட்டம் அவர் பின்னால் ஓடியது.

பைக்கில் வந்தவர் இரண்டு தெருக்கள் தள்ளி இருக்கும் ஒரு வீட்டின் முன் நின்றார். அந்த வீட்டுக்கு முன் இருக்கும் கூட்டம் பைக் சத்தத்தைக் கேட்டுச் சலனம் கொண்டது.

வீட்டுச் சொந்தக்காரர் ஆவேசத்துடன் நின்றுகொண்டிருந்தார். அவர் வீட்டின் முன் வெட்டப்பட்ட ஒரு கை இருந்தது.

"பாத்தியா பாபு . . ." என்று அவர் அலறினார்.

"நீ கவலப்படாத கணேசா, அவுனுங்களுக்கு நா பாடம் காமிக்கிறேன்" என்றார் பாபு. ஆவேசத்தில் அவர் மார்பு எழுந்து அடங்கியது.

"மாணிக்கம் எங்கடா க்குறான்? ஆஸ்பத்திரில சேத்துட்டீங்களாடா?" என்று சுற்றி இருப்பவர்களைப் பார்த்துக் கேட்டார் பாபு.

தலைகள் கவிழ்ந்தன. "சொல்லுங்கடா, என்னடா ஆச்சு, சொல்லுங்கடா . . ." என்று பாபு கத்தினார்.

பதில் இல்லை. பாபு கணேசனை நெருங்கினார். "சொல்லு கணேசு, மாணிக்கத்துக்கு இன்னா ஆச்சு?"

"கொரவலய நெரிச்சிட்டானுங்கடா. கயிறு போட்டு இறுக்கிட்டானுவ."

பாபுவின் மூக்கு விடைத்தது. கையால் சுவரில் ஓங்கிக் குத்தியவாறே, "இது வரதன் வேலைதான்" என்றார்.

"பாடி எங்கடா?" என்று கூட்டத்தினரைப் பார்த்துக் கேட்டார். அவர் கண், வெட்டப்பட்ட கையை அடிக்கடி பார்த்தது.

"சாக்கடைல வீசிட்டாங்கண்ணா. போலீஸ் வந்துகுது."

பாபுவும் கணேச மூர்த்தியும் ஏதோ பேசிக்கொண்டார்கள்.

பாபு கிளம்புகிறார். "போலீச நான் பாத்துக்கறேன்" என்றார்.

"டேய், கொஞ்ச நாலிக்கி எதுவும் வாணாம். பயி வாங்கறேன் அது இதுன்னு கௌம்பாதிங்க. நா சொல்றேன். சமயம் பாத்து செய்யணும். அம்ப ஓடிச்சா போதாது" என்றார் கூட்டத்தைப் பார்த்து.

பைக் கிளம்பியது. அந்த இடமே அமைதியானது. கூட்டம் மெல்லக் கலைகிறது. கணேசமூர்த்தி உள்ளே செல்கிறார்.

மூர்த்தியின் வீட்டு வாசலில் இருக்கும் 20 வயது மதிக்கத்தக்க இளைஞன் ஒருவன் முகத்தில் ஆவேசம் அடங்கவில்லை. மெல்ல முணுமுணுத்தான்.

"அவன் வந்து வெட்டிட்டு போவான், நம்ப இவுரு சொல்ற வெரிக்கும் காத்துக்குனு இருக்கணுமாம்" என்றான்.

30 வயது மதிக்கத்தக்க ஒருவன் அதைக் கேட்டு சரேலென்று திரும்பினான். "ங்கோத்த பாபண்ணன பத்தி உனுக்கு இன்னாடா தெரியும்? சின்னப் பையண்டா நீ. அவுரு நென்ச்சார்னா இப்பவே பத்து பேர வெட்டுவார்ரா" என்று உறுமினான்.

"போலீஸ் டேசன் வாசல்ல வெச்சி கராத்தே சிவாவ வெட்னவருடா அவுரு. இத்தினிக்கும் அவன் போலீஸ் வண்டில இருந்தான். இவுரு போனதும் தெரீல, வெட்னதும் தெரீல. சிவா தல கீய வீந்ததும்தான் போலீஸ்காரங்க கண்ணு சிமிட்னாங்கோ. அவனுங்க அசையற்துக்குள்ள பாபண்ணன் எஸ்கேப்பு. எங்கோர்ந்து வந்தாரு, எங்க போனாருன்னு யாருக்கும் தெரியாது" என்றான் அவன்.

"கூடவே இருந்து பாத்தா மாரி சொல்ற?

"பின்ன? அங்க டீக்கடைல டீ குட்ச்சினிருந்தண்டா. நாந்தாண்டா பாபண்ணனுக்கு சிக்னல் காமிச்சது . . ." என்றான் பெருமிதத்துடன்.

"அட்த்த நாள் அதே போலீஸ் ஸ்டேசன் வாசல்ல அசால்டா டீ குட்ச்சினிருர்ந்தார்டா பாபண்ணன் . . . அத்தாண்டா பாபண்ணன். அவுரு சொன்னார்னா அதுல விசியம் இருக்கும். பொத்தினு இருடா சுல்லான் . . ."

வீட்டினுள் கணேசமூர்த்தியின் முகம் கல்லாக இறுகியிருந்தது.

26

பார்டர் தோட்டத்தில் முக்கியமான ஆளான கணேசமூர்த்தியின் வலது கை போலச் செயல்பட்டுவந்த மாணிக்கம் கண்டந்துண்டமாக வெட்டப்பட்ட செய்தி பகவதிபுரத்தில் பெரும் உற்சாகத்துடன் பேசப்பட்டது. மாணிக்கத்தின் வீட்டுக்கு அருகிலேயே வைத்து யாரோ வெட்டிய தாகத் தகவல். நள்ளிரவில் அவன் ஒன்றுக்கு இருக்க வெளியே வந்தபோது யாரோ பின்னாலிருந்தபடி கழுத்தில் நைலான் கயிறைப் போட்டு இறுக்கி சத்தம் போட முடியாதபடி நெரித்துக் கொன்றதாகவும் கொன்ற பிறகு கை, தலை, ஆகியவற்றை அறுத்து எடுத்ததாகவும் சொல்லப்பட்டது.

மாணிக்கத்தின் கை கணேச மூர்த்தியின் வீட்டு வாசலிலும் தலை ஊருக்குப் பக்கத்தில் இருக்கும் மார்க்கெட் வாசலிலும் உடல் ஊர் சாக்கடையிலும் காணப்பட்டதாகச் சொன்னார்கள். வெட்டப்பட்ட கையைத் தன் வீட்டு வாசலில் பார்த்த கணேச மூர்த்தி எப்படிப் பதறினார் என்பதைப் பற்றி பார்டர் தோட்டத்தைச் சேர்ந்தவர்கள் கதைகதையாகப் பேசிக்கொண்டார்கள்.

அங்கிருந்து எப்படியோ கசிந்து பகவதிபுரத்துக்கு வந்த செய்திக்குக் கண், காது. கால் எல்லாம் முளைத்திருந்தன. கணேசமூர்த்தி ருத்ர தாண்டவம் ஆடிய காட்சியை நடித்துக் காட்டுவது பகவதிபுரம் இளைஞர்களுக்குக் கேளிக்கையாக இருந்தது. நான்கு பேர் கூடினால் “அந்த கணேசமூர்த்தி பேஜார் ஆயிட்டாம் மச்சி” என்று சொல்லி எல்லாவற்றையும்

பக்கத்தில் இருந்து பார்த்ததுபோல் செய்து காட்டினார்கள் சிலர். மார்க்கெட்டுக்குப் போகும்போதும் பூ வாங்கப் போகும்போதும் பார்வதி இந்த நாடகத்தைப் பார்த்தாள்.

குருதான் இதைச் செய்திருப்பான் என்றும் வேறு யாராலும் இவ்வளவு கச்சிதமாகக் காரியத்தை முடித்திருக்க முடியாது என்றும் பேசிக்கொண்டார்கள். அவன் கையில் சிக்கிய கழுத்து தப்பிக்கவே முடியாது என்றும் பேசிக்கொண்டார்கள். குருவின் சண்டைப் பயிற்சி, உடற்பயிற்சி எல்லாவற்றையும் புகழ்ந்து பேசினார்கள்.

செண்பகத்தின் மூலமாகவும் கிணற்றடி சகாக்களிடமிருந்தும் முத்துவிடமிருந்தும் இதையெல்லாம் தெரிந்துகொண்ட பார்வதிக்கு ஆயாசமாக இருந்தது. பார்டர் தோட்டத்து ஆளை வெட்டிவிட்டார்கள் என்று கேள்விப்பட்டதுமே அடுத்து இங்கே யாரை வெட்டப்போகிறார்களோ என்ற எண்ணம்தான் அவளுக்குத் தோன்றியது. ஆனால் ஊர் முழுவதும் ஒரு வித வெற்றிக் களிப்பு தோன்றியிருந்ததை அவளால் உணர முடிந்தது. பகவதிபுரத்தில் பரவச உணர்வைத் தெளிவாக உணர முடிந்தது. அதே சமயம் பார்டர் தோட்டத்தில் பதற்றமும் ஆத்திரமுமாய் இருக்கும் என்பதை அவள் கற்பனை செய்து பார்த்துக்கொண்டாள்.

எல்லோரும் சொன்னதை வைத்தும் குருவை இதுவரை பார்த்திருந்ததை வைத்தும் குருதான் கொன்றிருப்பான் என்பதைப் பார்வதியால் நம்ப முடிந்தது. ஆனால் கழுத்து, கை எல்லாம் ஏன் வெட்டிப்போட வேண்டும்? அவ்வளவு என்ன வெறுப்பு என்று அவளுக்குத் தோன்றியது. பழிவாங்குவதற்காக வெட்டுவது என்பதை அவள் கேள்விப்பட்டிருக்கிறாள். ஆனால் கழுத்தை நெரித்துப் பிறகு தலையையும் கையையும் பொறுமையாக அறுத்து எடுத்துச் சென்று எதிரியின் வீட்டு வாசலில் போடுவது என்ன சண்டை என்று அவளுக்கு அருவருப்பாக இருந்தது. மாஞ்சா போடும்போது கர்ம சிரத்தையுடன் இருக்கும் அவன் முகம் நினைவுக்கு வந்து, உடல் நடுங்கியது.

27

கணேச மூர்த்தியின் சாப்பாட்டுக் கடையில் மும்முரமாக வியாபாரமாகிக் கொண்டிருந்தது. மூன்று டியூப்லைட்டுகள் எரிந்துகொண்டிருந்தாலும் அந்த இடத்தை ஒளியூட்ட அவை போதுமானவையாக இல்லை. உள்ளே முதுகு இல்லாத முக்காலிகளில் சிலர் உட்கார்ந்து சாப்பிட்டுக் கொண்டிருந்தார்கள். பலர் வெளியே நின்று சாப்பிட்டுக்கொண்டிருந்தார்கள். கடைக்குள் கை கழுவ சிறிய தொட்டி இருந்தாலும் பொதுவாக யாரும் அங்கே கழுவுவதில்லை. கடைக்கு இடப்புறம் உள்ள சந்தில் கை கழுவினார்கள். மாலையில் காய்ந்திருக்கும் அந்த இடம் இரவு ஆக ஆக ஈரமாகிப் பிறகு சகதியாகிவிடும். யாரும் அதைப் பற்றி அலட்டிக்கொள்வதில்லை. கை கழுவி வாய் கொப்புளித்துவிட்டுச் சென்றார்கள்.

கடையின் வலது பக்கம் இருக்கும் சந்தின் வழியே சென்றால் பின்பக்கம் உறை சாராய வியாபாரம் நடப்பதைப் பார்க்கலாம். சற்றுத் தள்ளி இரண்டு நாற்காலிகளில் கணேசனும் பிளேடு பாபுவும் உட்கார்ந்து பேசிக்கொண்டிருந்தார்கள் வரதனைச் சும்மா விடக் கூடாது என்றார் கணேசன்.

வரதன் மட்டும் தனி ஆள் அல்ல என்பதை பிளேடு பாபு நினைவுபடுத்தினார். "வரதனும் ராசுவும் சேந்துதான் எல்லாத்தையும் பண்றானுங்க. வரதனோட சாராயக் கடதான் அவுங்களுக்கு முக்கியமான விசியம். அவங் கட்டை தொட்டியக் கொளுத்திட்டா எல்லாம் சரியாயிடும்" என்றார் பாபு.

“வேற வெனெயே வாணாம். போலீஸ் நேரா இங்கதான் வரும்” என்றார் கணேசன்.

“இங்கேந்து போய் அங்கே சாராயம் குடிக்கற ஜனத்துங்கள கட்டி வெச்சி ஒதிக்கணும்பா” என்றார் பாபு.

“அதெல்லாம் சரிப்பட்டு வராது. அங்கேந்து இங்க வந்து ஆப்பாயிலும் பீப் பிரியாணியும் சாப்புட்ரவன அவன் ஒதிக் கிறானா? கஷ்டமர கை வெக்காத. முக்கியமான ஆள போடு.”

“நம்ப விலையையாவது கொறச்சி விக்கணும். அப்பதான் அவன் யாவாரம் படுக்கும்.”

“அவன் அதைவிடவும் கொறச்சிடுவான். அவனுக்கு வீம்புதான் பாபு முக்கியம்” என்று சொன்ன கணேசன், “போலீச வச்சே அவனுக்கு ஆப்பு அடிக்கணும்” என்றார்.

“மாணிக்கத்துக்கு ஒரு பதில் சொல்லிட்டு போலீஸ்கிட்ட போலாம்” என்றார் பாபு.

“மாணிக்கத்து மேல கை வெச்சவன் யாருன்னு கண்டுபுட்ச்சியா?”

“மாஞ்சா குருவும் அவ ஃப்ரெண்டு இஸ்மாயிலும்தான் கெட்ச்சு போட்டு தூக்கிட்டுகுறானுங்க. இவுனுங்க ரெண்டு பேருந்தான் வரதன், ராசுவுக்கு முக்கியமான ஆளுங்க” என்றார் கணேசன்.

“அப்றம் என்ன?”

“ஆனா அந்த குரு லேசுப்பட்ட ஆளு இல்ல. ட்ரிப்பிளிகேன் மணிகூடவே மோதிட்டுக்குறான். அவனை சண்டைல அட்ச்சிக்க யாராலியும் முடியாது.”

“அவ்ளோ பெரிய பருப்பா அவன்? என்னாமோ ஒண்டிக்கு ஒண்டி நிக்கபோறா மாரி பேசற?”

“ஆள வெச்சி அவுனுக்கு கெட்சு போட்றதும் ஈசி கடியாது கணேசா. அவங் கருப்பு கை. ரொம்ப சார்ப்பு. எப்பியும் ஆலுங்கலோடதான் இருப்பான். பொருள் இல்லாத வெளிய வர மாட்டான். எல்லா எட்த்துலயும் ஆளுங்கல வெச்சிருப்பான். இந்த ஓட்டல்லகுட அவுனுக்கு இன்பர்மேசன் குடுக்க ஆலிருக்கும்.”

“அப்ப இன்னா செய்ய போற?”

பாபு சிரித்தார். “கொஞ்சம் பொறத்து பாரு . . .” என்றார்.

கணேசன் தலையாட்டிக்கொண்டார். “சீக்கிரமா நல்ல நியூஸோட வா” என்றார்.

28

கிண்டியில் ஒரு டோர்னமெண்ட் நடக்க இருக்கிறது என்று பையன்கள் சொன்னபோது ஜகதாலன் அதிக ஆர்வம் காட்டவில்லை. “கிண்டி டீம் சட டீம்டா. அவுனுங்க மேச் நட்த்தும்போது நல்ல டீமோட தனுக்கும் ஒரு மேச் வரா மாரி வெச்சிருவானுங்கோ. அவுனுங்ககூட ஆட்றது வேஸ்ட்டு. ஜூனியர் டீமை அனுப்பலாம்” என்றான்.

கிண்டியில் உள்ள குழு நடத்தும் டோர்னமெண்ட்களுக்குச் சென்னையில் பிற அணிகளிடமிருந்து அவ்வளவாக ஆதரவு கிடைப்பதில்லை. அந்த அணி மிகவும் சுமாரான அணி. தவிர, போட்டிகளில் அரசியல் தலையீடு அதிகம் இருக்கும். ஆனால் ஜூனியர் அணிகளுக்கு அது சிறந்த பயிற்சிக் களமாக இருக்கும் என்பது ஜகதாலனின் கணக்கு. ஆனால் அவன் அணியில் உள்ள மற்றவர்கள் அதை ஒப்புக்கொள்ளவில்லை.

“இந்த தபா நல்ல நல்ல டீம்லாம் வருது ஜகா, நம்ப மிஸ் பண்ணக் கூடாது” என்றான் ஒருவன்.

“கெலிச்சாலும் தகறால் பண்ணுவானுங்கடா” என்றான் ஜகதாலன்.

“அதுக்கும் சான்சு இல்ல ஜகா. இந்த தபா அசிஸ்டண்ட் கமிஸ்னர் வராரு. தகரால் பண்ணா நோண்ட்ருவாங்கோ . . .”

“இர்ந்தாலும் வாணாண்டா. ஜூன் மாசம் சூளைமேட்ல நடக்குற டோர்னமெண்டுதான் ரொம்ப பெருசு. அங்க போய்க்கலாண்டா.”

"இந்த டோர்னமெண்ட்ல ஃபைனல்ல கெலிக்கற டீமுக்கு பெரிய கிப்ட்டு இருக்குதுடா. மினிஸ்டர் வேற வராராம். நல்லா ஆட்ற டீமுக்கு அவுரு அங்கியே கிப்டு அலௌன்ஸ் பண்ணுவாருடா. ஆட ஆட நூற் ரூபா, எர்நூற் ரூபான்னு அங்கியே குட்த்துடுவாரு . . ."

ஜகதாலன் பொறுமையாகப் பேசினான். "டேய், நீ சொல்றத பாக்க சொல்லோ அது ஆளுங்கச்சி சமாச்சாரம் போல தெரீது. இங்க நம்ம ஏரியால ரெண்டு கச்சியும் ஈக்குலா குது. நம்ம ஜனத்துக்குல்லியே பிர்ச்சன வரும். இன்னி வரிக்கும் பகவதிபுரத்துல கபடிக்கும் பால்டிக்ஸுக்கும் சம்பந்தம் இல்லாத குது. அவுரு குடுக்கற கிப்ட்டுகோசரம் நம்ம டீம்லயும் பால்டிக்ஸ் வந்துடும். இதெல்லாம் வாணாம். சொன்னா கேளுங்க" என்றான்.

"உனுக்கு எக்ஜாம் இருக்குதுன்னு சொல்லு" என்றான் ஒருவன்.

ஜகதாலனுக்குச் சுருக்கென்றது. சுரீலென்று கோபமும் வந்து. "ஏ கூமுட்ட, எக்சாமுக்கும் இதுக்கும் என்னடா சம்பந்தம்? ஒரு நாள் நைட்டு போய் ஆட்டு வர போறோம். ஏன்டா இப்டி கேவலப்பட்த்தற?" என்றான்.

ஜகதாலனின் கோபத்தையும் வருத்தத்தையும் கண்ட மற்றவர்கள் முதலில் பேசியவனைக் கண்டித்தார்கள். "வாய மூர்ரா. இஸ்டத்துக்கும் பேசாதடா. ஜகா சொன்னா போறோம். இல்லாகாட்டி போவல. அவ்ளதான்" என்றான் ஒருவன். மற்றவர்களும் அவனை ஆதரித்தார்கள்.

"ஜகா, மொத தபா கிண்டிக்கி டீம் அன்ப்பறோம். மினிஸ்டர்லாம் வராரு. மாஞ்சா குரு கைல ஒரு வார்த்த சொல்லிரலாமா?" என்று ஒருவன் கேட்டான்.

"அடிங் . . . அது இன்னாடா மாஞ்சா குரு? குருன்னு சொல்ரா" என்றான் ஜகதாலன்.

"அதுல இன்னா தப்பு இருக்குது? குரு மாரி மாஞ்சா போட இந்த ஏரியாலயே ஆள் கடியாது" என்றான் இன்னொருவன். அவன் குருவின் மாஞ்சா குழுவில் இருப்பதை ஜகதாலன் கவனித்திருக்கிறான்.

"தோ சொல்டார்ரா பெரீவரு. த சீ வாய மூடு. மாஞ்ச போட்ரதல்லாம் ஒரு பெருமயாடா? கராத்தே குருன்னு சொல்லு... பாடி பில்டர் குருன்னு சொல்லு . . . அது இன்னாடா மாஞ்சா? அதெல்லாம் ஒரு வேலையா? தூ . . ."

முதலில் பேசியவன் முகம் சுண்டியது. "என்னா ஜெகா, குருவ பத்தி நீயே இப்டி பேசற? உன் சினேகிதந்தானே அவன்?"

"என்னாடா தப்பா சொல்ட்டேன்? மாஞ்சா போட்ரதெல்லாம் ஒரு விசியமாடா?"

"உனுக்கு புடிக்காதுன்னு சொல்லு. மாஞ்சா போட்றது பெரிய விசியம்தான்."

"சர்தாண்டா. மாஞ்சா கயிர்ல மாட்டிக்கினு கயுத்து அறுந்துபோச்சின்னு பேப்பர்ல போட்டுக்குரான். இதெல்லாம் ஒரு வேலயாடா? மாஞ்சா போட்றத்து, வெட்டு குத்துன்னு தகரால் பண்றத்து.. இதெல்லாம் இன்னாடா வேலை? இப்டியே இருந்தா நம்ம ஏரியா எப்பிட்ரா உருப்புடும்?"

"நீ ஒண்ணியுந்த் தெரியாத மாரி பேசற? நீ சொம்மா இருந்தாலும் அவுனுங்க சொம்மா உட்ரானுங்களா? நாயகம் பட்த்துல கமலு சொல்றா மாரி, அவன நிறுத்த சொல்றா . . ." என்றான் ஒருவன் எகத்தாளமாக.

"அவன போய் கேளு. அவனும் இதேதான் சொல்லுவான். எவனும் நிற்த்த மாட்டீங்கடா . . ."

"சரி, நம்ம கதைக்கி வா. குரு கைல எப்டி சொல்லாம இருக்க முடியும்? நாலிக்கி பிர்ச்சனன்னு வந்தா அவந்தாண்டா வருவான் . . ."

"சொல்லு சொல்லு, எனுக்கு ஒண்ணியும் இல்ல . . ."

"ஏன் நீ சொல்ல மாட்டியா? உன் தோஸ்த்தான அவன்?"

"கொஞ்ச நாலா அவன பாக்கற்தே இல்ல."

"ஏன்டா?"

"அத உட்றா. நீ போய் சொல்லு."

செண்பகத்தின் மகன் மணியின் தலைமையில் ஜூனியர் அணியை அனுப்புவது, அணியுடன் சீனியர் அணியின் துணைத் தலைவன் மாரிமுத்துவை அனுப்புவது என்று முடிவானது. அந்த அணிக்குப் பயிற்சி கொடுக்கும் பொறுப்பை ஜகதாலன் ஏற்றுக்கொண்டான். தினமும் அவனும் மாரிமுத்துவும் அவர்களுக்குப் பயிற்சி அளிப்பதாக ஏற்பாடு செய்யப்பட்டது.

○

மைதானத்தை விட்டு வந்துகொண்டிருந்தபோது பின்னால் ஒரு சைக்கிள் தன்னை ஒட்டி வருவதை உணர்ந்தான் ஜகதாலன். சைக்கிளுக்கு வழி விட்டு ஒதுங்கினான். சைக்கிள் இன்னும் பக்கத்தில் வந்தது. கிட்டத்தட்ட உரசும் அளவுக்கு நெருங்கியது. ஜகதாலனுக்குக் கோபம் வந்தது. 'எவண்டாவன்?' என்று

நினைத்தபடி வேகமாகத் திரும்பினான். குரு. சட்டென்று கோபம் வடிந்தது. "நீயா?" என்றான்.

"இன்னாடா ஆளயே காணோம்?" என்றான் குரு.

"இங்கதான க்குறேன் . . ." என்றான் ஜகதாலன்.

"எங் கண்ணுலயே படலியேன்னு கேட்டேன்."

"நீ பிஸியா இருந்துருப்ப . . ." இதைச் சொல்லும்போது ஜகதாலனின் குரல் சற்றே வித்தியாசமாக இருந்தது. அதைக் குருவும் கவனித்தான்.

குருவைப் பற்றி ஜகதாலனுக்கு முன்பே தெரியும் என்றாலும் பார்டர் தோட்டத்தில் மாணிக்கம் கையை வெட்டிக் கொன்ற விவகாரத்தை அவனால் ஜீரணித்துக்கொள்ள முடியவில்லை.

"தண்ணி புடிக்க போவ சொல்லகூட என்ன பாத்தா ஒதுங்கற?" என்றான் குரு.

"அப்பிட்லாம் ஒண்ணுமில்லயே? நா எதுக்கு உன்ன பாத்து ஒதுங்கறேன்?" என்றான் ஜகதாலன். அவன் குரலில் சுரத்தில்லை.

"சாப்ட்டியா?"

"வூட்டுக்கு போய்தான் சாப்புட்ணும்."

"ஓட்டல்ல சாப்பட்லாமா?"

"வாணாம். அம்மா வெயிட் பண்ணினுருக்கும் . . ."

"பரவால்ல வாடா. மீந்தா காலீல பழீது துன்னுக்கலாம்."

"நா வர்ல குரு . . ."

"ஏய், இன்னாடா ரொம்ப முறுய்க்கிற?"

ஜகதாலன் பேசாமல் வந்தான்.

"சைக்கில்ல ஏற்ரா."

ஜகதாலன் ஏறவில்லை.

"அடிங் . . . ஏற்றான்னா . . . ரொம்பதான் . . ." குரு ஜகதாலனின் தோள் மீது கை வைத்தான். அந்தக் கரம் தன் மீது சினேகமாக விழுவதை உணர்ந்த ஜகதாலனின் மனம் நெகிழ்ந்தது. குரு அப்படியே அவனைத் தன்னோடு அணைத்தபடி சீட்டுக்கு முன்னால் இருக்கும் இரும்புக் கம்பியில் உட்கார வைத்தான். ஜகதாலன் உட்கார்ந்ததும் சைக்கிள் உற்சாகத்துடன் சீற ஆரம்பித்தது. சில்லென்ற காற்று ஜகதாலனைச் சற்று அமைதிப்படுத்தியது. மேட்டுப்பாளையம் மார்க்கெட்டில் உள்ள டீலக்ஸ் ஹோட்டலுக்குக் கூட்டிச் சென்றான் குரு.

பரோட்டா, மட்டன் சாப்ஸ் ஆர்டர் செய்தான்.

"சொல்றா. ஏண்டா உம்முனு குற?"

ஜகதாலன் பேசவில்லை. கண்ணாடி டம்ளருக்கு வெளியே இருந்த தண்ணீர்த் துளிகளை வைத்து டம்ளரின் மீது கோலம் போட்டுக்கொண்டிருந்தான்.

குரு மீண்டும் அதே கேள்வியைக் கேட்டான். ஒன்றுமில்லை என்பதுபோல் ஜகதாலன் தலையை ஆட்டினான்.

உணவு வந்தது. இருவரும் சாப்பிட ஆரம்பித்தார்கள். ஏதாவது சொல்லித்தான் ஆக வேண்டும் என்பதால் ஜகதாலன் மெதுவாகப் பேச ஆரம்பித்தான்.

"எதுக்கு பாடர் தோட்டத்தோட எப்பவும் சண்ட போட்டுக்கினே இருக்கோம்?"

"நம்ம எங்கடா சண்ட போட்னு இருக்கோம்? அவுனுங்க சொம்மா இருந்தாதானடா?"

"அதுக்காக ரெண்டு ஊரும் வெட்டிக்கினு சாவணுமா?"

"செமித்தியா பாடம் கத்து குட்த்தா நிறுத்துவானுங்கோ. அது வெரிக்கும் அப்டிதான். எத செஞ்சாலும் எடக்கா பதிலுக்கு எதுனா செஞ்சினுகுறானுங்கோ. அவுனுங்களோட எப்பிட்ரா சமாதானமா போறது? யாவாரத்துல போட்டின்னா யாவாரத்துல காட்டணும். அத்த வுட்டுட்டு இங்க க்குற பசங்க மேல கை வெச்சா அத பாத்துக்குனு சொம்மா இருக்க நாம என்ன ஊக்கயா?"

"வரதண்ணனுக்கு யாவாரத்துல பிர்ச்சனன்னா அவுரு பாத்துக்கட்டும். அதுக்காக மத்தவங்க ஏன் அட்ச்சினு சாவணும்?"

"என்னாடா புரியாம பேசற? அவுங்கதானடா யாவார போட்டிய ஜனத்துங்க மேல காமிக்கிறானுங்க? அதுக்கு திருப்பி குடுக்க வேணாமா?"

ஜகதாலன் பேசவில்லை.

"சொல்றா, அவங்க என்னா பண்ணாலும் சொம்மா இருந்தா நாலிக்கி மொத்த பேரையும் ஏறி மெர்ச்சிடுவானுங்கோ . . ."

"சண்ட போட்றதுன்னா அதுக்கு ஏதாவது கார்ணங் கட்ச்சிகினேதான இருக்கும்?" என்றான் ஜகதாலன்.

"அப்டி இல்லடா. பாடர் தோட்டத்துக்காரனுங்களுக்கு திமிரு தாஸ்தி. அதுவும் அந்த ப்ளேடு பாபு ரொம்ப கொய்ப்பெட்த்தவன். அவன அடக்கிட்டா அவுனுங்க வயிக்கி

வருவானுங்க... அவன வெச்சிதாங் கணேச மூர்த்தி எகுர்றான். பாபுக்கு பெரிய தௌலத்துன்னு நெனிப்பு. ஒரு நாள் அவ எங் கைல மாட்டுவாம் பாரு..."

"போலிசுல்லாம் எதுக்கு இருக்கு? நீங்களே எல்லாத்தையும் பாத்துக்குவீங்களா?"

"எவன் தெகிரியமா, ஷ்ட்ராங்கா கீறானோ அவங் கூடதான் போலீசு நிக்கும். அப்டியே போலீசு உனுக்கு சேப்டி தருதுன்னு வெய்யி. எத்தின் நாளுக்கு? அதுவும் நீ போற எட்த்துக்குலாம் வர முடியுமா? உனுக்கு நீதான் சேப்டி பண்ணிக்கணும். நா ஒண்ணியும் சொம்மா சண்ட போட்லடா. நாங்க சண்ட போடாகாட்டி இங்க யாரும் நிம்மதியா இருக்க முடியாது..."

ஜகதாலன் பேசாமல் இருந்தான். அவனால் இந்தக் காரணங்களை ஏற்றுக்கொள்ள முடியவில்லை. குரு விரலசைத்து சர்வரை வரச் சொன்னான். சர்வர் வந்ததும் "சேர்வா கொண்டா" என்றான். சர்வர் வந்ததும் "ஆளுக்கு ரெண்டு பரோட்டா வெய்யி. இன்னொரு ப்ளேட் சாப்ஸ் சொல்லு" என்றான். சர்வர் தலையசைத்துவிட்டுச் சென்றார். சர்வர் குருவுக்குத் தரும் மரியாதையை ஜகதாலனால் நம்ப முடியவில்லை.

"ஜகா, நீ இதப் பத்தியெல்லாங் கவலப்படாத. இதல்லாம் நாங்க பாத்துக்கறோம். நீ கேம பாரு. உங் கைல நல்ல கேம் இருக்குது. உன்னால பகவதிபுரத்துக்கே நல்ல பேரு. அத்த உட்றாத. நீ பாட்டுக்கும் ஆடினே இரு ... உனுக்கு இன்னா எல்ப் வேண்னாலும் நான் செய்யறேன். வரதண்ணனும் ராசண்ணனும்கூட உம் மேல ரொம்ப அக்கறயா குறாங்க. அவன பத்ரமா பாத்துக்கடான்னு எங் கைல அடிக்கடி சொல்லு வாங்க. அவுங்க சொல்லவே வேணாம். நீ எந்தம்பி மாரிடா" என்றான் குரு.

ஜகதாலன் நெகிழ்ந்திருந்தான். தட்டு காலியாகியிருந்தது. அதைப் பார்த்த சர்வர் ஓடி வந்தார். "வேற என்னா சாப்பட்ற?" என்று குரு கேட்டான். ஜகதாலன் வேண்டாம் என்று தலையாட்டினான். "ஒரு தோச சொல்ட்டுமா?" என்றான். ஜகதாலன் மீண்டும் வேண்டாம் என்று தலையாட்டினான். "ங்கோத்தா சாப்புட்றா, வெளாட்ற புள்ள ..." என்று சொல்லிவிட்டு "ரெண்டு முட்ட தோச போடு" என்றான் குரு.

"கத்திய தூக்கணுன்னு எனுக்கு இன்னா ஆசயாடா? உனுக்கு கபடி மாரி எனுக்கு கராத்தே. பெரிய பெரிய டோர்னமெண்டுல்லாம் போய் கப்ப அட்ச்சினு வர்ணுன்னு ஆசடா. நல்லா படிக்கணுன்னு ஆச இரிஞ்ச்சி. என்ன நல்லா

படிக்க வெக்கணுன்னு எங்கப்பனுக்கு ஆச. எங்கம்மா அடிக்கடி சொல்லும். காதர அன்யாயமா கொன்னுட்டாங்கடா. அவ இன்னாடா தப்பு பண்ணான்? காலேஜ் எலெக்ஷன்ல நின்னது தப்பா? கெலிச்சது தப்பா? நீ எனுக்கு தம்பி மாதிரின்னா அவன் எனுக்கு அண்ணம் மாதிரிடா. அவன வெட்னத பாத்துட்டு சொம்மா இருக்க சொல்றியா? அத்தாண்டா வெட்னன். அந்த சுரேஷ 25 வெட்டு வெட்னன்டா. அப்பிடியும் வெறி அடங்கல. அதுக்கப்பறம் எனுக்கு எத்தினி தாட்டி ஸ்கெட்சு போட்ருப்பானுங்கோ? என் உசுர காப்பாத்திக்கணுன்னா தொடர்ந்து வெட்ணுன்னு தெரிஞ்சிது. வெட்டிக்கினே இருக்கேன். இப்ப நம்மள பாத்து அவ அவம் பய்ப்புட்றான். போலீஸ்கொட பம்முது. இதெல்லாம் நான் ஆசப்பட்டு செஞ்சது கடியாது. வெற வழி இல்ல . . . என்ன என்னா பண்ண சொல்ற?”

குருவின் குரல் கரைந்திருந்தது. ஜகதாலன் நெகிழ்ந்து போயிருந்தான்.

சாப்பிட்டுவிட்டு வெளியே வரும்போது கல்லாவில் இருந்தவர் குருவைப் பார்த்துச் சிரித்தார். குரு லுங்கிக்குள் கை விட்டு அரை டிராயரிலிருந்து பணம் எடுக்கப் போனான். “இருக்கட்டுங் குரு” என்றார் அவர். குரு சிரித்துக்கொண்டே நூறு ரூபாயை எடுத்துக் கொடுத்தான். மீதிச் சில்லறையை வாங்கிக்கொண்டு வந்தான். ஓட்டல் வாசலில் உட்கார்ந்திருந்த பிச்சைக்கார மூதாட்டிக்கு இரண்டு ரூபாய் கொடுத்தான்.

திரும்பி வரும்போது ஜகதாலனின் மனம் லேசாக இருந்தது. குரு டியூஷன் பற்றி விசாரித்தான். ஸ்டெல்லா மிஸ் சொன்ன இடத்தைப் பற்றி ஜகதாலன் சொன்னான். “பீஸ் பத்தி நீ கவலப்படாதடா. ராசண்ணன் கட்றேன்னு சொல்ட்டாரு” என்றான்.

வீட்டுக்குள் நுழைந்ததும் “என்னடா லேட்டு” என்று அப்பா கேட்டார். “சோற் துண்ட்டு எங்கியாச்சும் போக வேண்டித்தானே?” என்று அம்மா கேட்டார். “துண்ட்டம்மா” என்றான். “குருவோட ஓட்லுக்கு போனேன்” என்றான்.

“குருகூட ரொம்ப சேராதடா” என்றார் அம்மா.

“எல்லா எங்குளுக்கு தெரியும். நீ வாய மூடிக்கினு இரு” என்றான் ஜகதாலன்.

“உனுக்கு மயிற தெரியும். ஓர் நாள் அடி வாய்ங்க்கினு வந்து நின்னா தெரியும்” என்று சொல்லிவிட்டுத் தூங்கச் சென்றார் அம்மா.

29

மதியம் சாப்பிட்டுவிட்டுத் தூங்கிய முத்து மாலையில் எழுந்து வெளியே போனான். போனவன் சீக்கிரமே வந்துவிட்டான். இன்னிக்கி எத்தன மணிக்கு ஷிப்டு என்று பார்வதி கேட்டதற்கு, "வேலைக்குப் போவல" என்றான். "வெட்டு, குத்துன்னு இருக்குது. நைட்ல வெலீல போறது சேப்டி இல்ல. நாலிக்கி போய்க்கலாம்" என்றான். "காலீல ஒரு வேல கிது. சீக்ரம் ஏந்துக்கணும்" என்றான்.

"என்ன வேல?" என்றாள் பார்வதி.

"அசோக் நகர்ல ஒரு வூட்ல காம்பவுண்டு சொவுரு போட்ற வேல" என்றான்.

"உங்களுக்கு எல்லா வேலயும் தெரியுமா?"

"மேஸ்திரி சொல்றத செய்யபோறோம். இதுல இன்னா இருக்குது?" என்றான்.

உறை வாங்கிவந்திருந்ததால் குடிப்பது மட்டும் நிற்கவில்லை.

பார்வதி சீக்கிரமே படுத்துவிட்டாள்.

காலையில் ஜன்னல் வழியே வெளியே பார்த்துச் சூழலில் ஏதாவது மாற்றம் ஏற்பட்டிருக்கிறதா என்று கவனித்துக்கொண்டாள். நேற்று இருந்ததைவிட இன்று நடமாட்டம் அதிகம் இருந்தது. குடத்தை எடுத்துக்கொண்டு போனாள்.

கிணற்றடியில் அதிகம் பேர் இருந்தார்கள். வழக்கம்போல இல்லாவிட்டாலும் அவ்வப்போது

பேசிக்கொள்ளத்தான் செய்தார்கள். பார்டர் தோட்டத்தில் நடந்த கொலைக்கு அவர்கள் பழிவாங்கிவிட்டார்களா என்பதைத் தெரிந்துகொள்ளப் பார்வதிக்கு ஆவலாக இருந்தது. ஆனால் யாரிடமும் கேட்கத் தயக்கமாக இருந்தது.

வீடு திரும்பும்போது குருவின் தலைமையில் வழக்கமான இடத்தில் மாஞ்சா குழு வேலை செய்துகொண்டிருந்தது. குரு மிகவும் சிரத்தையோடு வேலைகளை மேற்பார்வை பார்த்துக்கொண்டிருந்தான். இவளைப் பார்த்ததும் அரைப் புன்னகை அவன் முகத்தில் தோன்றியது. பார்வதி அதைப் பார்க்காததுபோல வந்துவிட்டாள். ஏனோ அவனைப் பார்க்கும்போது படபடப்பாக இருந்தது. அவன் பார்வை ஊடுருவும் பார்வையாக இருந்தது. அவன் கண்களை நேருக்கு நேர் சந்திக்க அவளால் முடியவில்லை. அவன்தான் ஒருவனைக் கழுத்தை அறுத்துக் கொலை செய்தவன் என்பதை அவளால் மறக்க முடியவில்லை. மனதில் கசப்பு மண்டியது.

30

ராசுக்குட்டி இஸ்மாயிலிடம் ஒரு வேலை சொல்லியிருந்தார். கொஞ்சம் ஆபத்தான வேலை அது. பேசின் பிரிட்ஜில் ஒருவரைப் பார்த்து 'பொட்டலம்' வாங்கிவர வேண்டிய வேலை. ராசுக்குட்டிக்கு உறை சாராயத்தைவிடவும் 'பொட்டல' வியாபாரத்தில்தான் ஆர்வம். அதில்தான் அதிக வருமானம். அதுவும் அவர் வியாபாரம் செய்யும் பொட்டலம் மிகவும் விலை மதிப்புள்ள சரக்கைக் கொண்டது.

ராசுக்குட்டி தன்னுடைய வண்டியைக் கொடுத்து அனுப்பியிருந்தார். பேசின் பிரிட்ஜில் ரயில்வே தண்டவாளத்தை ஒட்டியுள்ள தெருவில் சாலை ஓரத்தில் ஒரு மரம். அந்த மரத்துக்கு அருகில் பைக்கை நிறுத்திய இஸ்மாயில் மரத்துக்குப் பின்புறம் உள்ள சிறிய பாதையில் நடந்து சென்றான். தண்டவாளத்தை நோக்கி இறங்கிய அந்தப் பாதையில் கீழே சென்றதும் தண்டவாளத்தின் மீது நடந்தான். கொஞ்ச தூரம் போனதும் இடது புறம் ஒரு சிறிய புதர் இருந்தது. அந்தப் புதர் அருகே சென்று சிறுநீர் கழிப்பவன்போல நின்றபடி லேசாக விசில் அடித்தான். பிறகு புதருக்கு அந்தப் பக்கம் வந்து வேறொரு சிறிய பாதையைப் பிடித்து மேலே ஏறினான். அங்கே சாலையோரத்தில் செருப்புத் தைப்பவர் ஒருவர் கடை போட்டிருந்தார். இஸ்மாயில் அங்கே சென்று தன் ஷூவைக் கழற்றிக் கொடுத்தான். அவர் அதன் அடிப்புறத்தைப் பிரித்தார். ஷூவின்

பக்கவாட்டில் பாலித்தீன் உறை ஒன்றை வைத்து ஷூவை மறுபடியும் பழையபடி தைத்தார். குனிந்த தலை நிமிராமல் வேலை செய்துகொண்டிருந்தார். இஸ்மாயில் சிகரெட்டைப் பற்றவைத்தபடி தெருவை வேடிக்கை பார்த்துக்கொண்டிருந்தான். வேலை முடிந்ததும் சில்லறை கொடுத்துவிட்டு இஸ்மாயில் கிளம்பினான். கிளம்பும்போது பெரியவர் அவனை நிமிர்ந்து பார்த்து லேசாகச் சிரித்தார். இஸ்மாயிலும் புன்னகையைப் பதிலாகத் தந்துவிட்டுக் கிளம்பினான்.

கீழ்ப்பாக்கத்தைத் தாண்டும்போது ஒரு பெரியவர் லிஃப்ட் கேட்டார். இஸ்மாயில் ஏற்றிக்கொண்டான். அவர் நுங்கம்பாக்கத்தில் லயோலா கல்லூரிக்குப் பக்கத்தில் போக வேண்டும் என்றார். போகும் வழிதான் என்பதால் இஸ்மாயில் ஏற்றிக்கொண்டான். நுங்கம்பாக்கம் சென்றதும் ஒரு சிறிய திருப்பத்தில் விட்டுவிட முடியுமா என்று கேட்டார் பெரியவர். இஸ்மாயில் ஒப்புக்கொண்டான். ஆளரவமற்ற அந்தச் சந்தில் அவரை இறக்கிவிட்டுத் திரும்பியதும் அவன் முகத்தில் ஏதோ ஒன்று படர்ந்தது. தடுமாறிய இஸ்மாயில் முகத்தில் விழுந்த துணியை விலக்கிச் சுதாரிப்பதற்குள் பைக்கின் சக்கரங்களுக்கு இடையே வீசப்பட்ட கட்டை, வண்டியைக் கவிழ்த்துவிட்டது. தன்னைத் தாக்கியது யாரென்றுகூடத் தெரியாமல் இஸ்மாயில் சரிந்து விழுந்தான்.

போதைப் பொருள் வியாபாரத்தில் ஏற்பட்ட தகராறில் இஸ்மாயில் கொல்லப்பட்டான் என்று போலீஸ் எஃப்.ஐ.ஆர். பதிவு செய்தது. பேசின் பிரிட்ஜில் செருப்புக் கடை வைத்திருக்கும் பெரியவர் கைது செய்யப்பட்டார். அவர் கைகாட்டியதன் பேரில் பெரம்பூரில் உள்ள இரண்டு இளைஞர்கள் கைது செய்யப்பட்டார்கள்.

31

ராசுக்குட்டியும் வரதராசனும் அமைதியாக உட்கார்ந்திருந்தார்கள். அவர்கள் உள்ளம் குமுறிக் கொண்டிருந்தது. குறிப்பாக ராசுக்குட்டியால் இஸ்மாயிலின் இழப்பைத் தாங்கிக்கொள்ள முடியவில்லை.

"மாணிக்கத்த போட்டா அடங்குவாங்கன்னு நெனச்சோம். அவங்க அடங்கறா மாதிரி தெரியலயே ..." என்றார் வரதன்.

ராசுக்குட்டி ஒன்றும் பேசவில்லை. கையில் இருந்த சிகரெட்டைப் பக்கத்தில் இருந்த கட்டையில் நசுக்கிக் கீழே போட்டார். நெடு நேரம் பேசாமல் இருந்தார். தொண்டையைச் செருமிக்கொண்டார். பிறகு மெதுவாகப் பேச ஆரம்பித்தார்.

"இந்த மொற பெருசா செய்யணும் வரதா" என்றார்.

வரதராசன் தலையாட்டினார். ஒரு உறை உள்ளே போனது.

"ஒரு விசியம் நடந்துகுது வரதா" என்றார் ராசு. "க்ரைம் ப்ராஞ்ச் ஏ.சி. மாறிட்டுகுறான். இவன் கணேசுக்கு க்ளோசு. பாபுக்கும் வேண்டியவன். சின்ன வயசுல அவங் கைல நெறய வாங்கியிருக்கான். இப்ப திருப்பி குடுக்க ரெடியா குறான் . . ."

"இருக்கட்டும். நாம பாக்காத போலீசா?"

"அது சரி . . ."

"கைங்கள உட்ரு ராசு. தலைங்கள போடு" என்றார் வரதன்.

ராசுக்குட்டி தலையாட்டினார்.

"மாஞ்சா குருவ வர சொல்லு" என்றார்.

32

குருவிடம் பழைய உற்சாகம் இல்லை. இஸ்மாயிலின் இழப்பு அவனை ஆட்டிவிட்டது. அன்றிரவே பார்டர் தோட்டத்தில் பத்துப் பேரை வெட்டும் ஆவேசம் அவனுள் எழுந்தது. அடிபட்ட புலிபோல் அமைதியிழந்தான். ஆனால் அவசரப்பட்டால் காரியம் கெட்டுவிடும் என்று பொறுமையாக இருந்தான். காதருக்காகக் கத்தியைத் தூக்க ஆரம்பித்தது நினைவுக்கு வந்தது. ஒருவேளை பேசாமல் இருந்திருந்தால் இஸ்மாயில் பிழைத்திருப்பானோ என்று நினைத்தான். இஸ்மாயிலைக் கொன்றது பார்டர் தோட்டத்து ஆட்கள். காதருக்கும் இதற்கும் சம்பந்தம் கிடையாது. ஆனால் காதர் கொலைக்குப் பழிவாங்கும்போது தானே தானும் இஸ்மாயிலும் கத்தியைத் தூக்கினோம் என்பது குருவுக்கு மறக்கவில்லை.

குரு தண்டால் எடுத்துக்கொண்டே இருந்தான். 150ஐத் தாண்டியிருக்கும். மனம் குமுறிக்கொண்டிருந்தது. கத்தியைத் தூக்கியிருக்காவிட்டால் மட்டும் மற்றவர்கள் சும்மா விட்டிருப்பார்களா? காதர் தேர்தல்லதானே நின்னான்? சண்ட போடவா போனான்? படிக்கதானே போனான்? நரம்புகள் புடைக்க குரு எழுந்து நின்றான். மூச்சு சீறிக் கொண்டிருந்தது. வலது கையைத் தலைக்கு மேலே உயர்த்தி வலது காலால் உள்ளங்கையை அறைந்தான். சுளீர் எனச் சத்தம் வந்தது. கையையும் காலையும் மாற்றி அதையே சில நிமிடங்கள் செய்துகொண்டிருந்தான்.

வரதண்ணன் கூப்பிடுவார் என்று காத்திருந்தான். இப்போதே பார்டர் தோட்டத்தில் நாலு பேரை வெட்டிச் சாய்த்துவிட முடியும்.

ஆனால் வரதண்ணன் சொல்லாமல் எதுவும் செய்யக் கூடாது. அதுவும் இந்த முறை பெரிதாகச் செய்ய வேண்டும். அதற்கு ஆத்திரப்பட்டால் நடக்காது.

இரண்டு நாட்களாக கராத்தே வகுப்புக்குப் போகவில்லை. ஆனால் மைதானத்தில் பைத்தியம் பிடித்தாற்போல் பயிற்சி செய்தான். இஸ்மாயிலின் சிரித்த முகம் அவன் நினைவில் நீங்காமல் தொந்தரவு செய்துகொண்டிருந்தது. மனக் கொதிப்பின் உச்சத்தில் ஜாபர்கான்பேட்டை சாவித்திரியின் நினைவு வந்தது. அவள் வீட்டுக்குப் போனான்.

"இன்னாபா ரொம்ப நாளா காணோம்?" என்றாள் சாவித்திரி. குருவைப் பார்த்ததும் அவள் கண்களில் பிரகாசம் கூடியது. அவள் கணவன் வேலைக்குப் போயிருந்தான். இந்த நேரத்தில் அவன் இருக்க மாட்டான் என்று குருவுக்குத் தெரியும். "இஸ்மாயில வெட்டிட்டாங்களாமே?" என்றாள். குரு ஒன்றும் பேசவில்லை. அவன் கோபமாக இருக்கும்போது அதிகம் பேச மாட்டான் என்று சாவித்திரிக்குத் தெரியும். அவனது கட்டுடலைப் பார்த்து பிரமித்தபடியே கறிக் குழம்பு செய்தாள். அவளோடு மூர்க்கமாய்க் கூடிய பிறகு நன்றாகச் சாப்பிட்டான். அவன் கிளம்பும்போது, "கொஞ்சம் ரெஸ்ட் எட்த்துட்டு போப்பா" என்றாள். "இப்ப தூங்கினா உம் புருசன் வர்ர வரைக்கும் ஏந்துக்க மாட்டேன், பரவாயில்லயா?" என்றான். சாவித்திரி அவன் கன்னத்தில் இடித்தாள். குரு கிளம்பினான்.

நேராக வீட்டுக்குப் போய்க் குளித்தான். "எங்கடா போய்ட்டு வர?" என்று அம்மா கேட்டார். ஒன்றும் பேசாமல் கிளம்பினான். "சாப்ட்டு போடா" என்றார். "துண்ட்டேன்" என்றவன், "ராத்ரி சாப்ட்டுக்கறேன்" என்றான்.

"கோயில் வியாக்கு காசு கேட்டுட்டு போனாங்கடா" என்றாள்.

"நூற் ரூபா குடு" என்றவன், "முத்துவும் கமிட்டில குறான். அனா அவங் கைல குடுக்காத. செண்பகம் அக்கா புருசன் கைல குட்த்து ரசீது வாய்ங்க்க" என்றான்.

"சீக்கிரம் வாடா, வெட்டு குத்துன்னு இருக்குது ..." என்றார் அம்மா.

"வூட்ல இருந்தா மட்டும் வெட்ட மாட்டாங்களா?" என்றான் குரு. "என்ன வெட்றதுக்கு இனிமே ஓர்த்தன் பொறந்துதான் வர்ணும்" என்றான்.

லுங்கியைக் கழற்றிவிட்டு பேண்ட் அணிந்து கொண்டான். கையில் நுங்சாக் எடுத்துக்கொண்டான். கீழே இறங்கும்போது பன்றி வெட்டுபவர் வீட்டில் ஒரு நிமிடம் நின்றான். உள்ளே போனான். லேசாகக் குரல் கொடுத்தான். உள்ளேயிருந்து ஒருவர் வந்தார். இவனைப் பார்த்துச் சிரித்தார். அவருடன் உள்ளே சென்றான்.

உள் அறைக்குள் நிழைந்ததும் கதவைச் சாத்தினார். சகிக்க முடியாத நாற்றம் அங்கு பரவியிருந்தது. மேசை மீது பன்றியின் உடல் கிடத்தப்பட்டிருந்தது. சிறிய கைப்பிடி கொண்ட வித்தியாசமான அரிவாளால் அவர் அதை வெட்டினார். வெட்டினார் என்று சொல்ல முடியாது. பன்றியின் உடலில் சில இடங்களில் அழுத்தமாகவும் வேகமாகவும் கோடுகள் போட்டார். பிறகு கத்தியைத் தள்ளிவைத்துவிட்டுப் பன்றியின் உடலைக் கையால் பிரித்தார். அவர் பிரிக்கப் பிரிக்க ஏதோ கட்டி வைத்திருந்த பொருள்களைப் பிரிப்பதுபோல் பன்றியின் உடல் பல துண்டுகளாகப் பிரிந்தது. அவற்றைப் பக்கத்திலிருந்த தண்ணீர்த் தொட்டியில் போட்டார். குரு எல்லாவற்றையும் உன்னிப்பாகப் பார்த்துக்கொண்டிருந்தான். அந்தக் கத்தியை எடுத்துப் பார்த்தான். விளிம்பு மிகவும் கூராக இருந்தது. பயிற்சி செய்து காய்ப்புக் காய்த்த விரல்களால் அந்தக் கூரான விளிம்பைத் தடவினான். அந்த ஸ்பரிசம் அவனுக்குச் சிலிர்ப்பைத் தந்தது. உடலில் முறுக்கேறியது. கத்தியை வைத்துவிட்டுக் கிளம்பினான். அவர் மலர்ச்சியாகச் சிரித்து விடைகொடுத்தார்.

வெளியே வரும்போது பார்வதியும் செண்பகமும் நடந்து போய்க்கொண்டிருப்பதைப் பார்த்தான். செண்பகம் அவனைப் பார்த்துச் சிரித்தாள். குரு மெல்லப் புன்னகைத்தான். பார்வதி அவனைப் பார்த்துவிட்டுத் தலையைத் தாழ்த்திக்கொண்டாள். குருவால் அவளைப் பார்க்காமல் இருக்க முடியவில்லை. முத்துவை நினைத்துப் பொறாமையாக இருந்தது.

தெருவில் ஆங்காங்கே தண்ணீர் தேங்கியிருந்தது. ஓரிரு நாய்கள் கட்டிடச் சுவரை ஒட்டிப் படுத்திருந்தன. ஒரு கட்டிடத்தின் பக்கவாட்டுச் சுவரில் சில பையன்கள் கோலி விளையாடிக்கொண்டிருந்தார்கள். குருவின் சைக்கிளைப் பார்த்ததும் அவசர அவசரமாகக் கோலிகளைப் போட்டுவிட்டு ஓடினார்கள். குரு அவர்களைக் கவனிக்காமல் விரைந்தான். டீக்கடையில் நின்றிருந்த ஜகதாலனும் அவன் நண்பர்களும் இவனைப் பார்த்துச் சிரித்தார்கள். அவர்களுக்குப் பொதுவாகக் கையைக் காட்டிவிட்டு விரைந்தான். கோவிலில் மணி அடிக்கும்

சத்தம் கேட்டுக்கொண்டிருந்தது. கிறிஸ்தவ தேவாலயத்திலிருந்து வந்து பாடல்கள் சொல்லிக்கொடுக்கும் தேவசகாயம் எதிரில் சைக்கிளில் நிதானமாக எதிரில் வந்துகொண்டிருந்தார். அவருக்கு வழி விட்டுச் சற்றே வேகத்தைக் குறைத்த குரு அவர் தாண்டியதும் மீண்டும் வேகம் எடுத்தான்.

மைதானத்திற்குச் சென்று சட்டையைக் கழற்றிவிட்டு பாரில் கை வைத்ததும்தான் அவன் வேகம் அடங்கியது. பாரில் பயிற்சி முடித்ததும் நுங்சாக் பயிற்சியைத் தொடங்கினான். நுங்சாக் மேலும் கீழும் போய்வருவது தெரியாத அளவுக்கு வேகம் இருந்தது. அப்போது வரதராசனின் கடையில் வேலை செய்யும் ஒருவன் வந்தான். குரு சட்டையைப் போட்டுக்கொண்டு கிளம்பினான்.

33

காலை நேரத்து வேலைகளை முடித்துவிட்டுச் சமையலறைக்குள் நுழைந்தபோது அங்கே புதிதாக ஒரு பொருள் இருப்பதைப் பார்த்தாள் பார்வதி. மிக்ஸி. பார்த்ததும் மனதில் சிறு உற்சாகம் எழுந்தது. அம்மிக் கல்லில் அரைக்கும் கஷ்டத்துக்கு ஒரு முடிவு பிறக்கும் என்று தோன்றியது. மிக்ஸியை ஆசையோடு நெருங்கிப் பார்த்தபோது அது சற்றே பழையதாக இருப்பது தெரிந்தது.

அத்தையிடம், "மிக்ஸி ஏது?" என்றாள்.

"ஏதுன்னா? உம் புருசந்தான் வாய்ங்க்கினு வந்தான்" என்றார் அத்தை.

"பழசா இருக்கே?"

"பயசுதான். அவன் பேக்ட்ரி பக்கத்துல பயய சாமானெல்லாம் ஏலத்துக்கு வரும். ரொம்ப சீப்பா கெடைக்கும். அங்கதான் வாங்கின் வந்துருக்கான்."

"ராத்திரியா ஏலம் உடுவாங்க?"

அத்தைக்குக் கோபம் வந்துவிட்டது. "நீ இன்னா போலீஸ் மாதிரி கிராஸ் பண்ணினே கீற? பேக்ட்ரில நைட் சிப்டுன்னா பேக்ட்ரி வாசல்ல விடிகாத்தால கட போடுவானுங்கோ. சம்பளம் வர சொல்ல இந்த மாரி கட போடுவாங்கன்னு நீ கேள்விப்பட்டதில்லையா?"

"ஆங் . . . கேள்விப்பட்ருக்கேன் . . . அது சரி, இவருக்கு சம்பளம் வந்துருச்சா?" என்றாள்.

“இல்ல. இது போன வாரமே வாங்கினது. ஐநூற் ரூபா கொணாந்தான்ல? அப்ப வாங்கி வெச்சது. இன்னிக்கிதான் கொண்டுவரான்” என்றார் அத்தை. சொல்லிவிட்டு பாத்ரூம் போய்விட்டார்.

போன வாரம் ஒரு நாள் முத்து ஐந்து நூறு ரூபாய் நோட்டுகளைக் கொண்டுவந்து தந்தது நினைவுக்கு வந்தது. அவை மிகவும் கசங்கியிருந்ததும் நினைவுக்கு வந்தது. மிக்ஸியைக் கழுவி அதில் சட்னி அரைக்க ஆயத்தமானாள் பார்வதி.

மிக்ஸி பயங்கரமாகச் சத்தம் எழுப்பியது என்றாலும் ஒழுங்காக வேலை செய்தது.

34

ஜகதாலன் ஒழுங்காக டியூஷன் போய்க் கொண்டிருந்தான். அது அவ்வளவு எளிய காரியமாக இல்லை. காலையில் தண்ணீர் பிடித்துக்கொண்டு வருவது, மாலையில் கபடி ஆடுவது இந்த இரண்டைத் தவிர அவனுக்கு அன்றாட வேலை என்று எதுவும் கிடையாது. ஆனாலும் தினமும் டியூஷன் போவது மிகவும் கடினமான காரியமாக இருந்தது. புத்தகத்தைக் கையில் எடுக்கும்போது வெறுப்பு வந்தது. டீச்சர் சொல்லித் தரும்போது அடுக்கடுக்காகக் கொட்டாவி வந்தது. ஆனாலும் பரீட்சையில் தேறியே ஆக வேண்டும் என்ற வெறி அவனை எப்படியோ டியூஷனுக்குப் போகவைத்தது.

35 மதிப்பெண் வாங்கித் தேறினால் போதும் என்பதுதான் தன்னுடைய குறிக்கோள் என்று டீச்சரிடம் தெளிவாகச் சொல்லிவிட்டான். ஆனால், டீச்சர் மிகவும் ஈடுபாட்டோடு சொல்லிக்கொடுத்தது அவனுக்குச் சங்கடமாக இருந்தது. கபடி பற்றியும் கபடியின் மூலம் வேலை பெறுவது பற்றியும் சொன்னான்.

35 மதிப்பெண் என்னும் குறைந்தபட்ச இலக்குடன் சொல்லித்தருவதில் பழக்கமில்லாத டீச்சருக்கு அவன் சொன்னது எரிச்சலைத் தந்தது. செண்பகம் பரிந்துரை என்பதால் எரிச்சலை அடக்கிக்கொண்டு அவளிடமே பேசினார். “படிப்புல அக்கறையே இல்லாதவனுக்கு நான் ஏன் சொல்லித்தரணும்?” என்று கேட்டார். செண்பகம் அவனைப் பற்றியும் அவன் குடும்பத்தைப் பற்றியும்

அவன் திறமையைப் பற்றியும் எடுத்துச் சொன்னாள். "ஊருக்கே அவனால பெரும. அவுனுக்கு எப்பிடியாவது எல்ப் பண்ணுங்க டீச்சர்" என்று செண்பகம் கெஞ்சிய பிறகு டீச்சரால் தட்ட முடியவில்லை. பரீட்சையை மனதில் கொண்டு பாடம் எடுக்க ஆரம்பித்தார்.

முக்கியமான கேள்விகள், அவற்றுக்கான பதில்கள் என்று பாடம் நடத்த ஆரம்பித்தார். ஆனால் கேள்வி – பதில் என்று படிக்கும்போது ஜகதாலன் தலையைப் பிய்த்துக்கொள்வதுபோல உட்கார்ந்திருப்பதைக் கவனித்த டீச்சருக்குக் கோபம் வந்தது. செண்பகத்தின் முகத்துக்காகவும் ஜெகதாலனின் திறமைக்காகவும் அதைப் பொறுத்துக்கொண்டார். சொல்லிக் கொடுக்கும் பாணியை மாற்றினார்.

ஒரு பாடத்தைத் தொடங்கும்போது அதைப் பற்றிச் சிறிது நேரம் பேசுவார். கதைகள், நடைமுறை உதாரணங்கள் எல்லாம் கொடுத்து அந்தப் பாடம் எதைப் பற்றியது என்று விளக்குவார். தான் சொன்னதிலிருந்தே சில கேள்விகள் கேட்பார். ஜகதாலன் பாதி பதிலைச் சொல்வான். டீச்சர் மறுபடியும் விளக்குவார். அதன் பிறகு முக்கியமான கேள்வி, பதில்களைப் புத்தகத்திலிருந்து குறித்துக் கொடுத்து எழுதச் சொல்லுவார். எழுதியதைப் படித்துக் கொண்டு வரச் சொல்லுவார். இப்படி ஒவ்வொரு பாடத்தையும் எடுக்க மூன்று நான்கு நாட்கள் ஆகும்.

ஜகதாலனுக்கு முதலில் இதெல்லாம் பெரிய தலைவலியாக இருந்தன. ஆனால் டீச்சர் பேசும் விதம் அவனுக்குப் பிடித்து விட்டது. அந்தப் பேச்சு புரியவும் செய்தது. பாடம் என்பது அவ்வளவு கஷ்டமான விஷயம் அல்ல என்று அவன் மனம் நினைக்க ஆரம்பித்தது. 'நீர்வாழ் உயிரினங்கள்' பற்றி ஸ்டெல்லா மிஸ் சொல்லிக் கொடுத்தபோது கடலுக்குள் போய்விட்டு வந்த உணர்வு ஏற்பட்டது. அந்த நிமிடத்திலிருந்து படிப்பு அவனுக்கு நெருக்கமாயிற்று.

படிப்பு என்பது பெரிய விஷயம் அல்ல என்பதை அவனுக்கு உணரவைக்க டீச்சர் முயன்றார். "ஒரு விஷயம் உனக்குப் புரிஞ்சா போதும். அப்புறம் அது பத்தி நீ பேசலாம், எழுதலாம். ஒண்ணும் பிரச்ன இல்ல" என்றார்.

ஜகதாலன் குழப்பமாகப் பார்த்தான்.

சுற்றுமுற்றும் பார்த்த டீச்சர், சுவரில் தொங்கும் மின்சார பல்பைக் காட்டி, "இந்த பல்பு எப்படி எரியுது?" என்று கேட்டார்.

"சுச்சு போட்டா எரீது . . ." என்றான்.

"அங்க ஸ்விட்ச் போட்டா இங்க எப்படி எரியுது?"

"சுச்சுலேந்து கரண்டு பாஸாயி பல்புக்கு வருது . . ."

"கரண்டு எப்டி பாஸ் ஆகுது?"

"ஓயர் வயியா வர்து. இங்கேர்ந்து அங்கவெரிக்கும் ஓயர் ஓட்துல்ல?"

"கரெக்ட். ஸ்விட்சுக்கு எப்படி கரெண்ட் வருது?"

ஜெகதாலன் அதையும் விளக்கினான்.

"இப்ப சொன்னதையெல்லாம் ஸ்டெப் பை ஸ்டெப்பா சொல்லு பாக்கலாம் . . ."

ஜெகதாலன் சொன்னான்.

"இதே மாதிரிதான் பாடமும். உனக்கு ஒரு விஷயம் புரிஞ்சா அதை உன்னால சொல்ல முடியும்" என்றார்

ஜகதாலன் தன் மண்டைக்குள் பல்ப் எரிவதைப் போல உணர்ந்தான்.

நாளாக நாளாக ஜகதாலனுக்குக் கொஞ்சம் கொஞ்சமாய்ப் பாடங்கள் சம்பந்தமான பயம் விலக ஆரம்பித்தது. பாடம் என்பது இவ்வளவுதானா என்றுகூடத் தோன்ற ஆரம்பித்தது. புத்தகத்தைப் பார்க்கும்போது வரும் வெறுப்பு இப்போது வரவில்லை. இந்த டீச்சரைப் போன வருடமே பார்க்காமல் போய்விட்டோமே என்று வருத்தப்பட்டான்.

கேள்விகளின் புதிர்கள் விலகின. எப்படி எழுதுவது என்றும் தெரிந்தது. ஆனால் ஒரே ஒரு பிரச்சினை. பாதிப் பாடங்களைக்கூடத் தாண்ட முடியவில்லை. ஜகதாலனுக்கு அடிப்படை சரியாக இல்லாததால் ஒவ்வொரு பாடத்துக்கும் அதிக நேரம் பிடித்தது. இப்படியே போனால் அக்டோபரில்தான் நம்பிக்கையோடு எழுத முடியும். டீச்சருக்கு அது தெரியும் என்றாலும் அவன் ஏப்ரலில் கட்டாயம் எழுத வேண்டும் என்றார். "ஃபெயில் ஆனாலும் பரவாயில்லை. கொஸ்டின் பேப்பரைப் பார்த்து வேகமா எழுதற பிராக்டிஸ் இருக்கணும். இப்ப பாதி கொஸ்டின் பேப்பருக்குதான் நீ ஆன்ஸர் பண்ணுவ. ஆனா அப்டி எழுதினாதான் பிராக்டிஸ் கிடைக்கும். ஃபெயிலாறத பத்திக் கவலப்படாம எழுது" என்றார் டீச்சர்.

ஜகதாலனின் அப்பாவை ஒரு முறை வரச் சொல்லி அவரிடமும் சொல்லி அனுப்பினார். ஏப்ரலில் தேற வழியில்லை என்பது ஜகதாலனுக்கு ஏமாற்றம் தந்தாலும் அக்டோபரில்

தேறிவிடலாம் என்ற எண்ணம் புதிய தெம்பைக் கொடுத்தது. டீச்சரைப் பார்த்துவிட்டுச் சென்ற ஜகதாலன் அப்பாவிடம் புதிய உற்சாகம் தெரிந்தது. தன் மகனும் உருப்படுவான் என்று அவருக்குத் தோன்றியது. தன் வீட்டிலிருந்தும் ஒருவன் 'கவுர்மெண்டு' வேலைக்குப் போவான் என்ற எண்ணம் பரவசம் தந்தது.

படிப்பில் ஆர்வம் தொற்றிக்கொண்டாலும் ஜகதாலனின் மனதில் பார்டர் தோட்டத்துக்கும் பகவதிபுரத்துக்கும் இடையில் நடக்கும் சண்டை பற்றிய கவலையும் இருந்தது. கொஞ்ச நாள் அமைதியாக இருந்த இந்த இரண்டு ஊர்களும் மீண்டும் வெட்டிக்கொள்ள ஆரம்பித்துவிட்டதைக் கண்டு வருந்தினான். வரதண்ணன் கடையில் வேலை பார்க்கும் ஒருவனைக் கண்டதுண்டமாக வெட்டியிருக்கிறார்கள் என்பதைக் கேள்விப்பட்டபோதே அவனுக்குப் பகீரென்றது. பதிலுக்கு பார்டர் தோட்டத்து மாணிக்கத்தைக் கழுத்தை அறுத்துக் கொன்றது பற்றிக் கபடி அணியில் இருப்பவர்கள்கூட பெருமையாகப் பேசிக்கொண்டபோது ஜகதாலனுக்கு வெறுப்பாக இருந்தது. கழுத்தை அறுப்பதில் என்ன பெருமை என்று நினைத்தான். ஓட்டலில் சாப்பிடும்போது குரு பேசியதைக் கேட்டபோது அவன் சொல்வதும் நியாயம்தான் என்று தோன்றியது. ஆனால் அடுத்தடுத்துப் பிணங்கள் விழுவதைப் பார்த்ததும் ஜெகதாலனின் மனம் பதறியது. காதரைக் கொன்றது தப்புதான். ஆனால் அதற்குப் பழிவாங்கப்போய் ஒரு கொலையோடு நிறுத்த முடியவில்லையே என்று நினைத்துக்கொண்டான். இப்போதுகூட ஒரு கொலைக்குப் பழிவாங்க மாணிக்கத்தை இவர்கள் கொன்றார்கள். அதற்கு பதிலாக இஸ்மாயிலை அவர்கள் கொன்றுவிட்டார்கள். இந்த முறை குரு இன்னும் பெரிதாகச் செய்வான். இதற்கு முடிவே இருக்காது. பழிவாங்குவதை நிறுத்த வேண்டும். இரு ஊர்களுக்கும் இடையே நடக்கும் வியாபாரப் போட்டியை நிறுத்த வேண்டும். சட்ட விரோத வியாபாரத்தை நிறுத்த வேண்டும். இதெல்லாம் நிற்காமல் கொலைகள் விழுவது நிற்காது என்று ஜகதாலன் நினைத்தான்.

ஆனால் இதெல்லாம் நிற்கவே நிற்காது என்பதும் அவனுக்குத் தெளிவாகத் தெரிந்தது. இந்தக் கொலைகார ஊரிலிருந்து எப்படியாவது வெளியேற வேண்டும் என்று நினைத்தான். குரு செய்வது பிடிக்கவில்லை. ஆனால் அவனைப் பார்க்கும்போது எதுவும் பேச முடியவில்லை. அவ்வளவு பாசமாகப் பழகுகிறான். வேண்டியவர்கள் மீது மட்டும் பாசம் காட்டிவிட்டு வேண்டாதவர்களை வெட்டுவது என்ன நியாயம் என்று ஜெகதாலன் நினைத்துக்கொண்டான்.

யாரிடமும் இதுபற்றிப் பேசக் கூடாது என்று முடிவு கட்டினான். தன்னுடன் கபடி ஆடுபவர்களே கொலைக்குக் கொலை என்று பேசுவதைக் கேட்டு மனம் கசந்தது. சீக்கிரம் படிக்க வேண்டும். நல்ல வேலைக்குப் போக வேண்டும். இந்த வீட்டை வாடகைக்கு விட்டுவிட்டு, நுங்கம்பாக்கம், எழும்பூர் என்று எங்கேயாவது போய்விட வேண்டும் என்று முடிவு செய்தான். இன்னும் கொஞ்ச நாள் இருந்தால் தன் தம்பியும் கத்தியைத் தூக்கிக்கொண்டு குரு பின்னால் ஓடுவான் என்று நினைத்து பயந்தான்.

○

"நீ எப்டி மாமா?" என்று ஜகதாலன் தன் வீட்டுக்கு வந்திருந்த மாமாவிடம் கேட்டான்.

"ரொம்ப முக்கியம்" என்று ஜகதாலனின் அம்மா அலுத்துக்கொண்டார்.

"நீ சொம்மா கட" என்ற ஜகதாலன் மாமாவின் முகத்தை ஆர்வமாகப் பார்த்தான்.

மாமா சிரித்துக்கொண்டே சட்டையைக் காலர் பக்கம் கீழே இறக்கினார். தோள்பட்டைக்குக் கீழே கனத்த தழும்பு ஒன்று ஓடியது. அரை அடி நீளம் இருக்கும். ஜகதாலனுக்கு அதைப் பார்க்கும்போது முதுகுத் தண்டு சில்லிட்டது. "வெட்ட சொல்லோ நவுந்துட்டேன். இல்லாட்டி கயுத்து தனியா போயிட்ருக்கும். டொம்மிகுப்பம் ரவின்னு கேள்விப்பட்ருப்பியே? அவந்தான் வெட்னான். அவங் குறி தவறனதே கடியாது. நான் நேக்கா நவுந்துட்டேன். பொருலு முதுகுல வீந்திட்ச்சி. உயிரே பூட்ச்சின்னு நெனச்சேன். ஏதோ வேகத்துல ஓங்கி ஒண்ணு போட்டேன். அவங் கை தனியா போய் வீந்துது. அவங் கூட வந்தவன் என்ன தொர்த்தறான். உசுர கைல புட்ச்சிகினு ஓடியாந்தேன்."

"அதுக்கப்பறம் என்ன ஆச்சு?"

"சரவணன்னு அங்க ஒரு அண்ணன் குறாரு. எப்டியோ பஸ்ட் எய்ட் குடுக்க வச்சி வேலூர் அமிஸ்ட்டாரு, ஆறு மாசம் அங்க தங்கி ஒடம்ப கொணப்படுத்திக்கினு வந்தேன். ஆனா இந்தக் கைய ரொம்ப தூக்க முடீல. எல்லாத்துக்கும் இந்தக் கைதான். நா வரதுக்குள்ள ரவிய போலீஸ் போட்டுட்ச்சி. அண்ணன் எனுக்கு ஒரு இட்லி கட வெச்சி தந்திச்சி. அத்த வெச்சிக்கினு பொயச்சினிருக்கேன். ரவி கையையே வெட்னவன்னு எனுக்கு பேரு வந்திச்சி. கடையும் அந்த பேரும்தான் எனுக்கு சொத்து."

"இப்பல்லாம் சண்ட போட்றதில்ல இல்ல?"

“இட்லி பானைக்குப் பக்கத்துல இப்பவும் மூணடி வீச்சருவா கீது. எத்தினியோ பேர வெட்டிகிறோம். எவனாச்சும் பயி வாங்க வருவால்ல?”

“எதுக்காக சண்ட?”

“அவங் குரூப்புக்கும் எங்க குரூப்புக்கும் ஆவாது. கட்ட பஞ்சாயத்து, மாமூலுன்னு தகறாறு. அவன் முதலாளிக்கும் எங்க மொதலாளிக்கும் தகறாறு. நீ பெரீவனா, நான் பெரிய தௌலத்தான்னு போட்டி . . . எல்லாமே காரணம்தான். இப்ப யோஸ்ச்சி பாத்தா இன்னாத்துக்குன்னு தோனுது. ஆனா அப்ப தோன்ல . . . எல்லாம் முடிஞ்ச்சி. இப்ப பொருல கீய வெக்க முடியாது . . .”

“உன் ஏரியாவ வுட்டு வெலிய வர சொல்லொ உனுக்கு இன்னா பாதுகாப்பு?”

மாமா சிரித்துக்கொண்டே சட்டையைச் சற்றே தூக்கிக் காட்டினார். இடுப்பில் கூரான குத்து வாள் சொருகப்பட்டிருந்தது. பேண்டைத் தொட்டுக் காட்டினார். பாக்கெட்டுக்குப் பக்கவாட்டில் ஒரு கத்தி உட்புறமாகச் சொருகப்பட்டிருந்தது. அது ஒன்றரை அடி நீளம் இருக்கும்.

ஜகதாலனுக்குத் தலை சுற்றுவதுபோல் இருந்தது. மாமாவின் கையைப் பார்க்கும்போதும் இன்னமும் அவர் கத்தியைத் தூக்கிக்கொண்டு அலைவதைப் பார்க்கும்போதும் அவனுக்கு வெறுப்பாகவும் பயமாகவும் இருந்தது.

“வெட்டு குத்துன்னு எல்லாம் கேட்டுக்கினியா, துண்றத்துக்கு வா” என்றார் அம்மா.

36

வரதராசனும் ராசுக்குட்டியும் பேசாமல் உட்கார்ந்திருந்தார்கள். இருவர் முகங்களிலும் ஆக்ரோஷம் தெரிந்தது. குரு அமைதியாக இருந்தான். இஸ்மாயில் குருவின் தம்பி மாதிரி என்பது ராசுக்குட்டிக்குத் தெரியும். ராசுக்குட்டிக்கு இஸ்மாயில் வலது கை என்பது குருவுக்குத் தெரியும். இஸ்மாயில் இவர்கள் இருவருக்கும் எவ்வளவு முக்கியமானவன் என்பது வரதராசனுக்குத் தெரியும். இஸ்மாயிலின் பெயரை எடுத்தாலே இரண்டு பேரும் உணர்ச்சிவசப்படுவார்கள் என்பதும் அவருக்குத் தெரியும். இன்று இஸ்மாயிலைத் தொட்டவர்கள் குருவையோ அல்லது தன்னையோ தொட அதிக நாள் ஆகாது என்பதையும் அவர் உணர்ந்திருந்தார்.

மூன்று பேரும் மூன்று விதமான உணர்ச்சி அழுத்தங்களுடன் அமைதியாக உட்கார்ந்திருந் தார்கள். ராசுக்குட்டிதான் அந்த மௌனத்தைக் கலைத்தார். “என்ன செய்யலாம்?” என்றார் மெதுவாக.

இந்தக் கேள்விக்காகவே காத்திருந்ததுபோல் குரு பேசத் தொடங்கினான். அவன் முகமும் குரலும் வித்தியாசமாக இருந்தன. பொதுவாக வரதராசன், ராசுக்குட்டி எதிரில் அழுத்தமாகப் பேசாதவன் அன்று அசாத்தியமான அழுத்தத்துடனும் உறுதி யுடனும் பேசினான். அவன் கண்கள் இருவரையும் பார்க்கவில்லை. மேசையின் மேல் இருந்த கண்ணாடி உருண்டையை வெறித்துப் பார்த்தபடி பேசினான். அவன் வழியாக யாரோ பேசுவதுபோல் இருந்தது.

ராசு, வரதன் இருவருக்கும் இது சற்று அசவுகரியமாக இருந்த்து. ஆனால் இஸ்மாயிலுக்கும் குருவுக்கும் இருந்த உறவை அறிந்த அவர்கள் அமைதியாக அவனைக் கவனித்தபடி இருந்தார்கள்.

“இனிமே சுல்லானுங்க மேல கை வெச்சி பிரயோஜனம் கடியாது” என்றான் குரு. இருவரும் அமைதியாக இருந்தார்கள். “பெரிய தலையை எடுக்கணும், அப்பதான் அந்தத் தேவ்டியா புள்ளிங்களுக்கு புத்தி வரும்” என்றான். கணேச மூர்த்திதான் தோட்டத்தில் பெரிய ஆள். அவரை முதலில் பரலோகம் அனுப்ப வேண்டும், அதன் பிறகு பிளேடு பாபுவைத் துணைக்கு அனுப்ப வேண்டும் என்று விளக்கினான்.

இதை வேறு யாராவது சொல்லியிருந்தால் வரதராசனுக்குக் கோபமோ சிரிப்போ வந்திருக்கும். ஏனென்றால் கணேசன் மீது கை வைப்பது அவ்வளவு சுலபமல்ல என்பது அவருக்குத் தெரியும். இருவரும் ஒரே பகுதியில் இருந்தபோது அவனை நெருக்கத்தில் பார்த்திருக்கிறார். பிறந்த குழந்தையின் கழுத்தை அறுக்கக்கூடத் தயங்க மாட்டான். தேவைப்பட்டால் பெற்ற அம்மாவையும் வெட்டிவிடுவான். ஆனால் பழக்கத்துக்காக உயிரையும் கொடுப்பான். வேகமானவன். வலிமையானவன். புத்திசாலி. இவையெல்லாம் கணேசனைப் பற்றி வரதராசனின் நினைவில் பதிந்த விஷயங்கள். இப்போது விலகி இருக்கும்போதும் அவனைப் பற்றிக் கேள்விப்படும் விஷயங்கள் ஆச்சரியமூட்டும்படிதான் இருக்கின்றன. எனவே கணேசனைப் பரலோகம் அனுப்புவது என்பது லேசுப்பட்ட சமாச்சாரமல்ல என்பது அவருக்குத் தெரியும். சொல்பவன் குரு என்பதால் அதை அவர் தீவிரமாக எடுத்துக்கொண்டார். குரு ஒரு தீர்மானத்துக்கு வந்தால் பின்வாங்க மாட்டான். நினைத்ததை முடிப்பான். அதிலும் இப்போது அவன் நண்பனை வேறு இழந்திருக்கிறான்.

“எப்படி?” என்றார் சுருக்கமாக.

குரு தெளிவாகத் திட்டம் போட்டுவைத்திருந்தான். நாம் உடனடியாக எதுவும் செய்யக் கூடாது என்றான். சமாதானமாகப் போக விரும்புவதாக பார்டர் தோட்டத்துக்குச் செய்தி அனுப்ப வேண்டும் என்றான். இருவரும் ஆச்சரியத்துடன் அவனைப் பார்த்தார்கள். நாம் பம்முவதாகக் காட்டிக்கொண்டால்தான் கணேச மூர்த்தியும் பாபுவும் கொஞ்சம் சுதந்திரமாக நடமாடுவார்கள் என்றான் குரு. இருவரின் முகங்களும் சட்டென்று பிரகாசமாயின. ஆனால் நாம் சமாதானம் பேசுகிறோம் என்றால் அவன் நம்ப மாட்டான். எனவே நிதானமாகத்தான் காய் நகர்த்த வேண்டும் என்றான்.

போலீஸ், கட்சி வட்டாரங்கள் ஆகிய இடங்களில் செய்தியைப் பரப்ப வேண்டும். கோவில் குருக்களை அனுப்பி பகவதிபுரம் கோவில் திருவிழாவுக்கு அழைக்க வேண்டும். இடையில் எது நடந்தாலும் தாக்கவும் கூடாது, பதிலடி கொடுக்கவும் கூடாது. தேவைப்பட்டால் போலீஸுக்குப் போகலாமே தவிர, நேரடியாக மோதக் கூடாது. இரண்டு மாதங்கள் இப்படிக் கழிந்த பிறகு நிதானமாக ஸ்கெட்ச் போட வேண்டும். ராமாவரத்தில் இருக்கும் தன்னுடைய சின்ன வீட்டுக்கு அவன் போகும்போது மடக்க வேண்டும். அல்லது இங்கேயே அவன் தனியாக இருக்கும்போது வளைக்க வேண்டும். நாம் அடங்கிவிட்டோம் என்று நிச்சயமாகத் தெரிந்தால்தான் அவன் கொஞ்சம் ஆசுவாசமாக இருப்பான்.

படிப்படியாக குரு தன் திட்டத்தை விளக்கினான். குரு போட்டுக்கொடுத்த திட்டம் அவர்களுக்குப் பிடித்துப்போனது. தன் சிஷ்யன் எப்படித் தயாராகி நிற்கிறான் என்பதை நினைக்க வரதராசனுக்குப் பெருமையாக இருந்தது.

குருவுக்குத் துணையாகப் பத்துப் பேரைக் கொடுத்தார்கள். அவன் என்ன சொன்னாலும் கேட்க வேண்டும். இதுதான் அவர்களுக்கு இடப்பட்ட ஒரே உத்தரவு.

விறகுக் கடையின் உட்புறத்தில் அவர்களிடம் பேசிய குரு இனி கும்பலாகச் சந்திக்கக் கூடாது என்பதைத் தன் முதல் உத்தரவாகப் பிறப்பித்தான். "நா காலீல வூட்டாண்ட இருப்பேன். மத்த நேரம் எம்.ஜி.ஆர். நகர் சுப்ரமணி ரியல் எஸ்டேட் ஆபீஸ், கராத்தே க்ளாசு, கிரவுண்டு, ஓட்டலுன்னு எங்க வோண்ணா இருப்பேன். என்ன யாரும் தேடி வராதீங்க. நானே உங்கள வந்து பாக்கறேன். ரெண்டு பேர ஒண்ணா பாத்தன்னா அங்கியே பொலி போட்ருவேன். தனித்தனியா வேல செய்யணும்" என்று சொல்லிவிட்டு கணேச மூர்த்தியையும் பாபுவையும் கண்காணிப்பதற்கான வழிகளைச் சொன்னான்.

பார்டர் தோட்டத்து மக்கள் உறை வாங்குவதற்காக இங்கே வருவதுபோல இங்கே இருக்கும் மக்கள் கணேச மூர்த்தியின் ஓட்டலுக்குப் போவதுண்டு. அவர்களுக்கு எந்தப் பிரச்சினையும் இதுவரை வந்ததில்லை. பெரும் சண்டை நடக்கும்போதுகூட வாடிக்கையாளர்கள் மேல் இருவருமே கை வைத்ததில்லை. தன் அணியில் இருந்த ஒருவனை குரு அந்த ஓட்டலுக்கு அடிக்கடி போகச் சொன்னான். அங்கே என்ன கவனிக்க வேண்டும் என்று சொன்னான். இன்னொருவனை பார்டர் தோட்டத்தின் எல்லையில் இருக்கும் மளிகைக் கடையில் சில்லறை வேலைகள் செய்யும் வேலைக்கு எப்படியாவது

சேர்ந்துகொள்ளச் சொன்னான். பன்றிக் கறி விற்பவனிடம் பார்டர் தோட்டத்து ஆட்களுக்குப் பழக்கம் உண்டு. கறி விற்பவனோடு தன் ஆள் ஒருவனைக் கூடமாட வேலைக்கு அனுப்பினான். இன்னொருவனை கணேச மூர்த்தியின் மெக்கானிக்கிடம் நெருங்கச் சொன்னான். கணேச மூர்த்தி முடி வெட்டிக்கொள்ளும் கடையின் முதலாளியை நெருங்க இன்னொருவனை அனுப்பினான்.

இரண்டு மாதங்கள் அமைதியாகக் கழிந்தன. குரு அடிக்கடி தன் படையினரைப் போய்ப் பார்த்தான். விறகுக் கடைக்கு அவ்வளவாகப் போவதில்லை. ஒரு முறை முத்துவுடன் அவன் வீட்டுக்குப் போக வேண்டியிருந்தது. அப்போது அவன் மனைவி அவனிடம் மிகவும் மரியாதையாகவும் அன்பாகவும் நடந்துகொண்டது ஆச்சரியம் தந்தது. அடுத்தடுத்த நாட்கள் அவன் மனம் அலைபாய்ந்தபடி இருந்தது. இரண்டு மூன்று முறை சாவித்திரி வீட்டுக்குப் போய்விட்டு வந்தான்.

“இந்த மாதிரி அடிக்கடிக்கி வர மாட்டியே” என்று அவன் அணைப்பில் இருந்தபோது சாவித்திரி ஆச்சரியப்பட்டாள்.

“உன்ன பாத்தா புதுப் பொண்ணு மாரி இருக்குது” என்றான்.

சாவித்திரி சிரித்தாள். “உனுக்கு புதுப் பொண்ண பாக்கற ஆச வந்துட்ச்சுன்னு நெனிக்கறன்” என்றாள்.

“வந்தா இன்னா பண்ணுவ? எனுக்கு பொண்ண பாத்து கட்டி வெப்பியா?” என்றான்.

“கட்டி வெச்சா போச்சு. நானே பாத்து பண்ணி வெச்ச கல்யாணமா இர்ந்தா எனுக்கும் வசதிதானே?” என்றாள்.

“ங்கோத்தா பயங்கரமான ஆளுடி நீ” என்று சொன்னபடி அவளைக் காதுக்குக் கீழே கடித்தான்.

“உம் புருசன் எப்பிடி கீறான்?”

“அவன பத்தி இப்ப என்னா?” என்று சொல்லி குருவை இறுக்கமாக அணைத்துக்கொண்டாள் சாவித்திரி. அவிழ்த்துப் போட்டிருந்த பாவாடையை எடுத்துத் தன் மார்பைத் துடைத்துக்கொண்டாள். குருவின் மார்பையும் அழுத்தமாகத் துடைத்துவிட்டாள்.

“இன்னா திடீல்னு தொடிக்கிற?”

“அய்ய, வேர்வயா குதுல்ல? பிசுபிசுன்னு இர்ந்தா ஒரு இண்ட்ரஸே வர மாட்டேங்குது” என்று சொல்லியபடி தன் முலைகள் பிதுங்கும் அளவுக்கு அழுத்தமாக அவனை இறுக்கினாள். குரு பரவசத்துடன் கண்களை மூடிக்கொண்டான். அவன் கரங்களின் இறுக்கம் அவள் முதுகை நொறுக்கியது. வலியால் அவள் பிடி தளர்ந்தது. குனிந்து அவள் முலையொன்றைத் தன் வாய்க்குள் திணித்துக்கொண்டான். அவன் கை அவள் அடிவயிற்றைத் தடவியது. சாவித்ரி அவன் தலையைத் தன்னோடு சேர்த்து அணைத்து முலையை இன்னும் உள்ளே தள்ளினாள். கால்களை அகட்டிக்கொண்டாள். குருவின் ஆவேசம் அவளுக்குப் பெரும் பரவசத்தைத் தந்திருந்தது. இதைத் தவறவிடக் கூடாது என்று அவள் உள்ளுணர்வு சொன்னது. அவள் மனம் சொன்னதை உடல் கேட்டது. நேரம் ஆக ஆக உடல் வியர்த்து வழிந்தது. துடைக்க வேண்டும் என்னும் எண்ணம் அவளுக்கு வரவேயில்லை.

36

குரு தன் அணியில் இருந்தவர்கள் மூலம் கிடைத்த தகவல்களைக் கவனமாக ஆலோசித்தான். துணி வியாபாரம் செய்யும் மோகன் கடைக்கு ஒரு முறை போனான். பார்டர் தோட்டத்திலிருந்து பகவதிபுரத்துக்கு வந்து குடிக்கும் ஒருவனுக்கு எக்கச்சக்கமாக ஊற்றிக்கொடுத்து அவனைப் பேச வைத்தான். பிளேடு பாபு கோவில் திருவிழாவுக்காகத் தன் மனைவியுடன் அடுத்த வாரம் ஊருக்குப் போகிறார் என்பதை அறிந்துகொண்டான். கணேச மூர்த்தி வீட்டில் இரவு பத்து மணிக்கு மேல் பாட்டிலைத் திறப்பார் என்பதையும் பதினோரு மணி சுமாருக்குக் கழிவறை செல்வார் என்பதையும் அறிந்துகொண்டான்.

பார்டர் தோட்டத்தில் வீடுகள் வறுமையின் சின்னமாகக் காட்சியளித்தன. எங்கு பார்த்தாலும் அழுக்குச் சாலையெங்கும் குப்பை, சாக்கடை. இன்னும் பெரும்பாலான வீடுகள் குடிசை வீடுகளாகவே இருந்தன. எல்லாக் குடிசைகளின் வாசலிலோ அல்லது பின்புறத்திலோ சாக்கடை ஓடிக்கொண்டிருந்தது. குடிசையின் கூரைகளில் ஏகப்பட்ட ஓட்டைகள் இருந்தன. மழைக்காலங்களில் கூரைகளின் மேல் பாலிதீன் துணிகளும் உறைகளும் சொருக்கப்பட்டிருக்கும். அழுக்கான சாலைகளின் ஓரங்களில் இட்லி வியாபாரம் நடக்கும். சற்றுத் தள்ளி ஒரு பையன் மலம் கழித்துக்கொண்டிருப்பான். பக்கத்தில் ஒருவர் பல் தேய்த்து வாய் கொப்பளித்துக் கொண்டிருப்பார்.

இவற்றுக்கு மத்தியில், கணேசமூர்த்தியின் வீடு மட்டும் தனியாகத் தெரியும். அது கல் வீடு. பெரிய வீடு இல்லை என்றாலும் ஓரளவு வசதியான வீடு. பாபுவின் வீடும் அப்படித்தான். மூன்று ஆண்டுகளுக்கு முன்புவரை குரு அங்கே அவ்வப்போது எட்டிப் பார்த்திருக்கிறான். சுரேஷைக் கொன்ற பிறகு அப்படிப் போவதை நிறுத்திவிட்டான். என்றாலும் பார்டர் தோட்டத்து விவகாரங்கள் பற்றி அவனுக்குச் செய்தி வந்துகொண்டே இருந்தது.

இன்னும்கூட வசதியாக அதைக் கட்டிக்கொள்ளலாம் என்னும் அளவுக்கு ஓட்டல் வியாபாரம், சாராய வியாபாரம், கட்டப் பஞ்சாயத்து, மாமூல் என்று அவர் வருமானத்துக்குக் குறைவில்லாமல் இருந்தது. ஆனால் இந்த இடத்தில் இந்த வசதி போதும் என்று அவர் முடிவு செய்திருந்தார். பல்லாவரத்தில் அவர் ஒரு வீடு கட்டிக்கொண்டிருக்கிறார். பல நவீன வசதிகளுடன் அந்த வீடு தயாராகிக்கொண்டிருக்கிறது. அந்த இடத்துக்குப் பக்கத்தில் காலியாக இருக்கும் இடமும் அவருடையதுதான். அங்கே பிளாட் போட்டு விற்றால் நல்ல பணம் பார்க்கலாம் என்று ரியல் எஸ்டேட்டில் விஷயம் தெரிந்த நண்பர் ஒருவர் சொல்லியிருந்தார். எல்லாம் தயாரான பிறகு பார்டர் தோட்டத்தை விட்டுக் கிளம்பலாம் என்று திட்டம் போட்டிருக்கிறார். இவை அத்தனையும் குருவுக்கு இப்போது தெரியும். பார்டர் தோட்டத்தில் உள்ள வீட்டில் கூரை ஓட்டைக்கூட மாற்றாமல் வைத்திருக்கிறார். பின் வாசலைப் பார்த்தபடி இருக்கும் பாத்ரூம் சுவரில் உள்ள ஜன்னலில் கம்பிகள் சற்றே இற்றுப் போயிருந்தன. இந்தத் தகவல்கள் எல்லாவற்றையும் குரு திரட்டியிருந்தான்.

ஒரு நாள் இரவில் குடித்துவிட்டுப் படுப்பதற்கு முன்பு பாத்ரூம் போன கணேச மூர்த்தி பாத்ரூமுக்குள் நுழைந்ததும் அவர் முகத்தின் மீது துண்டு போட்டு மூடப்பட்டது. உடனே துள்ளிய அவர் காலில் பலமாக வெட்டு விழுந்தது. கழிவறைப் பீங்கான் மீது சரிந்து விழுந்த அவரது தோளிலும் மார்பிலும் சரமாரியாகக் கத்தி இறங்கியது. துணியைப் பிடித்திருந்த கை அசாத்தியமான இறுக்கத்துடன் இருந்தது. அப்படி ஒரு வலிமையான இறுக்கத்தை இதுவரை அவர் உணர்ந்ததே இல்லை. தலையை இம்மியளவுகூட நகர்த்த முடியவில்லை. அந்த நெருக்கடியிலும் யார் இவன் என்னும் கேள்வி அவருக்குள் எழுந்தது. கத்தக்கூட முடியாமல் மயங்கினார். கத்தி தன் தொண்டையில் இறங்குவதை உணர்வதற்குள் அவர் நினைவு முழுவதுமாகத் தப்பிவிட்டிருந்தது.

கழிவறை ஜன்னல் வழியே வெளியேறிய குரு அங்கே மறைந்திருந்த மேலும் சில உருவங்களைப் பார்த்துக் கையை ஆட்டினான். அனைவரும் சத்தம் போடாமல் அங்கிருந்து அகன்றார்கள்.

○

ஊரிலிருந்து வந்த பிளேடு பாபு ஆடிப்போனார். ஆவேசமானார். இனி நேரடி யுத்தம்தான் ஒரே வழி என்று முடிவு செய்தார். கணேசன் மேலயே கை வெச்சிட்டானா என்று பொருமினார்.

அவரது கொதிப்பைப் பார்த்த அவரது மனைவி மரகதம் கவலைப்பட்டார். ரத்தத்தைப் பார்த்துப் பார்த்து அவருக்கு மரத்துப் போயிருந்தது. கல்யாணம் பண்ணிக்கொண்டு வந்ததிலிருந்து எந்தக் கஷ்டமும் இல்லாமல் பார்த்துக்கொள்கிறார் என்றாலும் எந்நேரமும் அடி தடி என்று இருப்பது மரகதத்துக்குப் பிடிக்கவில்லை. கணேசனை அண்ணன் போல நினைத்துவந்த அவர், அடுத்துத் தன் கணவருக்குக் குறிவைப்பார்கள் என்பதை உணர்ந்தார். அல்லது இவர் அவர்களுக்குக் குறிவைப்பார். எப்படியும் ரத்தம் கொட்டாமல் இருக்காது என்பது அவருக்குப் புரிந்தது. இதிலிருந்து தப்ப ஒரே வழி நேரடியாக மோதாமல் இருப்பதுதான் என்று அவருக்குத் தோன்றியது.

மதியம் சாப்பிட வீட்டுக்கு வந்த கணவரிடம் பேச்சுக் கொடுத்தார். "அக்கா எப்டி கிறாங்க?"

பாபு பதில் சொல்லவில்லை.

"அவுங்க கயுத்துல தாலி அறுக்கறதுக்குள்ள அந்த சிரிக்கி மவன் மண்டைய பொளக்கணும்" என்றார் மரகதம்.

பாபு நிமிர்ந்து பார்த்தார். இதுவரை இந்தச் சண்டைகளில் தலையிடாத மனைவி இப்போது இப்படிப் பேசுவது தற்போதைய துக்கத்தை மீறிய ஆச்சரியத்தை அவருக்கு அளித்தது.

"பின்ன என்னாங்க? வூடு பூந்து வெட்டிட்டுகுறானுங்க, பாத்துனு சொம்மா இருக்க முடியுமா?" என்றார். பாபு தலையை ஆட்டினார்.

"அத நா பாத்துக்கறேன். நீ கவலப்படாத" என்றார்.

"ஒரே முட்டா இத ஒயிக்கணும். அதுக்கு வழிய பாருங்க" என்றார்.

பாபுவுக்கு மேலும் ஆச்சரியம். "எல்லாரையும் வெட்டிட்டு வான்னு சொல்றியா?"

"நீங்க ஏன் வெட்டணும்? உங்க கைல எதுக்கு ரத்தக் கற படணும்?"

"பசங்கள அனுப்ப சொல்றியா?"

"அய்ய, அதல்லாம் வாணாம். அங்க க்கிறவன் அட்த்த நாள் கத்திய தூய்க்கினு இங்க வருவான்."

"வேற?"

"பெருமாள போய் பாருங்க. அவுரு பாத்துப்பாரு" என்றார் மரகதம்.

பெருமாள் புதிதாக வந்திருக்கும் துணை கமிஷனர். இந்தப் பகுதிக்கு அவர்தான் பொறுப்பு. பாபுவுக்கு ஆச்சரியம் தாங்கவில்லை.

"அவர எப்பிடி உனுக்குத் தெரியும்?"

"அத்தாம் பேசிக்கிறீங்களே? உங்குளுக்கு வேண்டியவரு வந்துக்கிறாரு. இப்பதான் உசாரா நடந்துக்கணும். அவுனுங்களுக்கு ஆப்பு வெக்க இதுதான் கரைட்டான நேரம்..."

பாபுவின் முகத்தில் புன்னகை. மரக்தம் இந்த அளவுக்குப் பேசுவாள் என்று அவர் எதிர்பார்க்கவில்லை. ஆனால் அதெல்லாம் வேலைக்கு ஆகாது என்று அவர் நினைத்தார். "போலீஸ்ல புட்ச்சின் போனாலும் சீக்கர்த்துல வெளிய வந்துருவானுங்க. அப்றம் இன்னும் ஆட்டம் போடுவானுங்க. கணேசு இல்லாத சமயம்னு ரொம்ப கால் ஊனிடுவானுங்க" என்றார்.

"அரெஸ்ட் பண்ணக் கூடாது. வரதன உசுப்பேத்தி போலீசோட சண்ட போட வெய்யி. போலீச மொற்ச்சா அவுங்களே போட்டு தள்ளிடுவானுங்கொ..."

பாபு மீண்டும் சிரித்தார். கை கழுவிக்கொண்டு வந்து யோசனையில் ஆழ்ந்தார். கணேசு இல்லாத சமயத்தில் வரதனையும் ராசுக்குட்டியையும் போலீஸ் போட்டுத் தள்ளினால் தன் நிலை எப்படி உயரும் என்பதை நினைத்துப் பார்த்தார். மரகதத்தின் தோளைத் தட்டிக்கொடுத்தார்.

நிதானமாகத் திட்டம் தீட்டினார். மனதில் ஒரு சித்திரம் உருவானதும் அமைதியாகச் சிறிது நேரம் தூங்கினார்.

மாலையில் ஓட்டலுக்குப் பின்னால் பையன்களைக் கூப்பிட்டுப் பேசினார். கணேச மூர்த்திக்கு அஞ்சலி போஸ்டர் அடிக்க உத்தரவிட்டார். 16ஆம் நாள் சடங்கை நன்றாக நடத்த வேண்டும் என்றார். சடங்கு முடிந்ததும் ஊரில் எல்லாருக்கும் சாப்பாடு போட ஏற்பாடு செய்யும்படி சொன்னார். அக்கம்பக்கத்தில் வசூல் செய்ய ஆட்களை அனுப்பினார்.

புதிய ஏ.சி.யாக வந்திருக்கும் பெருமாள் பாபுவின் பழைய நண்பர். விரைவில் காவல் நிலையம் சென்று தன் பழைய நண்பனைச் சந்திக்க முடிவெடுத்தார் பாபு.

37

கணேசமூர்த்தியின் பிணம் விழுந்த பிறகு பகவதிபுரத்தில் பரவசமும் அச்சமும் ஒருசேரப் பரவியிருந்தன. பார்டர் தோட்டத்தின் பெரிய கையையே குரு வெட்டிவிட்டான் என்பதை நினைத்துப் பெருமை அடைந்தார்கள். குருவைப் பற்றிய வியப்பும் பிரமிப்பும் கூடின. அவன் தெருவில் போகும்போது வழியில் எதிர்ப்பட்டவர்கள் தங்களை அறியாமல் சலாம் வைத்தார்கள். டீக்கடைகளில் நின்றுகொண்டிருந்தவர்கள் லுங்கியை மடித்துக் கட்டியிருந்தால் குருவைப் பார்த்ததும் அதை இறக்கிவிட்டார்கள். அவனுடன் எப்போதும் பத்துப் பேர் சூழ்ந்திருந்தார்கள்.

இந்த மரியாதை எல்லாம் எதற்கு என்று குருவுக்குத் தெரியும். கணேச மூர்த்தி ஒழிந்ததில் அவனுக்குப் பெரும் திருப்தி இருந்தாலும் இஸ்மாயிலை நினைத்துத் தனிமையில் பொருமினான். பொது இடங்களில் தன் உணர்ச்சிகளைக் காட்டிக்கொள்வது தன்னைப் பலவீனப்படுத்தி விடும் என்பதால் இறுக்கமான முகத்துடன் நடமாடினான். காவல் துறை பகவதிபுரத்துக்கு வந்து கணேசமூர்த்தியின் கொலை பற்றி விசாரித்தபோது அவன் பயப்படவில்லை. அன்று இரவு அவன் திண்டுக்கல் செல்லும் பேருந்தில் இருந்ததற்கான ஆதாரங்கள் எல்லாம் இருந்தன. வரதராசன், ராசுக்குட்டி என யார் மீதும் திட்டவட்டமாக எந்தப் புகாரும் தெரிவிக்க முடியவில்லை. வழக்கமாக

நான்கைந்து பேரைப் பிடித்துக்கொண்டு போய் 'விசாரிக்கும்' காவலர்கள் இந்த முறை அப்படிச் செய்யவில்லை. மாணிக்கம் இறந்தபோது அப்படிச் செய்ததை உள்ளூர் சட்டமன்ற உறுப்பினர் கண்டித்தார். ஆதாரம் இல்லாமல் யாரையும் கைதுசெய்ய முடியாமல் காவல் துறை கையைப் பிசைந்தது.

பிளேடு பாபு சும்மா இருக்க மாட்டார் என்பதை அறிந்த பகவதிபுரத்து மக்கள் எப்போது வேண்டுமானாலும் தாக்குதல் நடக்கலாம் என்று எதிர்பார்த்திருந்தார்கள். இதுவரை பகவதிபுரத்துக்குள் வந்து பார்டர் தோட்டத்து ஆட்கள் எதுவும் செய்ததில்லை. அதற்குக் காரணம் அந்தப் பகுதியின் அமைப்பு. உள்ளே வந்தவர்கள் வெளியே செல்வதற்குள் அவர்களைச் சுற்றி வளைத்துவிடலாம். வெவ்வேறு பிளாக்குகளிலிருந்து ஆட்கள் மொய்த்துக்கொள்வார்கள். எம்.ஜி.ஆர். மன்றம், டீக்கடை, கோவில், பெட்டிக் கடை என எல்லாவற்றிலும் எப்போதும் ஆட்கள் இருப்பார்கள். இரவு பத்து மணிக்கு மேல்தான் ஊர் சற்று அடங்கும். அப்போது கிருஷ்ணா தியேட்டருக்குச் செல்பவர்கள் இந்தப் பக்கம் போவதாலும் உறை சாராய வியாபாரத்தாலும் ஓரளவு நடமாட்டம் இருந்துகொண்டே இருக்கும் என்பதால் ஊருக்குள் வருவது அவ்வளவு எளிதல்ல. ஆனாலும் இந்த முறை விழுந்தது பெரிய தலை என்பதால் எதுவும் நடக்கலாம் என்ற உணர்வு பகவதிபுரத்தின் மீது கவிந்திருந்தது. ஆறு மணிக்கு மேல் பெண்கள், சிறுவர்களை வெளியில் பார்க்க முடியவில்லை. ஆண்கள் தனியாகச் செல்வதைத் தவிர்த்தார்கள். அனேகமாக எல்லார் கைகளிலும் ஏதேனும் ஒரு ஆயுதம் இருந்தது. குருவின் நேரடி உதவியாளர்கள் பல இடங்களிலும் பரவி எப்போதும் எதற்கும் தயாராக இருந்தார்கள். ராசுக்குட்டியும் வரதராசனும் தத்தமது இடங்களுக்குப் போதிய பாதுகாப்பு ஏற்பாடுகளைச் செய்துகொண்டார்கள். ஊருக்கான பாதுகாப்பு ஏற்பாடுகளையும் செய்திருந்தார்கள். குறிப்பாகக் காவல் துறையிலிருந்து பிரச்சினை வந்தால் சமாளிப்பதற்கான எல்லா முன்னேற்பாடுகளையும் செய்துவைத்திருந்தார்கள்.

பகலில் யாரும் வருவதற்கு வாய்ப்பில்லை என்பதால் பகவதிபுரத்து மக்கள் இரவில் கூடுதல் விழிப்புணர்வோடு இருந்தார்கள். பகவதிபுரத்தில் ஆண்கள் இரவில் தூங்கவில்லை என்ற நிலை உருவாயிற்று. பதிலடியை எதிர்பார்த்துப் பசித்த மிருகம்போல அவர்கள் காத்திருந்தார்கள். எங்கேனும் யாருக்கேனும் அபாயம் என்றால் குரல் கொடுப்பது, அடுத்தடுத்த பிளாக்குகள் வழியே அந்தக் குரல் எதிரொலித்துப் பகவதிபுரம் முழுவதும் பரவுவது என்பதற்கான திட்டத்தை அவர்கள் வைத்திருந்தார்கள்.

குரு கிட்டத்தட்ட பகவதிபுரத்தின் நடுவில் இருந்ததால் குரல் எழும்பிய இரண்டு நிமிடங்களில் குரு வந்துவிடுவான் என்று பகவதிபுரத்தில் எல்லோரும் நம்பிக்கையோடு இருந்தார்கள். எச்சரிக்கையுடனும் தினவுடனும் காத்திருந்தார்கள். சுரேஷைக் கொன்ற பிறகு அவன் ஆட்கள் பகவதிபுரத்துக்கு வந்தபோது அப்படித்தான் அதை எதிர்கொண்டார்கள்.

கணேசமூர்த்தி இறந்து ஒரு வாரம் ஆகியும் எதுவும் நடக்காததைக் கண்டு பகவதிபுரத்து ஆட்கள் ஆச்சரியமடைந்தார்கள்.

○

பார்வதி பால் வாங்குவதற்காகக் கீழே வந்தபோது குருவும் முத்துவும் பேசிக்கொண்டிருந்தார்கள். பார்வதி அவர்கள் இருக்கும் திசையைப் பார்க்காததுபோல நடந்து சென்றாள். ஆனால் குரு அவளைப் பார்த்துவிட்டதைக் கவனித்துவிட்டாள். தன் முதுகுக்குப் பின் அவன் கண்கள் துளைப்பதுபோல் உணர்ந்தாள். ஒரே பகுதியில் வசிக்கும் முத்துவுக்கும் குருவுக்கும் நட்பு இருப்பதில் ஆச்சரியம் இல்லை என்றாலும் அவர்களை ஒன்றாகப் பார்த்தது பார்வதிக்கு எதிர்பாராத காட்சியாக இருந்தது. வெட்டு குத்து என்று இருக்கும்போது முத்து ஏன் குருவிடம் பேசிக்கொண்டிருக்கிறான் என்ற யோசனையும் வந்தது. அப்போது வேகமாகத் தன்னை யாரோ நெருங்குவதை உணர்ந்து திரும்பிப் பார்த்தாள்.

முத்துதான். “எங்க போற?” என்றான். “பால் வாங்க” என்றாள் பார்வதி. “போய்ட்டு சீக்கிரம் வா. இருட்றதுக்குள்ள வூட்டுக்கு வந்துடு” என்றான். பார்வதி தலையாட்டினாள். முத்துவிடம் பேசிக்கொண்டிருக்கும்போது குரு தங்களையே பார்த்துக்கொண்டிருப்பதை உணர்ந்தாள். அனேகமாக அவன்தான் சொல்லி அனுப்பியிருப்பான் என்று அவளுக்குத் தோன்றியது. சிறு புன்னகையின் மலர்ச்சி மனதில் பூத்தது. அவனுடைய கமல் மீசை அப்படியே இருந்ததும் கூடவே தாடியும் வளர்ந்திருந்ததும் அவள் மனதில் பதிந்திருந்தன.

பார்வதிக்கு எல்லா இடங்களும் பழக்கமாகிவிட்டன. செண்பகம் எல்லாவற்றையும் காட்டியிருந்தாள். பிரதான சாலையிலிருந்து எதிர்ப்புறம் சென்றாள். அங்கே இருந்த பள்ளிக்கூடத்துக்குப் பக்கத்து சந்தில் நுழைந்ததும் ஒரு ஓட்டு வீடு. அங்கேதான் பால் கிடைக்கும். வீட்டின் ஓரத்தில் இரண்டு மாடுகள் கட்டப்பட்டிருந்தன. ஆங்காங்கே சாணித் திட்டுக்கள் காணப்பட்டன.

பால் வாங்க ஏற்கனவே பத்துப் பனிரெண்டு பேர் அங்கே காத்திருந்தார்கள். பார்வதியும் அந்தக் கூட்டத்தில் போய் நின்றுகொண்டாள். புதிய முகமாக இருக்கிறதே என்று ஓரிருவர் அவளை ஏறிட்டுப் பார்த்தார்கள். பார்வதிக்குப் பக்கத்தில் நின்றிருந்த பெண் கறுப்புப் புடவை அணிந்திருந்தாள். அவள் பார்வதியின் கையில் இருந்த சொம்பைப் பார்த்தாள். அவள் கண்கள் அந்தச் சொம்பின் மீது நிலை குத்தி நின்றன. பார்வதி அதைக் கவனிப்பதை அறிந்தவள் சுதாரித்துக்கொண்டு பார்வையை விலக்கினாள். ஆனால் சிறிது நேரத்துக்குள் மீண்டும் பார்த்தாள். அவள் பார்வையில் படர்ந்த உணர்வைப் பார்வதியால் புரிந்துகொள்ள முடியவில்லை. கோபமும் அதிருப்தியும் கலந்த ஒரு பார்வை. அதைவிடவும் அதில் தெரிந்த வேறொரு தொனியை அவளால் தாங்கிக்கொள்ள முடியவில்லை. அப்படி ஒரு பார்வையை அவள் இதுவரை எதிர்கொண்டதில்லை.

பால் அளந்து கொடுத்துக்கொண்டிருந்த பெண் நிதானமாகத்தான் அதைச் செய்துகொண்டிருந்தாள். பார்வதியின் பக்கத்தில் இருந்த பெண்ணின் பார்வை அவ்வப்போது அவள் கையில் இருந்த பால் சொம்பின் மீதும் அவள் முகத்தின் மீதும் மாறி மாறிப் படர்ந்தது. பார்வதிக்கு இது பெரும் அவஸ்தையாக இருந்தது.

கொஞ்ச நேரம் பார்வதியின் பக்கமே திரும்பாமல் இருந்த அந்தப் பெண் சகஜமாகத் திரும்புவதுபோல் திரும்பி, “எங்கேர்ந்து வரீங்க?” என்றாள்.

“பகவதிபுரம்” என்றாள் பார்வதி.

“அவுசிங் போர்டா?” என்று அந்தப் பெண் கேட்டாள். அவள் கேட்ட விதம் பார்வதியின் கோபத்தைக் கூட்டியது. வெறுமனே தலையாட்டினாள்.

“சொம்பு நல்லாருக்குதே, எங்க வாங்கினீங்க?” என்றாள் அந்தப் பெண்.

“தெரியல. எங்க மாமியாரத்தான் கேக்கணும்” என்றாள் பார்வதி. சொம்பை அப்போதுதான் அவள் கவனமாகப் பார்த்தாள். விசேஷமாகச் சொல்லும்படி அதில் எதுவும் இல்லை. வாய்ப்புறத்துக்குக் கீழே பொறிக்கப்பட்டிருந்த சிறிய பிள்ளையார் உருவம் தேய்ந்துபோயிருந்தது. அடிப்பகுதியில் சொம்பு கொஞ்சம் நசுங்கியிருந்தது. இதைப் போய் நன்றாக இருக்கிறது என்று இவள் ஏன் சொல்ல வேண்டும் என்று புரியவில்லை.

“உங்க மாமியார்ட்ட கேட்டு சொல்லுங்க. நாங்கூட இது மாதிரி ரெண்டு சொம்பு வாங்கணும்” என்றாள் கறுப்புப் புடவை அணிந்திருந்த அந்தப் பெண்.

பார்வதிக்குக் குழப்பமாக இருந்தது. மெல்லத் தலையாட்டினாள்.

“இதே மாதிரி ஒரு சொம்பு வெச்சிருந்தேன், அது திருடுபோச்சு” என்றாள் அந்தப் பெண்.

பார்வதிக்கு அதிர்ச்சியாக இருந்தது. இவள் என்ன சொல்கிறாள்?

“பாத்தரம் தேச்சிட்டு கொல்லைல காய வெச்சிருந்தேன். எவனோ மொல்லமாரி அட்ச்சிட்டு போயிட்டான்” என்ற அவள், “இதே மாதிரி புள்ளையார் பொம்ம அதுல இருக்கும். அடில கொட இதே மாதிரி சொட்ட இருக்கும்” என்றாள்.

பார்வதியின் மண்டையில் சூடு ஏறியது. “உங்க கிட்ட இருந்துதுல்ல, அப்படீன்னா எங்ன கிடைக்கும்னு உங்களுக்குத் தெரிஞ்சிருக்குமே? அங்கயே போய் வாங்கிக்க வேண்டியதுதானே? எங்கிட்ட ஏன் கேக்கறீங்க?” என்றாள். வழக்கத்துக்கு மாறாக அவள் குரலில் படபடப்பு ஏறியிருந்தது.

“அட, நீங்க ஏன் பதஷ்டப்பட்றீங்க? அந்தக் கடய இப்ப மூடிட்டான். இது வேற கடைல வாங்கியிருப்பீங்களேன்னு கேட்டேன்” என்று சொன்ன அந்தப் பெண்ணின் முகத்தில் தோன்றிய சிரிப்பு எகத்தாளமாகவே பார்வதிக்குப் பட்டது.

மேற்கொண்டு ஒன்றும் பேசவில்லை. ஆனால் அந்தப் பெண் தன் முன்னால் நின்றிருந்த இன்னொரு பெண்ணுடன் குசு குசுவென்று ஏதோ பேசிக்கொண்டிருந்தாள். அவர்கள் தன்னைப் பற்றியும் தன் கையில் இருந்த சொம்பைப் பற்றியும்தான் பேசிக்கொண்டிருக்கிறார்கள் என்று பார்வதி உறுதியாக நம்பினாள். காரணமே தெரியாமல் அவமானமாக உணர்ந்தாள். அவளுக்கு அந்த இடத்தில் இருப்புக் கொள்ளவில்லை. ஒரு வழியாகப் பால் வாங்கிக்கொண்டு கிளம்பினாள். அவளுக்கு முன் பால் வாங்கிக்கொண்ட நீலப் புடவை அணிந்த பெண் போகும்போது இவளை ஒரு தினுசாகப் பார்த்துவிட்டுப் போனாள்.

கோபத்துடனும் அவமானத்துடனும் வீட்டுக்கு வந்த பார்வதி லட்சுமியம்மாவிடம் நேரடியாகக் கேட்டாள்: “இந்த சொம்பை எங்கே வாங்கினீங்க?”

அத்தையின் முகம் சட்டென்று இருண்டது. "நீ எதுக்கு இத்த எட்த்துக்குனு போன? இது வூட்ல பொயங்கறதுக்கு வெச்சின்கிற சொம்பாச்சே" என்றார்.

"நீங்கதான கொடத்துக்குப் பக்கத்துல இருக்கற சொம்ப எட்த்துன் போன்னு சொன்னீங்க?"

"எந்தக் கொடம்?"

"தோ இந்தக் கொடம்தானே?"

"அய்ய, இது குடிக்கிற தண்ணி வெக்கிற கொடம். நா உள்ள க்குற கொடத்த சொன்னேன்" என்றார் அத்தை. சொல்லிவிட்டு வேகமாக அந்த இடத்தை விட்டு நகர்ந்தார்.

பார்வதி விடவில்லை. அவர் பின்னாலேயே சென்றாள். "எந்த சொம்பா இருந்தா என்னா? இத எங்க வாங்கினீங்க?"

"எங்க வாங்குனா உனுக்கின்னா? இப்ப என்னா திடீல்னு இந்தக் கேய்வி? ஏன் என் உயிர வாங்குற?" அத்தையின் குரலில் கோபமும் படபடப்பும் தெரிந்தது.

"பால் வாங்குற எடத்துல ஒரு பொம்பள இதப் பாத்து கேட்டா. இதே மாரி சொம்பு அவ வெச்சிருந்தாளாம். இது உனுக்கு எப்பிடி கடச்சிதுன்னு கேட்டா."

அதைக் கேட்டதும் அத்தை பொங்கிவிட்டாள். "எவ அவொ அப்டி கேட்டது? அந்த சிறுக்கிய நாக்க அறுக்கணும். ஒலகத்துலியே அவ ஓர்த்திதான் இந்த மாரி சொம்ப வெச்சிருப்பாளா? சாண்டா குட்சவொ . . ." அத்தை கத்த ஆரம்பித்துவிட்டாள். "முத்து வர்ட்டும். அந்தத் தேவிடியா எங்க க்குறான்னு காட்டு. இன்னிக்கி நாற அச்சிற்ரனா இல்லியான்னு பாரு" என்று பெருங்குரலெடுத்துக் கத்தினாள்.

பார்வதி அரண்டுவிட்டாள். அத்தையின் இந்த முகத்தை அவள் பார்த்ததில்லை. என்ன பேசுவதென்று தெரியாமல் விக்கித்து நின்றாள். படியில் யாரோ வேகமாக ஏறி வரும் சத்தம் கேட்டது. வாசலில் எட்டிப் பார்த்தாள். முத்து வந்துகொண்டிருந்தான். அவனோடு குருவும் வந்தான்.

முத்து உள்ளே நுழைந்ததுதான் தாமதம். "வாடா முத்து, கேட்டியா இந்தக் கதைய? வாப்பா குரு, பாரு இந்த அநியாயத்த. நீயே சொல்லு இதுக்கு ஒரு பதிலு . . ." என்று அழுதார்.

குரு எதுவும் பேசவில்லை. அவன் கண்கள் அவ்வப்போது தன்னைப் பார்த்தபடி இருப்பதாகப் பார்வதிக்குத் தோன்றியது.

முத்து பார்வதியைப் பார்த்தான். பிறகு அம்மாவைப் பார்த்து முறைத்தான். "தா, இன்னா ஆச்சு? எதுக்கு அயுவற?" என்றான்.

"உம் பொண்டாட்டியயே கேளு . . ."

முத்து கடும் கோபத்தோடு பார்வதியைப் பார்த்தான். குருவும் கூட இருப்பதால் கோபத்தைக் கட்டுப்படுத்திக்கொண்டு பேசினான். "இன்னாடி ஆச்சி?"

குருவும் முத்துவும் இப்போது பார்வதியையே பார்த்துக்கொண்டிருந்தார்கள். பார்வதிக்குக் குழப்பமாக இருந்தது. அந்தப் பெண் கேட்டது அவமானமாகத்தான் இருந்தது. ஆனால் அதை இவ்வளவு ஆர்ப்பாட்டமாக அணுக வேண்டுமா என்று அவளுக்குக் குழப்பம்.

"சொல்லுடி, இன்னா ஆச்சு?" என்று முத்து கத்தினான். அக்கம்பக்கத்து வீடுகளில் எல்லாம் எட்டிப் பார்க்க ஆரம்பித்துவிட்டார்கள். பார்வதியின் கோபம் அதிகரித்தது. இங்கே ரகசியம் என்று எதுவுமே கிடையாதா?

"எல்லாம் இப்பவே சொல்லணுமா?" என்று கேட்டாள். அப்படிக் கேட்கும்போது அவள் பார்வை குருவின் பக்கம் சென்று மீண்டது. அவன் அந்தக் கேள்வியால் சட்டென்று பாதிக்கப்பட்டவன்போலத் தெரிந்தான்.

முத்து பதில் சொல்வதற்குள் லட்சுமியம்மா பேச ஆரம்பித்தார். "பால்காரம்மா வூட்டாண்ட ஒரு சிறிக்கி உன்னப் பத்தி மோசமா பேசறாலாண்டா. ஒன்ன சொம்பு திருடின்னு சொல்றா அந்த குச்சிக்காரி" என்று கூச்சலிட்டார்.

பார்வதிக்கு அவமானமாக இருந்தது. "அத்த, அப்பிடி சொல்லலயே . . ." என்று முடிப்பதற்குள் அத்தை சீறினார். "எங்க வூட்ல இருந்த சொம்பு மாதிரியே இது இருக்குது, இத்த எங்க வாங்கின, கட அட்ரச குடுன்னு ஒரு பொம்பல கேட்டா அதுக்கு இன்னா அர்த்தமாம்?" என்றார். இதைச் சொல்லும்போது அவர் குரல் தேர்ந்த நாடக நடிகையின் குரல் போல ஏற்ற இறக்கத்துடன் இருந்தது. கண்கள் பெரிதாக விரிந்தன. வாயில் இருந்த பற்களில் பாதி விகாரமாக வெளியே தெரிந்தன. "சொம்பு நல்லா இருக்குது, எங்க வாங்குனன்னு கேட்டா அதுல தப்பு கடியாது. எங்க வூட்ல இருந்த சொம்பாட்டமே இருக்குதுன்னு சொன்னா இன்னா அர்த்தம்னு கேக்குறேன்" என்றார். "தேவிடியா முண்ட, உருப்படுவாளா அவ, சாண்டா குட்ச்ச முண்ட . . ."

முத்து உடனே எதுவும் பேசவில்லை. குருவைப் பார்த்தான். குரு அவனைப் பார்த்தான். "எவடி அவொ?" என்றான் முத்து.

பார்வதி ஒன்றும் பேசவில்லை. அவளுக்கு அவமானமாக இருந்தது. வீட்டுக்கு வந்து இதைச் சொல்லியிருக்கக் கூடாதோ என்று நினைத்தாள்.

"சொல்லுடீ . . ." என்றான் முத்து. அவன் இவ்வளவு ஆவேசமாக இருந்து பார்வதி பார்த்ததில்லை. ஆனால் அவளுக்கு பயம் வரவில்லை. அவமானமாகத்தான் இருந்தது.

பார்வதி உள்ளே சென்று அந்தச் சொம்பை எடுத்து வந்தாள். "இந்த சொம்ப எங்க வாங்குன, இதே போல ஒரு சொம்பு எங்க கைல இருந்திச்சின்னு ஒரு பொம்பள பால் கடைல சொல்லுது. எனுக்குத் தெரியாதுன்னு சொல்லியும் வுடாம கேட்டுனே இருந்திச்சி. அவ்ளதான் விஷயம்" என்றாள் பார்வதி.

லட்சுமியம்மா ஆவேசமாக எழுந்து வந்தார். "நீ இன்னா ஒண்ணுமே நடக்காத மாரி சொல்ற? இதே போல சொம்பு எங்கிட்ட இருந்திச்சி, இத நீ எங்க வாங்குனன்னு ஒர்த்தி சொன்னா இன்னா அர்த்தம்? நீ திரிடிகிறன்னுதானே அர்த்தம்? அப்ப எம் பையன் திருடனா? இது திருட்டுப் பொருளா? அத்த கேட்டுக்குனு சொம்மா இருக்க நா இன்னா விருந்தாளிக்கா இவன பெத்தேன்?" என்று கத்த ஆரம்பித்தார்.

தன் மகன், குரு இருவரையும் பார்த்துத் திரும்பிய லட்சுமியம்மா, "இத சொம்மா வுடக் கூடாதுடா. குட்சைல க்குறவங்கன்னா அந்த நாற முண்டச்சிக்கி எலக்காரமா போச்சி. நாக்க இயுத்து அறுக்கணும்" என்றார். அவர் குரலின் ஆவேசம் பார்வதிக்குப் பயத்தை ஏற்படுத்தியது.

முத்து முறுக்கேறியிருந்தான். பார்வதியின் கையைப் பிடித்தான். "வா போலாம். அவ யாருன்னு காட்டு" என்றான்.

அப்போது குரு அவன் தோளில் கை வைத்தான். "முத்து, கொஞ்சம் நிதானமா இரு" என்றான். அவன் குரலில் தெரிந்த தெளிவும் முக பாவனையும் வித்தியாசமாக இருந்தன. முத்துவின் பிடி தளர்ந்தது. பார்வதி தள்ளிப் போய் நின்றாள். குரு பார்வதியை ஒரு முறை திரும்பிப் பார்த்தான். பிறகு முத்துவின் பக்கம் திரும்பி, "மொதல்ல உள்ள போய் மூஞ்சி கை, கால் கயுவிக்கோ. காலெல்லாம் ஒரே சேறா இருக்குது பாரு" என்றான். லட்சுமியம்மாவைப் பார்த்து, "குடிக்க கொஞ்சம் தண்ணி குடும்மா" என்றான். லட்சுமியம்மா பார்வதியைப் பார்த்தாள். பார்வதி உள்ளே போனாள். முத்து அங்கேயே நின்றிருந்தான். "இப்ப இன்னா சொல்ற குரு?" என்றான்.

"மொதல்ல காலக் கயுவு" என்றான் குரு. அவன் குரலில் நிதானமும் தெளிவும் இருந்தன. முத்து மெல்ல நகர்ந்தான்.

குரு வாசலுக்குப் போனான். கதவுக்கு அருகே நின்று கொண்டிருந்தவர்கள் இவன் வருவதைப் பார்த்ததும் சட்டென்று விலகினார்கள். குரு கதவைத் தாழிட்டுவிட்டு உள்ளே வந்தான். அவன் நடையிலும் முகத்திலும் அசாத்தியமான உறுதி தெரிந்தது.

கால் கழுவிக்கொண்டு வந்த முத்துவுக்குக் குருவின் முகத்தைப் பார்த்ததும் உதறல் எடுக்க ஆரம்பித்தது. “இன்னா குரு?” என்றான். வாயிலிருந்து வார்த்தைகள் தெளிவாக வரவில்லை. குரு அவனை உற்றுப் பார்த்தபடி, “உக்காரு” என்றான். முத்து உடனே உட்கார்ந்தான். தெளிவும் கண்டிப்பும் நிறைந்த குரலில் குரு பேச ஆரம்பித்தான்.

“நா சொல்றத கேளு முத்து. இந்த விசியத்த அப்டியே உட்ரு. நாம போய் கேட்டா ஊர் முயுக்க இது பரவும். ஊர்ல ஏதாச்சும் காணாம போனா உன்னதான் சந்தேகப்படுவானுங்கோ. நீயே போய் தமுக்கட்ச்சா மாரி இருக்கும்” என்றான். முத்து ஏதோ பேச வாயெடுத்தான். லட்சுமியம்மாவும் வாயைத் திறந்தார். குரு அவர்களைக் கையமர்த்தினான். “அந்தப் பொம்பளைய கேட்டுர்லாம். அவங்க வூட்ல எவனையாச்சும் இஸ்து போட்டு மெரிக்கலாம். ஆனா விசியம் அந்த ஊர் முயுக்க பரவிடும். உம் மூஞ்சி எல்லாருக்கும் தெரிஞ்சிடும். நீ திருடன்னு எல்லாரும் சொல்ல ஆரம்பிச்சிடுவானுங்கோ. பரவால்லியா? ஏதாச்சும் காணாம போச்சுன்னா உம்மேலதான் சந்தேகம்னு போலீஸ்ல கம்ப்லைண்ட் குட்த்துடுவானுங்கோ. பரவால்லியா? சொம்பு எப்பிடி வந்துச்சு, பக்கிட்டி எப்பிடி வந்துச்சி, ரேடியோ எப்பிடி வந்துச்சின்னு எல்லாரும் பேச ஆரம்பிச்சிடுவானுங்கோ. பரவால்லியா?” என்று கேட்டான்.

மிக நிதானமாக, அழுத்தமாக அவன் பேசினான். அவன் பேசப்பேச முத்துவின் முகம் வெளிறிக்கொண்டிருந்தது. அவனும் அவன் அம்மாவும் தரையைப் பார்த்தபடி அமைதியாக உட்கார்ந்திருந்தார்கள்.

பார்வதிக்கு அவன் பேச்சு மிகவும் பிடித்திருந்தது. அன்று கோலி விளையாடிக்கொண்டிருக்கும் போது சண்டை போட்டவர்களை அடிக்கப் போனவன் இவ்வளவு நிதானமாக, இவ்வளவு தெளிவாகப் பேசுவான் என்று அவள் எதிர்பார்க்க வில்லை. ஆச்சரியமாக இருந்தது. அவன் ஏன் பக்கெட், ரேடியோ பற்றியெல்லாம் பேசுகிறான் என்று குழப்பமும் ஏற்பட்டது.

“எதாவது வேலைக்கி போடான்னு நானும் சொல்லினுருக்கேன். கட்ட தொட்டில வேலை போட்டு குடுக்கறேன்னு வரதண்ணன் சொல்லிக்கினே கீறாரு. இவுருதான்

கெவுர்த பாக்கறாரு" என்று லட்சுமி அம்மாவைப் பார்த்து குரு சொன்னான்.

லட்சுமி அத்தை அவனை நிமிர்ந்து பார்த்தார். "கட்ட தொட்டி வேல வாணாம்பா. வேற எதுனா வேல இர்ந்தா சொல்லு. எம் மவன் பேக்ட்ரில நைட் சிப்ட்டு போறான். பகல் நேர்த்துல கிஸ்ன்ம் மாதிரி பசங்களாகூட ஏதாது சில்ற வேல இர்ந்தா செய்றான். வரும்படி சரியா இல்லதான். ஆனால் அதுக்காக கட்ட தொட்டிக்கி கூப்டாதப்பா" என்றார்.

"அய்ய, கட்ட தொட்டின்னா ஏம்மா பயப்பட்ற? நாம் பாத்துக்க மாட்டேன்?"

"அதெல்லாம் எம் பையனுக்கு வாணாம்பா" என்று லட்சுமி அம்மா கையெடுத்துக் கும்பிட்டாள்

பார்வதிக்கு இதுவும் ஆச்சரியமாக இருந்தது. அத்தை இவ்வளவு தெளிவாகப் பேசி அவள் கேட்டதில்லை.

லட்சுமியம்மா அமைதியாக ஒரு மூலையில் போய் உட்கார்ந்தார். முத்துவும் அமைதியாக உட்கார்ந்தான். பார்வதிக்கு ஆசுவாசமாக இருந்தது.

சற்று நேரம் அங்கு மௌனம் நிலவியது. குருவே அந்த மௌனத்தைக் கலைத்தான். "நாங் கெளம்பறேன்" என்றான். பார்வதி தன்னையறியாமல், "டீ குட்ச்சிட்டு போங்க" என்றாள். "டீ வாங்க்னு வா" என்றாள் முத்துவிடம். குரு அவனைத் தடுத்தான். "கிரவுண்டுக்குப் போறங்க. எக்சைஸ் பண்ண முன்னால டீ காப்பி குடிக்க மாட்டேன்" என்று சொல்லிவிட்டுக் கிளம்பினான். முத்து அவனை வாசல்வரை வழியனுப்பிவிட்டு வந்தான். இவனும் கிரவுண்டுக்குப் போக வேண்டியதுதானே என்று பார்வதி நினைத்துக்கொண்டாள்.

பார்வதி உள்ளே சென்றாள். அவள் பார்வை மிக்ஸியின் மீது சென்றது. சொம்பையும் மிக்ஸியையும் சேர்த்து அவள் மனம் ஏதோ கணக்குப் போட்டது. தொடர்ந்து இதைப் பற்றி யோசிக்கும்போது மனம் வலித்தது. ரேடியோ, பக்கெட் என்று குரு சொன்னதும் நினைவுக்கு வந்தது. வீட்டில் இருக்கும் ரேடியோ பாடுவதுகூட இல்லை. இங்கே என்ன நடக்கிறது என்று அவளால் புரிந்துகொள்ள முடியவில்லை.

முத்து வெளியே போனான். அத்தை பக்கத்து வீட்டுக்கு டிவி பார்க்கப் போய்விட்டார். ஜன்னலுக்கு வெளியே கோலி

விளையாடும் சிறுவர்களின் சத்தத்தைக் கேட்டுக்கொண்டு வீட்டுக்குள் அமைதியாக உட்கார்ந்திருந்தாள் பார்வதி.

மாலையில் கேட்ட பல விதமான ஓசைகள் பொழுதை நகர்த்த உதவின. கோயிலிலிருந்து வரும் ஓசைகள், சாலையில் மாடுகள் எழுப்பும் சத்தம், காற்றாடி விடும் சிறுவர்களின் கூச்சல், கோலி விளையாட்டு என்று பல வித ஓசைகள் பார்வதியின் எண்ண ஓட்டத்தைக் கலைத்துக்கொண்டிருந்தன.

பார்வதியின் மனதில் குடியாத்தம் வீடும் அப்பாவுடன் கழித்த நாட்களும் நினைவுக்கு வந்தன. ரவியின் நினைவும் வந்தது. அவன் மீது கோபம் வந்தது. அவன் இன்னும் கொஞ்சம் தைரியமாக இருந்திருந்தால் தனக்கு இந்த நிலைமை வந்திருக்காது என்று நினைத்தாள். தானும் இன்னும் கொஞ்சம் தைரியமாக இருந்திருக்க வேண்டுமோ என்று நினைத்தாள். அவ்வப்போது குருவின் நினைவும் வந்தது. அவன் யார், என்ன செய்கிறான் என்று ஆரம்பத்தில் ஆச்சரியமாக இருந்தது. ஊரிலேயே பெரிய ரவுடி என்று தெரிந்ததும் பயம் ஏற்பட்டது. ஆனால் அனாவசியமாக எந்த வம்புக்கும் போக மாட்டான் என்பதை நினைத்து ஆசுவாசம் ஏற்பட்டது. அவனைப் போன்ற ஒருவன் முத்துவுக்கு நண்பனாக இருப்பது நல்லது என்று தோன்றியது.

முத்து இரவு சாப்பிட வரவில்லை. முத்துவுக்காகக் காத்திருந்து தாமதமாகிக்கொண்டே இருந்தது. இனிமேலும் காத்திருப்பதில் பயனில்லை என்ற எண்ணம் எழுந்ததும் அத்தையைச் சாப்பிடக் கூப்பிட்டாள். அவள் கூப்பிடுவாளா என்று காத்திருந்ததுபோல அத்தை ஒன்றும் பேசாமல் உடனே வந்துவிட்டார்.

மதியம் சமைத்திருந்த சோற்றைப் பார்வதியும் அத்தையும் சாப்பிட்டார்கள். வழக்கமாக ஏதாவது பேசிக்கொண்டே இருக்கும் அத்தை ஒன்றும் பேசவில்லை. பார்வதியும் பேசும் மனநிலையில் இல்லை.

அன்றிரவு பார்வதிக்குத் தூக்கம் வரவில்லை. நான்கைந்து வீடுகள் தள்ளி ஒலிக்கும் ரேடியோவில் ‘ஆஹா இன்ப நிலாவினிலே ஓஹோ ஜகமே ஆடிடுதே’ என்னும் பாடல் ஒலித்தது. அப்பாவுடன் அமர்ந்து இந்தப் பாட்டையெல்லாம் அவள் கேட்டிருக்கிறாள். சேர்ந்து பாடியிருக்கிறாள். அப்பாவுக்குப் பாடவராது. ஆனால் பாடல் வரிகள் எல்லாம் மனப்பாடம். இவளோடு சேர்ந்து அவரும் பாடுவார். பார்வதியின் கன்னங்கள் நனைந்தன. பாடல் மாறியது. ‘பழகிய தமிழே பார்த்திபன் மகளே’ என ஏ.எம். ராஜா தாலாட்ட ஆரம்பித்தார்.

முத்து அன்றும் குடித்துவிட்டு வந்திருந்தான். வழக்கமான அணைப்பு இல்லை. பார்வதி நெடு நேரம் புரண்டு புரண்டு படுத்தாள். எழுந்து தண்ணீர் குடித்தாள். சிறுநீர் கழித்துவிட்டு வந்தாள். நேரம் ஆக ஆக உறை சாராயத்தின் நாற்றம் அவளால் தாங்க முடியாததாக இருந்தது. ரேடியோ எப்போதோ நின்றுவிட்டிருந்தது. இரவுக்கே உரிய சத்தங்கள் கேட்டன. நாய்க் குரைப்பு, லாரி ஓடும் சத்தம், பக்கத்துத் தெருவில் இருக்கும் திரையரங்கின் சலசலப்புகள், ஆட்டோ, ரயில் சத்தம் . . .

ஜன்னல் வழியே வந்த வெளிச்சத்தில் கடிகாரத்தைக் கூர்ந்து பார்த்தாள். 11.55. முத்து வேலைக்குப் போக வேண்டுமே என்று நினைத்தாள். இன்றைக்காவது அவன் கிளம்பும்போது விழித்திருக்கிறோம் என்பதை நினைத்துச் சிறிய மகிழ்ச்சி ஏற்பட்டது. முத்து எழுந்திருப்பதாகத் தெரியவில்லை.

சிறிது நேரம் போகட்டும் என்று காத்திருந்தாள். பக்கத்து வீட்டு கடிகாரம் 12 முறை மணி அடித்தது. பார்வதி முத்துவை உசுப்பினாள். முத்து அசையவில்லை. குறட்டை விட்டுத் தூங்கிக்கொண்டிருந்தான். பலமாக உலுக்கினாள். பலனில்லை. இன்று நாற்றம் அதிகமாக இருப்பதன் காரணம் அப்போதுதான் அவளுக்குப் புரிந்தது. இன்று அதிகமாகக் குடித்திருக்கிறான். ஒன்று தன்னையறியாமல் குடித்திருக்க வேண்டும் அல்லது இன்று வேலைக்குப் போக வேண்டாம் என்ற முடிவோடு அதிகமாகக் குடித்திருக்க வேண்டும். பார்வதிக்கு எரிச்சலாக வந்தது. எழுந்து போய் ஜன்னலருகே தரையில் சாய்ந்தபடி உட்கார்ந்துகொண்டாள். சற்று நேரத்தில் தூக்கம் வருவதுபோல் இருந்தது. படுக்கைக்குச் செல்லப் பிடிக்கவில்லை. அந்தச் சாராய நாற்றத்தை நினைத்து மனம் வெதும்பினாள். அங்கேயே தரையில் சரிந்து படுத்தாள். மனதுக்குள் பழைய பாடல்கள் ஓட ஆரம்பித்தன. குருவின் நினைவு வந்தது. மனதைப் பலவந்தமாகப் பாடல்கள் பக்கம் திருப்பினாள்.

38

கிண்டி டோர்னமெண்டில் பகவதிபுரம் ஜூனியர் அணியை விளையாட அனுமதிக்க முடியாது என்று சொல்லிவிட்டார்கள். ஜகதாலன் வரவில்லை என்றதும் போட்டி ஏற்பாட்டாளர் களுக்குக் கோபம் வந்துவிட்டது. “சின்னப் பசங்கல அம்ச்சி கிண்டலா பண்றீங்க?” என்று கோபப்பட்டார்கள். “ஆட்டத்துல எற்க்கி பாரு. யாரு சின்னப் பையன்னு தெரியும்” என்று மாரிமுத்து சொன்னதைக் கேட்டு மேலும் கோபப்பட்டார்கள். சிலர் அடிக்கவும் வந்தார்கள். ஒரு மணி நேரம் அவகாசம் தருவதாகவும் அதற்குள் மெயின் டீம் வரவில்லை என்றால் போட்டியில் கலந்துகொள்ள முடியாது என்றும் சொல்லிவிட்டார்கள்.

“சரி வாணாம்” என்று மாரிமுத்து அசராமல் சொன்னான்.

“இன்னா மயிறுக்குடா பேர் குட்த்தீங்க? டீம்லாம் வெயிட் பண்ணினுகுது. லாட் போட வாணாமா? திடீல்னு இப்டி சொன்னா எப்பிடி?” என்று ஒருவர் கேட்டார்.

“இந்த டீம் நல்லா ஆடும்” என்றான் மாரி.

“ஏய், சொன்னதையே சொல்லினிருக்காதடா பாடு. இந்தப் பசங்கள பாத்தா மத்த டீம் ஆளுங்க கடுப்பாயிடுவானுங்க. ஒண்ணு, ஒன் அவருக்குள்ள டீம இட்டா. இல்லாகாட்டி 300 ரூபா பைன் கட்டு. அத்தான் இங்க ரூல்ஸ். இல்லாகாட்டி எந்த டோர்னமெண்ட்லயும் ஆட வுடாம பண்ருவோம்.

எங்கல பத்தி உனுக்கு தெரியாது. இந்த கொய்ந்த வேலையெல்லாம் இங்க வாணாம்" என்று கறாராகச் சொல்லிவிட்டார்கள்.

மாரிமுத்து மணியை சைக்கிளில் அனுப்பி ஜகதாலனுக்குச் சொல்லி அனுப்பினான். ஜகதாலன் அவசர அவசரமாக நான்கு பேரைக் கூட்டிக்கொண்டு வந்தான். மாரியோடு சேர்த்து ஐந்து பேர். ஜூனியர் அணியிலிருந்து மணியையும் இன்னொரு பையனையும் சேர்த்துக்கொண்டார்கள். பகவதிபுரம் அணி போட்டிக்குத் தயாராகிவிட்டது. முதல் போட்டி பாரதி நகருடன். முதல் சுற்று போட்டிகள் 15 நிமிடம்.

ஜகதாலனும் மாரிமுத்துவும் முதல் பாதியில் கொத்துக் கொத்தாகப் புள்ளிகள் எடுத்தார்கள். மாரியிடம் தொழில்நுட்பத் திறன் அதிகம் இல்லை என்றாலும் அவன் தன் உடல் வலிமையைத் திறமையாகப் பயன்படுத்தினான். பொதுவாக வாட்டசாட்டமாக இருக்கும் பையன்கள் நன்றாக ஏறி ஆடுவார்கள். ஆனால் இவன் அதிகம் ஏறாமல் காலை முன்னால் நீட்டாமல் சற்றே குனிந்து கைகளால் அரணமைத்து ஆடுவான். ஆடத் தெரியாதவன் ஆடுவதுபோல் இருக்கும். கொஞ்சம் ஏமாந்தால் தூக்கிவிடலாம் என்று எதிரணியினர் நினைக்கும்படி அவன் உடல் அசைவுகள் இருக்கும். பிடிக்க வருபவர்கள் பக்கத்தில் நெருங்கியதும் தன் உடல் வலிமையைக் காட்டுவான். மூன்று பேரையெல்லாம் அனாயாசமாகத் தள்ளிக்கொண்டு வந்துவிடுவான்.

எதிரணியில் இரண்டு அல்லது மூன்று பேர் இருக்கும்போது மாரியைத்தான் ஜகதாலன் அனுப்புவான். மாரி மூவரில் ஒருவனை வெளியே தள்ளிவிடுவான். மீதி இருப்பவர்களிடம் காலை நீட்டுவான். அவர்கள் பிடிக்கும்போது தப்ப முயல மாட்டான். அவர்களை இழுத்துக்கொண்டு குந்தத்துக்கு வந்துவிடுவான். அவ்வளவு வலிமை அவனுக்கு. இதே ஏழு பேர் இருக்கும்போது அவனை அதிகம் அனுப்ப மாட்டான். சுற்றுப் போட்டு ஏழு பேரும் மேலே படுத்துவிடுவார்கள். அவனுக்கு விலகவோ தப்பிக்கவோ தெரியாது.

ஜகதாலன் மணிக்கும் ரைட் செய்ய வாய்ப்புக் கொடுத்தான். மணி ஜகதாலன் பாணியில் ஆடினான். புள்ளிகள் அதிகம் எடுக்கவில்லை என்றாலும் பயப்படாமலும் நேர்த்தியாகவும் ஆடினான்.

பாரதி நகரை அடித்துத் துவைத்துவிட்டு அடுத்த சுற்றுக்குக் காத்திருக்கும்போது ஒருவர் ஜகதாலனைத் தேடி வந்தார்.

"நல்லா ஆட்றீங்க தம்பி" என்று சொல்லிக் கை கொடுத்தார்.

ஜகதாலன் பணிவாகச் சிரித்தான். கூச்சத்துடன் கை குலுக்கினான். கை அழுக்காக இருக்கிறதே என்று கொஞ்சம் கவலைப்பட்டான்.

"சார் ரயில்வேல வேல பாக்கறாரு ஜகா" என்றான் அவரை அழைத்து வந்த நண்பன்.

ஜகதாலனின் முகத்தில் சட்டென்று பிரகாசம். அவன் உடலில் திடீரென்று ஒரு குழைவு ஏற்பட்டது.

"என்ன படிச்சிருக்கீங்க தம்பி?" என்றார் அவர்.

"ப்ளஸ் டூ சார் . . ." என்றான் ஜகதாலன். அவன் குரல் கூச்சத்தில் குன்றியது.

"பாஸ் பண்ணிட்டீங்களா?"

"இல்ல சார், இந்த தபா எப்டியும் பண்ணிடுவேன் சார்" என்றான்.

"நல்லா படிங்க தம்பி . . ." என்றவர் தன் பர்ஸிலிருந்து பெயரட்டையை எடுத்துக் கொடுத்தார்.

"பரீட்ச முடிஞ்சதும் என்ன வந்து பாருங்க தம்பி" என்றார்.

ஜகதாலனுக்குப் புல்லரித்தது. அட்டையைத் தன் கால்சட்டைப் பையில் பத்திரப்படுத்திக்கொண்டான்.

"மேச் பாத்துட்டு போங்க சார் . . ." என்றான்.

"கண்டிப்பா . . ." என்றார்.

ஜகதாலனின் கால்கள் தரையில் நிற்கவில்லை. வேலையே கிடைத்துவிட்டதுபோல உணர்ந்தான். ஏப்ரலில் இல்லையென்றாலும் அக்டோபரில் கட்டாயம் பாஸ் பண்ணிவிடலாம் என்பதில் நம்பிக்கையோடு இருந்தான். பிருந்தா டீச்சரின் முகம் ஒரு முறை மனதில் வந்து போனது. அப்பாவை நினைத்துக்கொண்டான். பாக்கெட்டில் இருந்த அட்டையை ஒரு முறை தொட்டுப் பார்த்துக்கொண்டான். நல்ல வேளையாக இன்று போட்டிக்கு வந்தோம் என்று நினைத்துக்கொண்டான்.

இறுதிப் போட்டி சூளைமேடு அணியுடன். சட்டமன்ற உறுப்பினர் மேடையிலிருந்து பார்த்துக்கொண்டிருந்தார். பரிசுப் பணம் ஆயிரம் ரூபாய். இரு அணிகளும் மிகவும் கவனமாக ஆடின. நான்கைந்து ரைடுகள் இரு தரப்பிலும் முடிந்தும் எந்த அணியும் புள்ளி எடுக்கவில்லை. அப்போது சட்டமன்ற உறுப்பினர் பக்கத்தில் இருப்பவரிடம் ஏதோ சொன்னார்.

அவர் மைக்கில் பேசிக்கொண்டிருக்கும் வர்ணனையாளரிடம் காதைக் கடித்தார். “முதலில் புள்ளி எடுக்கும் ஆட்டக்காரருக்கு ஐம்பது ரூபாய் பரிசை சட்டமன்ற உறுப்பினர் வழங்குவார்” என்று அறிவிப்பு வந்தது.

ஜகதாலன் குந்தத்தின் அருகே போனான். குந்தத்தைத் தொட்டு முத்தமிட்டான். நிதானமாக ஏறினான். அவர்கள் நன்றாக ஏற்றி ஆடினார்கள். உள்ளே போனால் மாட்டிக்கொள்வோம் என்பது ஜகதாலனுக்குப் புரிந்தது. நடுவில் வந்து நின்றான். இரண்டு தொடைகளையும் தட்டினான். யாரும் சலனம் கொள்ளவில்லை. அப்படியே வலது புறம் வேகமாக முன்னேறினான். அங்கிருப்பவர்களும் வேகமாகப் பின்வாங்கி அவனை உள்ளே வரவழைக்க வலை விரித்தார்கள். ஏமாற்றத்தை முகத்தில் வெளிப்படுத்தியபடி ஜகதாலன் குந்தத்தை நோக்கி நடந்தான். அவன் திரும்பி வருவான் என்ற நிச்சயத்துடன் எதிரணியினர் அசையாமல் நின்றார்கள். சற்றே திரும்பி அவர்களைப் பார்த்த ஜகதாலன் திரும்பி வராமல் குந்தத்தைத் தாண்டிவிட்டான்.

தாண்டியவன் குந்தத்தின் அருகிலேயே நின்றான். எதிரணியி லிருந்து பாடி வர முன்வந்தவன் குந்தத்தின் அருகிலேயே இவன் நிற்பதைப் பார்த்துச் சற்றே தயங்கினான். இவன் அசையாமல் நின்றான். அவனுக்குக் கோபம் வந்தது. வேகமாக முன்னேறி அவன் தலையில் அடித்தான். கை ஓங்கிய கணத்தில் மின்னலெனக் குனிந்த ஜகதாலன் அவனுடைய இரண்டு கால்களையும் வாரினான். மீதியை அவன் அணியினர் பார்த்துக்கொண்டார்கள். ஜகதாலன் முதுகில் அடி பலமாக விழுந்தது. ஆனால் பாடி வந்தவன் தப்பிக்க வழியில்லாமல் மாட்டிக்கொண்டான். அவன் உடல் தரையில் படாமல் தூக்கிவிட்டார்கள். குந்தத்திற்கு இரண்டு அடி தூரத்தில் நிகழ்ந்த இந்த அற்புதத்தை அனைவரும் ஆரவாரத்துடன் பாராட்டினார்கள்.

அடுத்த ரைடும் ஜகதாலனே சென்றான். இந்த முறை சற்று வேகம் காட்டினான். எதிரணியினர் பரபரப்படைந்தார்கள். ஜகதாலன் ஒருவனை கிக் அடித்தான். டிச் இடிக்க வந்தவன் கையில் சங்கிலி போடாமல் வந்தான். அவனைத் தவிர்த்துவிட்டு மறு புறம் வந்தான். இதை எதிர்பாராமல் அங்கே நின்றிருந்த ஒருவனுக்கு ஒரு உதை விழுந்தது. மூன்று பேர் அவுட் ஆனார்கள்.

ஆட்டம் சூடு பிடித்தது. பகவதிபுரத்தின் கை ஓங்கியது. சூளைமேட்டில் ஒரே ஒருவன் எஞ்சியிருந்தான். அவன் ரைடு செய்ததில் இரண்டு பேர் அவுட் ஆனார்கள். ஜகா மாரியை

அனுப்பினான். மாரி மூன்று பேரையும் அள்ளிக்கொண்டு வந்தான். 9–2 என்ற கணக்கில் முதல் கேமை பகவதிபுரம் வென்றது.

அடுத்தடுத்த கேம்களில் சூளைமேடு அணியினர் ஜகதாலனிடம் மிகவும் எச்சரிக்கையாக ஆடினார்கள். மாரிமுத்துவை நன்றாக ஏறவிட்டு ஆடினார்கள். இரு தரப்பிலும் மாறி மாறி ஆட்கள் அவுட் ஆவதும் பிழைப்பதுமாக இருந்தார்கள். ஜகதாலனும் ஒரு முறை அவுட் ஆனான். இடைவேளையின்போது பகவதிபுரம் 15–6 என்ற கணக்கில் லீடிங்கில் இருந்தது.

நேரத்தைக் கடத்தலாம் என்று ஜகதாலன் திட்டமிட்டான். ஆனால் எதிரணியினர் முதல் ரைடில் 4 புள்ளிகள் எடுத்தார்கள். ஜகதாலன் அசரவில்லை. இப்போதும் 5 புள்ளிகள் லீடில் இருப்பதால் அவன் அலட்டிக்கொள்ளவில்லை. அவனும் மாரிமுத்துவும் கவனமாக ரைட் செய்து நேரத்தைக் கடத்தினார்கள். பிடித்தாக வேண்டும் என்னும் தவிப்பில் எதிரணியினர் செய்த பிழைகள் இவர்களுக்குச் சாதகமாக அமைந்தன. மேலும் நான்கு புள்ளிகள் முன்னிலை கிடைத்தது. கடைசி இரண்டு நிமிடம் இருக்கையில் ஜூனியர் அணியைச் சேர்ந்த இரண்டு பேரையும் ரைட் செய்ய அனுப்பினான். ஒருவன் அவுட் ஆனான். மணி அவுட் ஆகவில்லை. புள்ளியும் எடுக்கவில்லை. பகவதிபுரம் நான்கு புள்ளிகள் வித்தியாசத்தில் வென்று பரிசை வென்றது.

ஜெகதாலனுக்குத் தன் பையில் இருந்த அட்டைதான் உண்மையான பரிசாகத் தோன்றியது.

39

மதியம் அலுப்பில் தூங்கிவிட்ட பார்வதி கதவைத் தட்டும் ஓசை கேட்டு எழுந்தாள். கதவைத் திறந்தவளால் தன் கண்களை நம்ப முடியவில்லை. ஒரு கணம் திணறிவிட்டாள். வாசலில் நிற்கும் அப்பாவை உள்ளே வரும்படி சொல்லக்கூட அவளுக்கு நாக்கு ஒத்துழைக்கவில்லை.

"வாப்பா பிரபு, இப்பதான் வர வழி தெரிஞ்சிதா?" என்றபடி லட்சுமியம்மா எழுந்து வந்தார்.

பிரபு சிரித்த முகத்துடன் உள்ளே வந்தார். தன் பெண்ணைப் பார்த்ததும் அவர் கண்கள் கலங்கின. "எப்டிம்மா இருக்க?" என்று கேட்டார். பார்வதி சிரித்த முகத்துடன் மலர்ச்சியாகத் தலையாட்டினாள். "உள்ள வாங்கப்பா" என்றாள்.

வேகமாக உள்ளே சென்று முகத்தைக் கழுவிக் கொண்டு வந்தாள். "சாப்டீங்களாப்பா? எப்ப கௌம்பினீங்க? என்ன சொல்லாம கொள்ளாம வந்துட்டீங்க?" என்று படபடத்தாள்.

"10 மணிக்கு வண்டி ஏறும்போதே சாப்பிட்டுட்டேம்மா. இப்ப பசிக்கல. மெட்ராஸ்ல ஓர்த்தர பாக்க வேண்டியிருந்துது. அப்டியே ஒன்ன பாத்துட்டு போலாம்னு வந்தேன்" என்றார் பிரபு. பேசிக்கொண்டிருக்கும்போதே அவர் கண்கள் வீட்டைச் சுற்றி நோட்டமிட்டன.

"டீ வாங்கின் வரேம்பா" என்று சொல்லிவிட்டு பார்வதி சொம்பை எடுக்க உள்ளே சென்றாள்.

“இருக்கட்டும்மா. இத எடுத்து உள்ள வை” என்று சொல்லித் தன் கையிலிருந்த பையை மகளிடம் கொடுத்தார். அதில் பூ, பழம், இனிப்பு ஆகியவை இருந்தன. “என்னப்பா ஸ்வீட்? என்ன விசேசம்?” என்றாள்.

“எனக்கு ப்ரமோஷன் கெடச்சிருக்கு. வீட்டுக்கு போனும் வந்திடிச்சி. அதான் . . .” என்று அடக்கமாகச் சிரித்தார்.

பார்வதியின் முகமெல்லாம் மலர்ந்தது. சமாளித்துக்கொண்டு உள்ளே சென்றாள்.

“புரமோசன்னா இனிமே தாஸ்தி சம்பளம் வருமா?” என்றார் லட்சுமியம்மா.

“ஆமாங்க்கா” என்றார் பிரபு. “முத்து எப்படிக்கா இருக்கான்? எதாவது சேதி உண்டா?” என்று கேட்டார். முத்துவை மாப்பிள்ளை என்று சொல்ல இன்னும் அவருக்குப் பழக்கமாகவில்லை.

“நல்லாதாங்குறான். சந்தோஷத்துக்கு என்னா கொறச்சலு? நீ இன்னா அண்ட அயல்லயா கட்டி குட்த்துக்குற? நா இருக்க சொல்ல நீ ஏங் கவலப்படற?” என்றார் லட்சுமியம்மா.

“கவல எதுவும் இல்ல . . .” என்று இழுத்தார்.

சற்று நேரம் கழித்து, “முத்து எங்க?” என்று கேட்டார். “வேலைக்கா?” என்று அவரே மீண்டும் கேட்டார்.

“சினேகிதக்காரன் வூட்டுக்குப் போய்கீறான்” என்று சொன்ன லட்சுமியம்மா, “போன் வந்துருக்குதுன்னியே, நம்பர குடு” என்றார்.

“எழுதித் தரேன்” என்று சொன்னவர், எழுந்து சட்டையைக் கழற்றி ஆணியில் மாட்டிவிட்டு பாத்ரூமுக்குப் போனார். பீடி நாற்றத்தை எண்ணிப் பார்வதி கவலைப்பட்டாள். “இருங்கப்பா” என்று சொல்லிவிட்டு பாத்ரூமுக்குள் சென்று ஒரு வாளித் தண்ணீரை ஊற்றிவிட்டு வந்தாள். “இப்ப போங்கப்பா.”

பார்வதி சொம்பை எடுக்கப் போனாள். லட்சுமியம்மா அவளைத் தடுத்தார். ஜன்னல் வழியே எட்டிப் பார்த்தார். அங்கே கோலி விளையாடிக்கொண்டிருந்த ஒரு பையனைக் கூப்பிட்டார். அவன் ஓடி வந்தான். “டீ வாய்ங்கினு வாடா” என்று சொல்லிவிட்டு அவன் கையில் சொம்பையும் பணத்தையும் கொடுத்தார்.

பிரபு வெளியே வந்தபோது டீ தயாராக இருந்தது. “சக்கர . . .” என்றார். “எனக்கு தெரியாதாப்பா?” என்றாள் பார்வதி சிரித்தபடி.

பார்வதி ஊரைப் பற்றிக் கேட்க ஆரம்பித்தாள். லட்சுமியம்மா அந்த அறையிலேயே உட்கார்ந்திருந்ததால் அதிகம் பேச முடிய வில்லை. அப்பாவும் பெண்ணும் சம்பிரதாயமான முறையில் பேசிக்கொண்டிருந்தார்கள். அவர் கண்கள் அவ்வப்போது வீட்டைச் சுற்றி நோட்டமிட்டுக்கொண்டிருந்தன. பார்வதியின் ஆள்காட்டி விரலில் மஞ்சள் அப்பியிருந்ததைப் பார்த்து விசாரித்தார். "இட்லிக்கு மாவரைக்கும்போது கை பட்ருச்சிப்பா" என்றாள்.

"கிலைண்டரு ஒண்ணு வாங்கி குடுத்தியானா அதுலயே அரச்சிப்பால்ல?" என்றார் லட்சுமியம்மா.

பிரபு தலையாட்டினார். பார்வதி அப்பாவைப் பார்த்துச் சங்கடமாகப் புன்னகைத்தாள். அவர் அவள் தலையில் கை வைத்து ஆசீர்வாதம் செய்துவிட்டுக் கிளம்ப ஆயத்தமானார்.

சட்டையை எடுத்து மாட்டிக்கொண்டு சுவாமி படத்துக்குப் பக்கத்தில் இருந்த விபூதியை எடுத்துப் பூசிக்கொண்டார். கிளம்பும்போது தன் அக்காவின் கையில் ஐநூறு ரூபாய் கொடுத்தார். "மாப்ளைக்கும் பொண்ணுக்கும் ட்ரெஸ் எதுனா வாங்கிக் குடு" என்றார். கேலண்டரில் தன் போன் நம்பரைக் குறித்தார்.

வாசல்வரை வந்து வழியனுப்பிய பார்வதியிடம் தன் அக்காவுக்குத் தெரியாமல் இருநூறு ரூபாய் கொடுத்தார். "செலவுக்கு வெச்சிக்கம்மா. எதுனா வேணும்னா போன் பண்ணு" என்றார்.

"நைட்டு வருவீங்களாப்பா?" என்று கேட்டாள் பார்வதி.

"ஒரு ஃப்ரெண்ட பாக்கணும். சீக்கிரம் வேலை முடிஞ்சா வருவேன். லேட்டாச்சுன்னா ப்ராட்வேலேந்தே பஸ் ஏறிடுவேன். லீவு போட முடியாதும்மா" என்றார்.

"பஸ் ஸ்டாண்ட் வரைக்கும் வரேம்பா" என்று சொன்னவள் "பஸ் ஸ்டாண்ட் வரைக்கும் போயிட்டு வந்துடறேன் அத்த" என்று சொல்லிவிட்டுக் கிளம்பினாள்.

அவர்களது பிளாக்கைத் தாண்டிக் கோவில் இருக்கும் சாலையில் திரும்பியதும் பார்வதிக்கு ஏதேதோ பேச வேண்டும் என்று தோன்றியது. ஆனால் பேச முடியவில்லை. "முத்து வேலைக்கு ஒழுங்கா போறானாம்மா?" என்று கேட்டார்.

"நைட் சிப்ட்டுதாம்பா. எப்ப போறாரு, எப்ப வராருன்னே தெரியாது. ஏதோ பணம் மட்டும் அப்பப்ப வரும் அப்பப்ப ஏலத்துல எதுனா பொருள் வாங்கியாருவாரு. தெனைக்கும்

குடிக்கிறாரு. சரியான சோம்பேறிப்பா. எப்பப் பாத்தாலும் தூக்கம்" என்றாள். பிரபுவின் முகம் சட்டென்று இருண்டது. சுதாரித்துக்கொண்டு, "இப்பதானே கல்யாணம் ஆயிருக்கு . . . எல்லாம் போகப் போக சரியாயிரும். நீதான் சொல்லி சொல்லித் திருத்தணும். அவங்கம்மா அவன கெடுத்து வெச்சிருக்கா" என்றார்.

காலையில் இருந்ததைவிடவும் இப்போது நடமாட்டம் அதிகமாக இருந்தது. இப்போது கட்டை தொட்டிக்குப் போய்ப் பார்த்தால் எப்படி இருக்கும் என்று நினைத்துக்கொண்டாள். அப்போது எதிரில் செண்பகமும் அவள் மூத்த பையனும் வந்துகொண்டிருந்தார்கள். செண்பகம் இவளைப் பார்த்துச் சிரித்தபடி நின்றாள்.

பார்வதியும் புன்னகைத்தாள். "எங்க அப்பா" என்றாள். செண்பகம் கும்பிடு போட்டாள். பிரபுவும் சிரித்தபடி கை கூப்பினார்.

"இவங்கதாம்பா எனக்கு மார்க்கெட்டு, கீர விக்கிற இடம் எல்லாம் சொல்லி குடுத்தாங்க" என்றாள் பார்வதி. செண்பகம் சிரித்தாள். பார்வதி பையனைப் பார்த்து, "பிரேயர் கிளாஸ்க்கெல்லாம் ஒழுங்கா போறயா?" என்றாள்.

"அது கிளாஸ் இல்ல. ஸ்டெல்லா மிஸ் வூட்டுக்கு ஃபாதரு வாரத்துக்கு ரெண்டு தடவ வருவாரு. பிரேயர் பண்ணுவாரு, பாட்டெல்லாம் பாடுவாரு. நாங்க அவரு கிட்ட கத்துக்குனு பிரேயர் பண்ணுவோம்" என்றான்.

பார்வதி சிரித்தாள். "வரேங்க்கா" என்றாள்.

செண்பகம் சிரித்துவிட்டு நகர்ந்தாள்.

பஸ் நிறுத்தம் வரும்வரை அப்பாவும் பெண்ணும் பேசியபடி நடந்தார்கள். இந்த ஊரைப் பற்றிச் சொல்ல வேண்டும் என்று நினைத்ததையெல்லாம் ஏனோ இப்போது சொல்லத் தோன்றவில்லை. கொலை விழுந்த இடம் என்பதால் சீக்கிரம் வீட்டுக்குப் போய்விட வேண்டும் என்று நினைத்தாள். ரவியைப் பற்றி விசாரிக்கலாமா என்று நினைத்தாள். ரவியை அப்பாவுக்குத் தெரியும். ஆனால் அவனுக்கும் தனக்கும் இடையே இருந்ததெல்லாம் தெரியாது. என்ன சொல்லி விசாரிப்பது என்று விட்டுவிட்டாள்.

"நீ கவலப்படாதம்மா. வேற எங்கியாவது வீடு பாத்து வெக்கறேன். அடுத்த முறை வரும்போது அக்கா கிட்ட பேசறேன்" என்றார்.

“இந்த வீட்டுக்கு என்னப்பா. அதெல்லாம் ஒண்ணும் வேணாம்.”

“நீ சும்மா இரும்மா. இந்த குடிச ஏரியாவே வேணாம். எவ்ளோ அழுக்கு . . . எவ்ளோ சின்னது . . . நான் முத்துக்கு பாரிஸ் கார்னர்ல வேலை வாங்கி தரேன். எக்மோர்லயோ பெரம்பூர்லயோ வீடு பாத்துக்கலாம். இந்த ஏரியாவே வேணாம். உன்ன இங்க பாக்கவே மனசு கூசுது. எங்க அக்கா பேச்ச தட்ட முடியாம உன்ன இங்க தள்ளி வுட்டுட்டேனேம்மா . . .”

“அதெல்லாம் ஒண்ணுமில்லப்பா. நெஜமாவே சொல்றேன். இந்த ஏரியா ஒண்ணும் மோசமில்லப்பா. இது அழுக்கு தான். ரவுடிங்க இருக்கற இடம்தான். ஆனா மனுஷங்க தங்கமானவங்கப்பா . . .”

“எப்பயும் அடிதடி வெட்டு குத்துன்னு இருந்தா எப்படிம்மா... நல்லவங்களுக்கு பாதுகாப்பே இருக்காது” என்றார் அப்பா.

பார்வதி ஒன்றும் பேசவில்லை.

பஸ் வந்தது. “சீக்கிரமே கிரைண்டர் வாங்கி அனுப்பறேம்மா. யாராவது இங்க வருவாங்க, அவங்க கிட்ட சொல்லி வாங்கி குடுக்க சொல்றேன்” என்றார் அப்பா.

பார்வதி தலையாட்டினாள். அப்பா வந்துவிட்டு இப்படிச் சட்டென்று கிளம்புவது அவளுக்கு என்னவோபோல் இருந்தது.

“ஃபோன் பண்ணும்மா” என்றார். பஸ்ஸில் ஏறிக்கொண்டார். சில நிமிடங்கள் அங்கே நின்றுவிட்டுப் பார்வதி திரும்பினாள். வரும்போது மனம் வெறுமையாக இருந்தது.

மாலை வெளிச்சம் கவிய ஆரம்பித்திருந்தது. பகவதிபுரத்தின் வழக்கமான உற்சாகம் காணவில்லை. எல்லோருமே ஏதோ ஒரு அசம்பாவிதத்துக்காகக் காத்திருப்பவர்கள்போல இருந்தார்கள். கோலி விளையாடும் பையன்கள்கூட வழக்கமாகப் போடும் அளவுக்குச் சத்தம் போடவில்லை. தெருவில் நாய்களும் மாடுகளும் வழக்கம்போலவே திரிந்துகொண்டிருந்தன. எம்.ஜி.ஆர். மன்றத்துக்கு அருகே கூட்டம் குறைவாக இருந்தது. இரண்டு பேர் அமைதியாக உட்கார்ந்து காற்றாடி நூலுக்கு மாஞ்சா போட்டுக்கொண்டிருந்தார்கள். குரு அங்கே இல்லை.

வீடு திரும்பும்போது முத்து தூங்கிக்கொண்டிருந்தான். அத்தை பக்கத்து வீட்டில் டிவி பார்த்துக்கொண்டிருந்தார். பார்வதியும் சிறிது நேரம் டிவி பார்த்தாள். மனம் தொலைக்காட்சியில் லயிக்கவில்லை.

40

பார்வதியும் செண்பகமும் கறிகாய் வாங்கிக் கொண்டு திரும்பிக்கொண்டிருந்தார்கள். பூக்கடைக்குப் பக்கத்தில் இருக்கும் ஸ்டெல்லா மிஸ்ஸின் வீட்டுக்குப் போக வேண்டும் என்றாள் செண்பகம். "நானும் வரேங்க்கா" என்றாள் பார்வதி.

ஸ்டெல்லா மிஸ் வீட்டில் டியூஷன் முடிந்து பாடல்கள் பாடப்பட்டுக்கொண்டிருந்தன.

கர்த்தாதி கர்த்தாவே . . .
உனைத் துதிக்கின்ற நேரம் என்றென்றும்
ஆனந்தம் உண்டல்லவோ
சந்தோஷம் உண்டல்லவோ

என்று பாதிரியார் உரத்த குரலில் பாடிக் கொண்டிருந்தார். மாணவர்கள் கணீரென்ற குரலில் உற்சாகமாகத் திருப்பிப் பாடிக்கொண்டிருந்தார்கள். பாதிரியாரின் குரல் உருகி வழிந்தது. பக்தி ததும்பியது. கர்த்தாதி கர்த்தாவே என்று பாடும்போது மேலே போகும் குரல் படிப்படியாகக் கீழே இறங்கி சந்தோஷம் வரும்போது மிகவும் கீழே வந்துவிட்டது. அதில் உருக்கம் இருந்தது. சந்தோஷம் இல்லை. பார்வதிக்கு இசை பற்றி எதுவும் தெரியாது. ஆனால் சந்தோஷம் என்ற வார்த்தையை இவ்வளவு கீழே இறக்கி ஏன் பாட வேண்டும் என்று அவளுக்குப் பட்டது. பையன்களும் பெண்களும் மிக உற்சாக மாய்ப் பாடினார்கள். எல்லா வரிகளையும் சமமாகப் பாவித்தார்கள்.

பாடி முடித்ததும் பாதிரியார் ஒவ்வொருவருக்கும் நெற்றியில் சிலுவை இட்டு ஆசீர்வாதம் செய்தார். ஸ்டெல்லா மிஸ் டீ, பிஸ்கெட் கொடுத்தாள். அவள் தலையில் முக்காடு போட்டிருந்தாள். முகத்தில் பக்தி நிரம்பியிருந்தது. செண்பகத்தைப் பார்த்துப் புன்னகைத்தாள். செண்பகம் பார்வதியை அறிமுகம் செய்துவைத்தாள். பார்வதி கையெடுத்துக் கும்பிட்டாள். ஸ்டெல்லா கும்பிட்டு ஸ்தோத்திரம் என்று சொன்னாள். பார்வதிக்குப் புரியவில்லை. "தோத்ரம்னா வணக்கம்னு அர்த்தம்" என்றாள் செண்பகம்.

"வெறும் வணக்கம் இல்லம்மா. கர்த்தருக்கு வணக்கம்னு அர்த்தம். கர்த்தராகிய யேசு கிறிஸ்துவுக்கு ஸ்தோத்திரம்னு அர்த்தம்" என்றார் அங்கே வந்த பாதிரியார். பார்வதி எழுந்து நின்று வணக்கம் சொன்னாள். பாதிரியார் அவள் தலைக்கு மேலே கையை உயர்த்தி ஆசீர்வதித்தார். அவளைப் பற்றி விசாரித்தார். செண்பகம் சொன்னாள்.

"சாமி, பகவதிபுரத்துல எப்பப் பாத்தாலும் சண்டை வெட்டு, குத்துன்னு இருக்குதே, இதுக்கு ஒரு விடிவு காலம் பொறக்காதா?" என்று செண்பகம் கேட்டாள். பாதிரியார் புன்னகை செய்தார். கண்களைச் சிறிது நேரம் மூடினார். பைபிளைப் பிரித்தார். சில பக்கங்களைப் புரட்டினார். ஏதோ ஒரு பக்கத்தில் அவர் தேடல் நின்றது. கண்ணாடியைச் சரி செய்துகொண்டு படிக்க ஆரம்பித்தார்.

"தனது சகோதரனைப் பகைக்கிற எவனும் மனுஷ கொலைபாதகனாயிருக்கிறான். மனுஷ கொலைபாதகன் எவனோ அவனுக்குள் நித்திய ஜீவன் நிலைத்திராது என்று அறிவீர்கள்" என்று வாசித்தார்.

"இந்தச் சண்டைகளெல்லாம் பிசாசினாலே உண்டாக்கப் பட்டவை" என்றார் அழுத்தமாக. "ஒரு கன்னத்தில் அறைகிறவ னுக்கு மறு கன்னத்தைக் காட்டும் பக்குவம் மக்களுக்கு என்னிக்கு வருமோ அன்னிக்குதான் உலகம் சாந்தி அடையும்" என்றார்.

செண்பகம், பார்வதி ஸ்டெல்லா ஆகிய மூவரும் எதுவும் பேசாமல் கேட்டுக்கொண்டிருந்தார்கள்.

"உலகம் முழுக்க இதுதாம்மா நடக்குது. யேசுவின் பிள்ளைகள்னு சொல்லிக்கற மக்கள் இருக்கற நாடுகளும் அப்படித்தான். சொல்லப்போனா இந்தியாவை விட அங்கல்லாம் சக மனுஷன துன்புறுத்தற சக்திகள் அதிகமா இருக்கு" என்று சொன்னவர் கண்களை மூடி "எமது பாவங்களுக்காக நீங்கள்

மரித்தீர்கள்" என்று தொடங்கி ஜபித்துத் தன் மீது சிலுவைக் குறி இட்டுக்கொண்டார்.

பார்வதிக்கு ஒன்றும் புரியவில்லை.

திரும்பி வரும்போது செண்பகத்தின் மகன் உற்சாகமாகப் பேசிக்கொண்டே வந்தான். ஒரு சந்தில் நின்றான். செண்பகம் அவனைப் பார்த்து, "என்னடா?" என்றாள்.

"இங்க பாருங்கம்மா" என்றான். அவன் காட்டிய இடத்தை இருவரும் பார்த்தார்கள்.

அங்கே இரண்டு பிளாக்குகளுக்கு நடுவில் இருந்த வெற்றிடத்தில் சிலர் கபடி விளையாடிக்கொண்டிருந்தார்கள். கணேச மூர்த்தி சம்பவத்தால் சில நாட்களாக இல்லாமல் இருந்த ஆட்டம் இப்போது மீண்டும் தொடங்கிவிட்டது. கபடி ஆட்டத்திற்கு வழக்கமாகப் போடப்படும் கட்டங்களில் பாதிதான் அங்கே இருந்தது. அந்தக் கட்டத்திற்குள் சிலர் கை கோர்த்தபடி நிற்க கட்டத்துக்கு வெளியே இருக்கும் மூன்று பேர் மாறி மாறிப் பாடிக்கொண்டிருந்தர்கள். பயிற்சிக்காக இப்படிச் செய்கிறார்கள் என்று பார்வதிக்குப் புரியச் சிறிது நேரமாயிற்று. ஒல்லியான உடல் வாகும் நெடுநெடுவென்ற உயரமும் கொண்ட ஒருவன் அனைவரையும் வழிநடத்திக்கொண்டிருந்தான். ஒவ்வொருவரும் என்ன தவறு செய்கிறார்கள் என்பதைச் சுட்டிக்காட்டினான். அவனும் சில சமயம் பாடி வந்தான். சில சமயம் உள்ளே இருந்தான். அவன் உள்ளே இருக்கும்போது பாடி வருபவனால் அவனைக் கொஞ்சமும் பின்னால் போக வைக்க முடியவில்லை. பாடி வருபவன் அவன் நிற்கும் இடத்தில் சற்றேனும் ஊடுருவ முயன்றால் சரேலென்று அவனை இழுத்துச் சுருட்டிக்கொண்டான். அவன் பாடும் விதமும் பிறர் பாடும்போது அவன் ஆடும் விதமும் மிக அழகாக இருந்தன. இரவின் அமைதியில் காற்றில் பாட்டு மிதந்து வரும்போது ஏற்படும் உணர்வு பார்வதிக்கு ஏற்பட்டது.

பார்வதி சற்று நேரம் மெய்மறந்து நின்றாள். ஊரில் கபடி பார்த்திருக்கிறாள். ஆனால் இவ்வளவு நேர்த்தியான ஆட்டத்தைப் பார்த்ததில்லை. ரவிக்குக் கபடி ஆடத் தெரியாது. அவன் கிரிக்கெட் ஆடுவான். இவள் பார்த்ததில்லை. சொல்லியிருக்கிறான். அவன் கிரிக்கெட்டை இப்படி ஆடுவானா? கபடி ஆடினால் எப்படி ஆடுவான்? பார்வதி அந்த உயரமான பையனின் இடத்தில் ரவியை வைத்துப் பார்த்தாள். உருவம் சரியாக அமையவில்லை. குருவை வைத்துப் பார்த்தாள். அவன் லுங்கியைத் தூக்கிக்

கட்டிக்கொண்டு முறைத்துப் பார்த்ததுமே எல்லோரும் கட்டத்தை விட்டு வெளியேறிவிடுகிறார்கள். பார்வதிக்குச் சிரிப்பு வந்தது.

செண்பகத்தின் பையன் சந்திரன் அம்மாவின் கையைப் பிடித்து இழுத்தான். "அங்க பாரும்மா மணி நிக்கிறான்" என்றான்.

"அதுக்கென்ன இப்ப?" என்றாள் செண்பகம்.

"எப்பவும் தெருலதாம்மா இருக்கான். ஒண்ணு கோலி, இல்லன்னா கபடி . . ."

"கோலி ஆட்றதுக்கு கபடி எவ்ளவோ மேலுடா" என்றவள் சுவாரஸ்யமாக ஆட்டத்தைப் பார்த்துக்கொண்டிருந்தாள்.

அடுத்து மணி பாடிச் சென்றான். கொஞ்ச நேரம் நன்றாகத்தான் ஆடினான். செண்பகத்தின் முகத்தில் பூரிப்பு. அந்த உயரமான பெரிய பையன் பக்கத்தில் போகும்போது மற்றவர்களைப் போலப் பம்மாமல் தைரியமாகச் சென்றான். அவன் சற்றே பின்வாங்கினான். செண்பகத்துக்கு மகிழ்ச்சி. மணி மேலும் தைரியமாக ஏறினான். மின்னல் வேகத்தில் கையை நீட்டி அந்தப் பெரிய பையனைத் தொட்டான். செண்பகம் ஆச்சரியத்தில் உறைந்துபோனாள். ஆனால் அவன் கை கீழே வருவதற்குள் அந்தப் பெரிய பையன் மணியின் காலை வாரித் தனக்குள் அவனை முழுமையாக இழுத்துக்கொண்டான். மணி முன்னோக்கிச் செலுத்திய விசையைப் பயன்படுத்தி மிக லாகவமாக அவனைத் தன்னுள் இழுத்துக்கொண்டான். மணி முன்னோக்கிப் பாய்வதற்காக அவன் காத்திருந்தான் என்பது புரிந்தது. வலை விரித்து முன்னோக்கி வரவழைத்ததே அவன்தான் என்பதும் புரிந்தது. மணி சிரித்துக்கொண்டே எழுந்து வந்தான். செண்பகத்தின் பரவசம் வடிந்து உடல் தளர்ந்தது. "என்ன இருந்தாலும் ஜகா கிட்ட வாலாட்ட முடியுமா?" என்றாள். பார்வதி சிரித்தாள்.

"அவனக் கூப்புடும்மா. படிக்கவே மாட்றாம்மா" என்றான் சந்திரன்.

"வூட்டுக்கு வரட்டுண்டா சொல்றேன். இப்ப வுட்ரு. வா போலாம்" என்று செண்பகம் நடக்க ஆரம்பித்தாள்.

"யார் அந்தப் பையன்? பெரிய சேம்பியனா?" என்று பார்வதி கேட்டாள்.

"அவம் பேரு ஜகதாலன். இதே காலனிலதான் க்குறான். ஆனா அவன் எங்க இருக்குறான்னு யாருக்கும் தெரியாது. எந்த வம்புக்கும் போவ மாட்டான். எப்பப் பாரு கபடிதான்.

அவனாலதான் பகவதிபுரத்த கண்டாலே மத்த டீமுங்கோ பயப்புடுது" என்றாள் செண்பகம்.

"ஆனா அந்தண்ணன் ப்ளஸ்டூல ஃபெயிலு" என்றான் சந்திரன். "மூணு வாட்டி எழுதிட்டாரு. இன்னும் பாஸாவல."

"அவங் கபடிலயே பெரிய ஆளா வருவாண்டா" என்றாள் செண்பகம்.

"ப்ளஸ் டூல பாஸானாதான் கவர்மெண்ட் வேல கடைக்கும்" என்றான் சந்திரன்.

"டேய், படிப்பு முக்கியந்தாண்டா, ஆனா எப்பவும் அதயே நெஞ்சினிருக்காத" என்றாள் செண்பகம்.

பார்வதி சிரித்தாள்.

41

ஜகதாலன் ஏப்ரல் பரீட்சையில் தேறவில்லை. இது அவன் எதிர்பார்த்ததுதான். டீச்சர் அவனிடம் தெளிவாகச் சொல்லியிருந்தார். இத்தனை நாள் படிக்காமல் திடீரென்று படித்து பாஸ் செய்வதெல்லாம் நடக்காது என்றும் சென்னார். "ஆனா, இந்த எக்ஸாம் நீ எழுதினாதான் அடுத்த அட்டெம்ப்ட்ல பாஸ் பண்ணுவ. எக்ஸாம்னா என்னன்னு தெரிஞ்சிக்கறதுக்காகத்தான் நீ இப்ப எழுதற. அத மனசுல வெச்சிக்கோ" என்று சொல்லியிருந்தார்.

ஆறு மாதங்களுக்கு முன்பு யாராவது இப்படிச் சொல்லியிருந்தால் ஜகதாலன் ஏளனமாகச் சிரித்திருப்பான். "பெயிலாவறத்துக்கு ஏன் எக்ஸாம் ஏதணும்? பெயிலுன்னு தெரிஞ்சி எந்த கூமுட்டையாவுது ஏதுமா? கொஞ்சமானா மூள கீதா உனுக்கு?" என்று கேட்டிருப்பான். கடந்த சில மாதங்களாக டீச்சரிடம் நெருங்கிப் பழகியதில் அவர்மீது மரியாதையும் அன்பும் உருவாகியிருந்தன. அதனால் அவர் வார்த்தை மீது மரியாதையும் நம்பிக்கையும் ஏற்பட்டன.

பரீட்சை முடிந்த பிறகு கேள்வித்தாள்களை எடுத்துக்கொண்டு வரச் சொல்லியிருந்தார் டீச்சர். ஜகதாலன் எடுத்துக்கொண்டு போனான். ஒவ்வொரு கேள்வியாகக் கேட்டு பதில் சொல்லச் சொன்னார். தெரியாத கேள்வி வரும்போது புத்தகத்தைக் கையில் கொடுத்து விடைதேடச் சொன்னார். விடையை ஒரு முறை படிக்கச் சொன்னார். புத்தகத்தைத்

திரும்ப வாங்கிக் கொண்டு, “இப்ப படிச்சதுல உனக்கு என்ன புரிஞ்சிதுன்னு சொல்லு” என்றார். ஜகதாலன் கஷ்டப்பட்டு உரைநடைத் தமிழில் ஆரம்பித்தான். அவனைக் கையமர்த்திய டீச்சர், “சாதாரணமா பேசற மாதிரி சொல்லு” என்றார். சொன்னான்.

புத்தகத்தைக் கையில் கொடுத்துவிட்டு, “இந்த புக்க பாத்து கேள்விக்கெல்லாம் பதில் எழுது” என்று சொன்னார். “ஆனா ரெண்டரை மணி நேர பேப்பரை ரெண்டு மணி நேரத்துல முடிக்கணும்“ என்றார்.

ஜெகதாலன் எழுதினான். புத்தகத்தில் விடைகளைத் தேடுவதும் அவ்வளவு எளிதாக இருக்கவில்லை என்றாலும் புத்தகம் என்னும் புதிர் விடுபட ஆரம்பித்தது.

○

சூளைமேட்டில் நடந்த போட்டியிலும் பகவதிபுரம் வென்றது. இறுதிப் போட்டியில் காசிமேடு அணியுடன் கடுமையான போட்டி. ஜகதாலன் ஆட்டத்தால் பகவதிபுரம் இரண்டு புள்ளிகள் வித்தியாசத்தில் வென்றது.

கபடி ஆடும் பகுதிகளில் எல்லாம் பகவதிபுரத்தைப் பற்றியும் ஜகதாலனைப் பற்றியும் பேச்சாக இருந்தது. ஆனால் ஜூலைக்குப் பிறகு கபடி ஆடுவதை ஜகதாலன் குறைத்துக்கொண்டான். அவன் இல்லாத பகவதிபுரத்துக்கு வெற்றியும் தோல்வியும் கலந்து வந்தன. அக்டோபர் பரீட்சைக்காக ஜகதாலன் தீவிரமாகப் படித்துக்கொண்டிருந்தான்.

ஜகதாலன் படிக்கும் காட்சியை அவன் அப்பாவால் நம்பவே முடியவில்லை. அவன் தேறிவிட்டால் முடி இறக்குவதாக வேண்டிக்கொண்டிருந்தார். அவன் படிப்பதைப் பார்த்துவிட்டு சந்தோஷமாக முடியைக் கோதிக்கொண்டார்.

மாலையில் டீக்கடையிலும் மைதானத்திலும் கபடி அணியினர் கூடினார்கள். ஜகதாலன் தினமும் தவறாமல் அங்கு சென்றான்.

போகும் வழியில் ஒரு நாள் மணி கோலி ஆடிக் கொண்டிருந்ததைப் பார்த்தான். “அடிங் . . .” என்று கையை ஓங்கியபடி கோலியைப் பிடுங்கிச் சாக்கடையில் வீசினான். “கபடி ஆட வாடா” என்று இழுத்துக்கொண்டு போனான்.

மணி ஜகதாலன் பின்னால் போனான்.

42

வரதராசனின் கட்டை தொட்டியில் நடக்கும் சாராய வியாபாரத்தைப் பற்றி போலீஸுக்குத் தெரியும். ஆனால் அங்கே கஞ்சா விற்கப்படுகிறது என்னும் செய்தி அவர்களுக்குப் புதிதாக இருந்தது. “இந்தக் கருமத்த தட்டிக் கேட்டதுக்குத்தான் கணேச மட்ட பண்ணானுங்க” என்றார் பாபு. “முன்னாடி இருந்த ஏ.சி. கைலயும் எஸ்.ஐ. கைலயும் சொல்லிப் பாத்தோம். என்ன காரணமோ தெரீல, அவங்க ஆக்சன் எடுக்கல. வரதராசன்னா இங்க ஏதோ ஒரு பயம் இருக்குது. நாங்க தட்டிக் கேட்டா எங்க தல உருளுது. போலீஸோ எதையும் கண்டுக்கறதில்லை. நீங்க புதுசா வந்துகுறீங்க. நீங்கதான் பாத்து ஏதாச்சும் பண்ணணும்” என்றார் கரகரத்த குரலில். “கெஞ்சான்னா இன்னான்னே தெரியாத புள்ளிங்கல்லாம் கெஞ்சா அட்ச்சிட்டு வீந்து கடக்குதுங்கோ” என்றார் உணர்ச்சிகரமாக.

பெருமாள் அமைதியாகத் தலையாட்டிக் கொண்டார். பாபு தொடர்ந்து பேசினார்.

“என்னல்லாம் மறந்துருப்பீங்க. அது பரவாயில்ல. நா இன்னா இஸ்கோல் நடத்தி படிப்பா சொல்லி குட்த்தேன்? இல்லாங்காட்டி கோயில் கட்டி கும்பாபிசேகம் பண்ணனா? எங்கள எல்லாம் உங்குளுக்கு நாபகம் இருக்காது” என்றார்.

பெருமாள் சிரித்தார். பத்து ஆண்டுகளுக்கு முன்பு நீலாங்கரையில் அவருக்கு நியமனம். அங்கே ஆளரவம் அற்ற இடங்கள் நிறைய இருந்தன. ஏகப்பட்ட குற்றங்கள். நடவடிக்கை எடுத்தால்

போலீஸையே காலிசெய்துவிடுவார்கள். அந்த இடத்தின் சந்து பொந்துகள், கடற்கரையை ஒட்டிய புதர்கள், வீடுகள், மீனவர் குடிசைகள் எல்லாம் அந்த ரவுடிகளுக்கு அத்துப்படி. வழிப்பறி, கஞ்சா விற்பனை, பெண் கடத்தல், விபச்சாரம் என்று பல தொழில்களுக்கும் ஏற்ற இடமாக அது இருந்தது. விபச்சாரத்தில் பெரிய இடத்துப் பையன் ஒரு முறை சிக்கினான். இன்னொரு முறை பெரிய இடத்துப் பெண் ஒருத்தி கஞ்சா விஷயத்தில் மாட்டிக்கொண்டாள். பணம் படைத்தவர்களிடமிருந்து அரசியல் தொடர்புகள் வாயிலாகக் காவல்துறைக்கு நெருக்கடி வந்தது.

மேலிடத்திலிருந்து வந்த நெருக்கடியால் நீலாங்கரையின் மூத்த அதிகாரி இவரை ஏவிவிட்டார். விசாரிக்க ஆரம்பித்த பிறகுதான் அங்கே ஒரு பெரிய படையே இயங்கிக்கொண்டிருப்பது தெரிந்தது. போலீஸையெல்லாம் அவர்கள் மதிக்கவே மாட்டார்கள். நீலாங்கரையிலிருந்து தொடங்கி, பெசன்ட் நகர், சாந்தோம், காசிமேடு, பேசின் பிரிட்ஜ், ராயபுரம் என்று கடற்கரை ஓரம் முழுவதும் அவர்களுக்கு வலுவான தொடர்புப் பின்னல் இருந்தது. அவர்களுடைய பெண் விவகாரங்களுக்கு அரசியல்வாதிகளின் முழுமையான ஆசீர்வாதம் இருந்தது. ஆனால் பெரிய இடத்துப் பெண் ஒருத்தியைக் கைவைத்துவிட்டதால் இப்போது நெருக்கடி வந்திருக்கிறது. அவர்களால் பாதிக்கப்பட்ட வேறு சிலரும் அவர்களுடைய கொட்டத்தை அடக்குவதற்காகப் பண பலத்தோடு நெருக்கடி கொடுத்தார்கள்.

நீலாங்கரையின் உயர் அதிகாரி தன்னைப் பகடைக் காயாகப் பயன்படுத்தி லாபம் அடையப் பார்க்கிறாரோ என்னும் சந்தேகம் பெருமாளுக்கு வந்தது. அப்போதுதான் யாரோ ஒருவர் மூலம் கணேச மூர்த்தியின் மாமாவைப் போய்ப் பார்த்தார். அவர் தன் தொடர்புகள் மூலம் பெருமாளின் உயிரைக் காப்பாற்றினார். கடற்கரையோர ரவுடிகளுக்கும் சென்னையின் உள் பகுதிகள் சிலவற்றில் இருக்கும் ரவுடிகளுக்கும் இடையே அவ்வளவாக ஒத்துப்போகாது என்பதால் மூர்த்தியின் மாமா கடலோர ரவுடிகள் பற்றிப் பல விஷயங்களைப் பெருமாளுக்குச் சொன்னார். பெருமாள் தனியாக மாட்டிக்கொள்ளவிருந்த ஒரு சில சந்தர்ப்பங்களில் பிளேடு பாபுவும் கணேச மூர்த்தியும் அவரைக் காப்பாற்றியிருக்கிறார்கள். அவர்கள் தந்த மறைமுக உதவியால்தான் நீலாங்கரையின் முக்கியமான ரவுடிகள் சிலரைப் பிடித்துச் சுளுக்கு எடுத்து நீதிமன்றத்தில் நிறுத்த முடிந்தது.

பெருமாள் சில அடிகள் எடுத்து வைத்ததும் மேலதிகாரி சுறுசுறுப்புடன் முன்னேறி ரவுடிகளின் அமைப்பை ஊடறுத்தார். உயிர் பிழைக்குமா என்னும் கவலை போய் நல்ல பெயருடன்

அந்த இடத்திலிருந்து வர உதவியது மூர்த்தியும் பாபுவும்தான். அந்த பாபு இப்போது உதவி கேட்கிறார். அதுவும் ஒன்றும் தெரியாத அப்பாவி மாதிரி. தெளிவான திட்டம் இல்லாமல் பாபு இப்படிச் செய்ய மாட்டார் என்பது தெரிந்தும் பெருமாள் அதைப் பற்றிக் கவலைப்படவில்லை. வரதராசனும் ராசுக்குட்டியும் காந்தியோ நேருவோ இல்லை என்பதால் அவர்கள் மீது கை வைக்கத் தயங்க வேண்டியதில்லை என்பதால் பெருமாள் அலட்டிக்கொள்ளவில்லை.

"ஆனா அவுரு கைல கொஞ்சம் உசாரா இருக்கணும்" என்று பாபு மீண்டும் ஒருமுறை சொல்லிவைத்தார். பெருமாள் சிரித்தார்.

"சொம்மா பயங் காட்றேன்னு நென்ச்சிடாதீங்க சார் ... வரதன் லேஸ்பட்ட ஆளு கடியாது. கை வெச்சா ஊரே பத்திக்கும். கை வெக்கறதா நெனச்சாலே டேஞ்சர்தான்" என்றார் பாபு.

போலீசே பயப்பட வேண்டிய அளவுக்கு வரதராசன் அவ்வளவு பெரிய ஆளா என்று பார்த்துவிடுவோம் என்று முடிவு செய்தார் பெருமாள். கணேச மூர்த்தி கொலையுண்ட பிறகு அங்கே சென்ற காவலர்களுக்கு ஏற்பட்ட அனுபவங்கள், அவர்களுக்குக் கிடைத்த தகவல்கள் ஆகியவை அவரை யோசிக்கவைத்தன. உள்ளூர் சட்டமன்ற உறுப்பினரிடமிருந்து வந்த செய்தியும் அவர்களுக்குச் சாதகமாக இருந்ததை எண்ணிப் பார்த்தார். "சைதாப்பேட்ட எம்.எல்.ஏ. என்ன ஜாதி?" என்று பாபுவைக் கேட்டார். சட்டென்று அவர் இப்படிக் கேட்டதும் பாபு குழம்பினார். ஆனால் பல ஆண்டுகளாக இதே விவகாரங்களில் ஊறிய அவர் உடனே சுதாரித்துக்கொண்டார். அவர் முகத்தில் புன்னகை பிறந்தது.

"நீங்க நெனிக்கற்து செர்தான் சார். வரதனோட ஜாதிதான் நம்ம எம்.எல்.ஏ. பகவதிபுர்த்துல அதிகமா கிற ஜாதியும் அதுதான்" என்றார். பெருமாள் சிரித்தபடி தலையாட்டிக்கொண்டார். வரதனின் பலம் ரவுடித்தனமும் பணமும் மட்டுமல்ல என்று தான் கணக்குப் போட்டது சரியாகிவிட்டது என்று நினைத்தார். ஆனால் அதை நினைத்து அவர் அவ்வளவாகக் கவலைப்படவில்லை. அவரைப் பொறுத்தவரை போலீஸ் உதவி இல்லாமல் எந்த ரவுடியும் தொடர்ந்து தாக்குப் பிடிக்க முடியாது. குறிப்பிட்ட ரவுடியைக் கட்டம் கட்டுவது என்று முடிவுசெய்துவிட்டால் போலீஸுக்கு அது சாதாரண விஷயம். காரணம் போலீஸிடம் இருக்கும் அதிகாரமும் ஆயுத பலமும். சட்டமும் போலீஸுக்கே சாதகமாக இருக்கும். அரசியல்வாதிகள்

குறுக்கே வந்தால்தான் பிரச்சினை. அதனால்தான் சரியான சந்தர்ப்பத்துக்குக் காத்திருக்க வேண்டியிருக்கிறது. ரவுடிகள் போலீஸுக்கு உதவியாக இருப்பார்கள். என்றாலும் அவர்களில் யாராவது சிலர் வேண்டாம் என்று போலீஸார் முடிவுசெய்துவிட்டால் கதை முடிந்தது. இப்படித்தான் காசிமேடு, ராயபுரம், எழும்பூர் இங்கெல்லாம் அவர் ரவுடிகளுக்குக் கட்டம் கட்டித் தூக்கியிருக்கிறார். வரதனைப் பற்றி எம்.எல்.ஏ.விடம் எப்படிப் பேச வேண்டும் என்பது அவருக்குத் தெரியும். தவிர, பாபுவும் அரசியல் செல்வாக்கு உள்ளவர்தான்.

வேலைக்குச் சேர்ந்த புதிதில் பயந்ததுபோல இப்போதெல்லாம் அவர் பயப்படுவதில்லை. அவரைக் கண்டு ரவுடிகள்தான் பயப்படுகிறார்கள். ரவுடிகளை எப்படி மடக்குவது என்னும் தந்திரங்களை இத்தனை ஆண்டுகளில் அவர் நன்றாகவே படித்திருக்கிறார். நெருங்கிய ரவுடிகளைக்கூடப் பிரித்துவிட்டு மோதவிடும் அளவுக்கு சூட்சுமங்கள் தெரிந்தவர். காசிமேடு, தண்டையார்பேட்டை ஆகிய காவல் நிலையங்களில் குப்பை கொட்டியவர். பாபுவைப் பற்றியும் அவருக்குத் தெரியும். நேரடி அனுபவம் மட்டுமில்லாமல் காவல்துறைப் பதிவேட்டிலும் காவல்துறை வட்டாரத்தின் பேச்சுக்களிலும் பதிவாகியிருக்கும் பாபுவின் வீரதீர பராக்கிரமங்களை நன்றாகவே அறிந்துவைத்திருந்தார். இந்த நிலையத்துக்குப் போகிறோம் என்றதும் எல்லாத் தகவல்களையும் திரட்டிக்கொண்டுதான் வந்திருந்தார். பாபு இப்போது ஏன் கத்தியைத் தூக்காமல் இங்கே வந்திருக்கிறார் என்றுதான் பெருமாளுக்குப் புரியவில்லை. அதுவும் ஒரு விதத்தில் நல்லது என்று நினைத்தார்.

வரதராசன் கடைக்குப் போய்ப் பார்த்துவிடலாம் என்று பெருமாள் முடிவு செய்தார். அப்போது என்ன நடக்கிறதோ அதைவைத்து அடுத்த அடி எடுத்து வைக்கலாம் என்று முடிவு செய்தார். திடீரென்று ஒரு நாள் வரதராசனின் கடைக்குப் போய் சோதனை செய்ததில் சில பொட்டலங்கள் கிடைத்தன. முன்கூட்டியே உரிய தகவல்களுடன் போனதால் வரதராசன் இல்லாதபோது போய் அதிரடியாகச் சோதித்து வேண்டிய பொருளைக் கைப்பற்ற முடிந்தது. செய்தி கேள்விப்பட்டு வரதராசன் வந்து, ரெய்டுக்கான நீதிமன்ற உத்தரவு, வக்கீல் என்றெல்லாம் பேசுவதற்குள் வேலை முடிந்தது. சில ஆட்களைக் கைது செய்துகொண்டு போனார்கள். வரதராசனை ஸ்டேஷனுக்கு வரச் சொன்னார்கள்.

கடையில் பொட்டலம் கிடைத்தது என்று எஸ்.ஐ. சொன்னதைக் கேட்ட வரதன் ஆவேசமடைந்தார். காவல்

நிலையத்தில் சென்று வாதிட்டார். அப்போது ஒரு போலீஸ்காரர் அவரை அவமரியாதையாகப் பேசினார். வரதராசனுக்கு ரத்தம் கொதித்தது என்றாலும் இந்தச் சமயத்தில் கோபப்படுவதில் அர்த்தமில்லை என்பதை உணர்ந்து அமைதியாகப் பேசிவிட்டு வந்தார். வக்கீலை வைத்து அடுத்தடுத்த காரியங்களைத் திட்டமிட்டார்.

வரதண்ணனை ஒரு சாதாரண போலீஸ்காரன் திட்டியதைக் கேள்விப்பட்ட குரு ஆத்திரம் அடைந்தான். ஆனால் இப்போதைக்கு எதுவும் செய்ய வேண்டாம் என்று வரதன் தடுத்துவிட்டார். பெருமாள் இந்நேரம் குருவுக்குக் கட்டம் கட்ட ஆரம்பித்திருப்பார் என்பது அவருக்குத் தெரியும். போலீஸ் நேரடியாக எதிர்க்க ஆரம்பித்தால் பின்னணியில் ஏதோ நடந்திருக்கிறது என்று அர்த்தம் என்பதும் அவருக்குத் தெரியும். அது என்னவென்று பார்த்து அதற்கேற்ப அதைச் சமாளிக்க வேண்டும் என்று முடிவெடுத்தார். தன்னைச் சுற்றிக் கண்காணிப்பு இருப்பதால் ராசுவிடம் சொல்லி விசாரிக்கச் சொன்னார்.

43

“நம்ம பசங்க கொட கபடி ஆட்றானுங்கல்ல?” என்றார் கணேச மூர்த்தியின் மாமா.

“ஆட்துங்க. ஆனா எல்லாம் ஊக்கைங்க. ரெண்டு பேரு நல்லா ரைட் பண்ணுவானுங்க. ஓர்த்தன் நல்லா கேச் புடிப்பான். மத்ததெல்லாம் தெண்டம்” என்றார் பாபு. “இன்னாத்துக்கு கேக்கற?”

மாமா பதில் பேசவில்லை. அமைதியாகப் பல் குத்திக்கொண்டிருந்தார். கிளாஸில் இருந்த சாராயத்தை ஒரு மிடறு குடித்தார்.

வாசலில் பரோட்டாவும் முட்டை தோசையும் இட்லியும் பரபரப்பாக வியாபாரம் ஆகிக்கொண்டிருந்தன. பின்புறத்தில் ஒரு சிறிய ஓலைக் குடிசைக்குள் உறை வியாபாரம் மும்முரமாக நடந்துகொண்டிருந்தது.

“பகவதிபொர்த்து டீம் பத்தியே பேச்சா இருக்குது. நம்ம புள்ளிங்கள பத்தி எதுங் காணுமேன்னு பாத்தேன்” என்றார் மாமா.

பாபு தலையாட்டினார். “அங்க ஜெகதாலன்னு ஓர்த்தன் கீறான். பயங்கரமான ப்லேயர். நானே பாத்துக்கிறேன். சோக்கா ஆடுவான். அவந்தான் அந்த டீமுக்கு ட்ரெய்னிங் குட்த்து வல்த்துட்டுக்கிறான். அவம் பேச்ச கேட்டு அந்தப் புள்ளிங்கோ பயபக்தியா ஆடும். கபடி கபடின்னு உயிரையே உட்துங்கோ. தெனிக்கும் பிராடீஸ் பண்ணுதுங்கோ. சண்ட, சச்சரவு, அரசியல் எதுலயும் போன்து கடியாது. டீம் அப்டி இருக்குது” என்றார் பாபு.

“அந்த டீமால அந்த ஏரியாக்கே நல்ல பேரு. பகவதிபுரம் அப்படீன்னா மொதுல்ல கபடி ஞாபகம்தான் வருது. அதுக்கு பிற்பாடுதான் வரதன், ராசு, குரு, வெட்டு, குத்து எல்லாம் . . .”

“தெரியும். அதுக்கு இன்னா பண்றது? யாராது நல்ல ட்ரெய்னர் கட்ச்சா புள்ளிங்கள மெர்ட்டி உருட்டி ஆட வெக்கலாம்“ என்றார் பாபு.

“பாண்டியன் கைல சொல்றன்” என்றார். “அவன வந்து ட்ரெய்னிங் குடுக்க சொல்றேன்” என்றார். பாபுவின் முகத்தில் பெரும் திருப்தி. பாண்டியன் எழும்பூர் பகுதியில் எஸ்.ஐ. கபடியில் கில்லி. ரவுடிகளை ஒடுக்குவதில் புலி. அவர் சைதாப்பேட்டையில் இருந்தபோது கணேச மூர்த்தியுடன் பழக்கம் இருந்தது. மூர்த்தி அவருக்கு நிறைய உதவிகள் செய்திருக்கிறார்.

மூர்த்தியின் மாமா பண்டியனுக்கு மிகவும் நெருக்கம். அவர் கேட்டுக்கொண்டதன் பேரில் பாண்டியன் பார்டர் தோட்டத்துக்கு வந்தார். அவர் காவல் துறை அணிக்கு கோச். பார்டர் தோட்டத்துப் பையன்கள் ஆடுவதைப் பார்த்த அவருக்குப் பயங்கரக் கோபம் வந்தது. கண்டபடி திட்டிவிட்டார். மூர்த்தியின் மாமாவையும் பாபுவையும் பார்த்துப் பேசினார்.

“இந்தப் பசங்களுக்கு கபடின்னா என்னன்னே தெரியலண்ணே” என்றார் மாமாவிடம். “கூட்டமா இருக்குற பஸ்ஸுல ஏற அட்ச்சிக்கறா மாதிரி ஏழு பேரும் கும்பலா நவுர்ரானுங்கோ. கபடிக்கே கேவலம் இது” என்றார்.

மாமா வெற்றிலையைத் துப்பினார். “தோ பார், கபடி பத்தியெல்லாம் எனுக்கு தெரியாது. நம்ம பசங்க நல்லா கபடி ஆடணும். பகவதிபுரத்த கெலிக்கணும். அதுதான் உங் கைல நா எதிர்பாக்கறது” என்றார்.

“அண்ணே சொம்மா கிண்டல் பண்ணாதீங்கண்ணே. மூர்த்தி அண்ணன வெட்னவனுங்கள கண்டுபுட்ச்சி கை வேற கால் வேற பிச்சி போடணுமா, சொல்லுங்க, போடறேன். இந்தப் பசங்கள கபடி ஆட வெக்கிறது கஸ்டம்ணே” என்றார்.

“அதுக்குதாம்பா உங் கைல வந்துக்குறேன்” என்றார் மாமா மீண்டும். பாபு அவமானத்துடன் உட்கார்ந்திருந்தார். “ஒண்ணு ரெண்டு பேருகூடவா சரியா ஆடல?” என்றார் மாமா.

“கரைட்டா சொல்லணும்னா ரெண்டு பேர் நல்ல ப்ளேயர்ஸ். ஆனா இந்த டீம்ல இருந்தா அவனுங்களும் வீணாபோயிடுவானுங்க” என்றார் பாண்டியன்.

மாமா மீண்டும் தன் கோரிக்கையை வலியுறுத்தினார். பாண்டியன் ஒரு வழியாக ஒப்புக்கொண்டார். மாமா அவருக்கு எத்தனையோ உதவிகளைச் செய்திருக்கிறார். அவருக்கு இதைக்கூடச் செய்யாவிட்டால் எப்படி என்று ஒப்புக்கொண்டார்.

போலீஸ் அணியைச் சேர்ந்த ஒருவரை தினமும் இங்கே வரச் சொல்கிறேன் என்றார் பாண்டியன். வாரத்துக்கு ஒரு முறை தானே வந்து பார்த்துக்கொள்கிறேன் என்றார்.

பாண்டியன் பயிற்சியை ஆரம்பித்தார். முதலில் நெடு நேரம் மூச்சு எடுப்பது எப்படி என்று சொல்லிக்கொடுத்தார். சங்கிலி கோர்த்து விளையாடுவது பற்றிச் சொன்னார். சங்கிலி வியூகத்தின் அடிப்படை நகர்வுகளைப் பல நூறு முறை செய்யச் சொன்னார். களத்தில் ஏழு பேரும் இருந்தால் எப்படி ஆட வேண்டும், ஆறு, ஐந்து, நான்கு என்று குறைந்தால் எப்படிச் செயல்பட வேண்டும் என்பதையெல்லாம் விளக்கினார். ஒவ்வொன்றையும் செய்து காட்டினார். வியூகம் அமைத்தல், பிடித்தல், இடித்தல், பாடிச் செல்லுதல், தப்பித்தல் என்று எல்லாவற்றையும் அணு அணுவாகச் சொல்லிக்கொடுத்தார். ஒவ்வொரு விஷயத்தையும் அவர் செய்து காட்டியதைப் பார்த்த பார்டர் தோட்டத்துப் பையன்கள் பிரமித்தார்கள். அவர் சொல்வதைச் சிரமேற்கொண்டு செய்தார்கள். ஒரு நாளுக்கு மூன்று மணி நேரத்துக்குப் பயிற்சி செய்தார்கள்.

பார்டர் தோட்டத்து அணி கொஞ்சம் கொஞ்சமாகத் தேறியது. போட்டிகளைத் தன்னம்பிக்கையுடன் எதிர்கொண்டது. வெற்றியும் தோல்வியும் மாறி மாறி வந்தாலும் ஒவ்வொரு போட்டியும் அந்த அணியைச் சில அடிகள் முன்னேற்றியது.

சூளைமேடு போட்டியில் பார்டர் தோட்டத்தின் வீரியம் தெரிந்தது. பகவதிபுரத்துக்கும் பார்டர் தோட்டத்துக்கும் நேரடி மோதல் நிகழவில்லை என்றாலும் பார்டர் தோட்டத்தின் ஆட்டத்தைப் பார்த்து பகவதிபுரம் அணி ஆச்சரியம் அடைந்தது. ஜகதாலன் அவர்கள் ஆட்டத்தை உன்னிப்பாகக் கவனித்தான். யாரோ பெரிய கை இதற்குப் பின்னால் இருப்பது அவனுக்குப் புரிந்தது. குருவிடம் இதைப் பற்றிப் பேசினான். வரதராசண்ணனின் கடைக்கு போலீஸ் வந்து சென்ற பிறகு ஏதாவது விபரீதமாக நடக்கும் என்ற அச்சம் இருந்தாலும் இந்த விஷயத்தில் ஜெகதாலனால் சும்மா இருக்க முடியவில்லை.

“சத்தியமா சொல்றங் குரு, எவனோ பெரிய ப்ளேயர் ட்ரெனிங் குடுக்கறான்” என்றான் ஜகதாலன்.

“உனுக்கே பயமாகுதா?” என்றான் குரு.

“அய்ய, அவுனுங்க நல்ல டீமா இர்ந்தாதான் அவுனுங்கள ஒதிக்கறதுக்கே இன்ட்ரஸ் வரும்” என்றான் அலட்சியமாக “திடீல்னு அவுனுங்க எப்டி இந்த அளவுக்கு ஆட்றானுங்கன்னு கண்டுபுடிக்கணும் குரு” என்றான்.

வரதண்ணன் கடைக்கு போலீஸ் வந்துவிட்டுப் போனதிலிருந்து குருவுக்கு நிம்மதி இல்லை. ஏதோ தவறாக நடக்கிறது என்பது அவனுக்குத் தெரிந்தது. எம்.எல்.ஏ.வை மீறி ஏ.சி. நடவடிக்கை எடுக்கிறார் என்றால் விஷயம் கை மீறிப் போகிறது என்று நினைத்துக்கொண்டான். இந்தச் சமயத்தில் அந்த ஊரின் கபடி விவகாரத்தில் ஈடுபடுவது நல்லதல்ல என்று யோசித்தான். ஆனால் ஜெகதாலனுக்காகச் செய்ய வேண்டும் என்று நினைத்தான்.

“கவலபடாத. நான் விசாரிக்கிறேன்” என்றான் குரு.

பார்டர் தோட்டத்தின் வளர்ச்சி ஜகதாலனுக்கு உண்மையிலேயே உற்சாகத்தைத் தந்தது. அடிதடியில் விருப்பம் இல்லாவிட்டாலும் அவனுக்கும் பார்டர் தோட்டத்தைக் கண்டாலே பிடிக்காது. கபடியில் அவர்களை மண்கவ்வ வைக்க வேண்டும் என்னும் அடங்காத ஆவல் அவனுக்கு உண்டு. பொதுவாக முதல் சுற்றிலேயே வெளியேறும் பார்டர் தோட்டத்துடன் ஆடும் வாய்ப்பு அவனுக்கு அரிதாகவே கிடைக்கும். இனி பார்டர் தோட்டத்தைக் களத்தில் சந்திக்கலாம் என்று அவன் உற்சாகம் அடைந்தான்.

போலீஸ் பாண்டியன் கோச்சிங் கொடுப்பதை குரு கண்டுபிடித்துவிட்டான். பாண்டியன் பெயரைக் கேட்டதும் ஜகதாலனே கொஞ்சம் அசந்துவிட்டான். பாண்டியனின் ஆட்டத்தை அவன் நான்கைந்து ஆண்டுகளுக்கு முன்னால் பார்த்திருக்கிறான். அசோக் நகர் காவல் நிலையம் அருகில் புதூர் என்ற பகுதி உள்ளது. அங்கே அடிக்கடி கபடி போட்டி நடக்கும். ஒருமுறை மாநில அளவிலான போட்டி நடந்தது. பள்ளிக்கூட அளவிலான போட்டிகளில் மட்டுமே கலந்துகொண்டிருந்த ஜகதாலன் ஆர்வத்துடன் அந்தப் போட்டிக்குப் போனான். கூட்டத்தில் நெருக்கி அடித்துக்கொண்டு முழுப் போட்டியையும் பார்த்தான். எங்கு பார்த்தாலும் பாண்டியனைப் பற்றியே பேச்சாக இருந்தது. பாண்டியனும் அந்தப் புகழுக்கு ஏற்ப ஆடினார். ஒரு முறைகூட அவரை யாராலும் பிடிக்க முடியவில்லை. எகிறுதல், தவிர்த்தல், மோதி வெளியே வருதல், உள்ளே புகுந்து புறப்படுதல், உடலைச் சுழற்றி வலையிலிருந்து தப்பித்தல் என்று பல்வேறு உத்திகளை அவர் வைத்திருந்தார்.

எப்போது எதைப் பயன்படுத்துவார் என்பதை யாராலும் யூகிக்க முடியாது. சில சமயம் அவர் கால் மின்னல் வேகத்தில் மேலெழும். அப்போதெல்லாம் யாராவது ஒருவரின் முகம் பதம் பார்க்கப்படும். அவர் எகிறுவது ஒரு பறவை தரையிலிருந்து மேலெழுவதைப் போல அத்தனை இயல்பாக இருக்கும். பாடி வருபவரைப் பிடிப்பதிலும் அவர் திறமைசாலியாக இருந்தார். பாண்டியனைப் போல ஆட வேண்டும் என்ற எண்ணம் ஜகதாலனின் மனதில் அப்போது ஆழமாக விழுந்தது. அவருடைய பல உத்திகளை ஏகலைவன்போலத் தனியே பயிற்சி செய்தான். ஒரு போட்டியின்போது அவன் ஆட்டத்தைப் பார்த்த ஒருவர், இவன் போலீஸ் பாண்டி மாதிரி ஆடறான் என்று சொன்னபோது ஜகதாலனுக்குப் பெரும் நிறைவு ஏற்பட்டது.

அந்தப் பாண்டிதான் பார்டர் தோட்டத்தின் பின்னால் நிற்கிறார் என்று நினைத்தபோது அவன் மன உறுதி கொஞ்சம் அசைந்தது. உடனே சுதாரித்துக்கொண்டான். அவர்தான் தன்னுடைய குரு என்பதில் அவனுக்குச் சந்தேகம் இல்லை. ஆனால் குருவை மிஞ்சிய சிஷ்யன் என்று பெயரெடுக்க வேண்டும் என்று உறுதிபூண்டான்.

ஜகதாலன் பரீட்சைக்குப் படித்துக்கொண்டிருந்த சமயத்தில் எந்த டோர்னமெண்டிலும் பகவதிபுரம் கலந்துகொள்ளவில்லை. கலந்துகொண்ட ஓரிரு போட்டிகளிலும் ஜகதாலன் போகவில்லை. சில போட்டிகளில் வெற்றியும் சில போட்டிகளில் தோல்வியும் கிடைத்தன. ஜகதாலன் இல்லை என்ற உடன் எதிரணிகள் பகவதிபுரத்தை இளக்காரமாக நினைக்கத் தலைப்பட்டன. அந்த அணுகுமுறை சில சமயம் பகவதிபுரத்துக்குச் சாதகமாகவும் அமைந்தது. ஆனால் ஜகதாலன் இருக்கும் அணிக்கும் இல்லாத அணிக்குமான வித்தியாசம் பளிச்சென்று தெரிந்தது.

ஜகதாலன் போட்டிகளுக்குச் செல்லாவிட்டாலும் தினமும் டியூஷன் முடித்து மைதானத்துக்குப் போய்க்கொண்டிருந்தான். கொஞ்ச நேரம் ஆடுவான், கொஞ்ச நேரம் பயிற்சி கொடுப்பான். போட்டிகளில் என்ன நடக்கிறது என்று கேட்டுத் தெரிந்துகொள்வான். எம்.ஜி.ஆர். நகரில் நடந்த போட்டியில் பார்டர் தோட்டம் கோப்பையை வென்றது என்பதைக் கேள்விப்பட்டு ஆச்சரியம் அடைந்தான். பார்டர் தோட்டம் வாங்கும் முதல் கோப்பை அது. 'வாங்கடா, உங்கள வெச்சிக்கரேன்' என்று நினைத்துக்கொண்டான்.

44

பெருமாள் ஒரு தீர்மானத்துடன் களம் இறங்கினார். பாபுவின் தூண்டுதலால்தான் வரதராசனைக் குறிவைக்க ஆரம்பித்தார் என்றாலும் வேட்டையில் இறங்கிய பிறகு அதைத் தன் சொந்தப் பிரச்சினைபோலப் பார்க்க ஆரம்பித்தார். வரதராசனை நெருங்கும்போது அவரைப் பற்றியும் குருவைப் பற்றியும் கேள்விப்பட்ட விஷயங்கள் அவரை உசுப்பிவிட்டன. இன்னும் சில ஆண்டுகளாவது இந்தச் சரகத்தில் இருக்க வேண்டும் என்பதால் பாபு, வரதராசன் இருவரில் ஒருவரை ஒடுக்கி இன்னொருவரைத் தனக்கு நெருக்கமாக்கிக்கொள்ளாவிட்டால் சிக்கல்தான் என்பது அவருக்குப் புரிந்திருந்தது. பாபுவைப் பகைத்துக்கொள்ள வாய்ப்பே இல்லை. அவர் சிறு வயதில் உதவியிருக்கிறார். எனவே யார் எதிரி என்பது பெருமாளுக்குத் தெளிவாகத் தெரிந்தது.

முதலில் கமிஷனரைப் போய்ப் பார்த்தார். பகவதிபுரம், பார்டர் தோட்டம் நிலவரத்தைச் சொன்னார். கணேச மூர்த்தி கொலை பற்றியும் விளக்கினார். உயிருக்குத் துணிந்த ரவுடிகளையும் சாரய, கஞ்சா வியாபாரத்தையும் வைத்துக்கொண்டு வரதன் விளையாடுவதை எடுத்துச் சொன்னார். பண பலம், ஜாதி பலம் ஆகியவற்றை வரதன் பயன்படுத்துவதாகச் சொன்னார். கமிஷனருக்கு வரதராசன் பற்றி ஏற்கெனவே தெரியும். இப்போது நிலைமை கை மீறிப் போவதுபோல உணர்ந்தார். முதல்வருக்கு அவர் நெருக்கமானவர். எம்.எல்.ஏ. விஷயத்தை நான் பார்த்துக்கொள்கிறேன், நீ கணேச

மூர்த்தி கொலை விஷயத்தையும் கஞ்சா விஷயத்தையும் விசாரி என்றார் பெருமாளிடம்.

பகவதிபுரம், பார்டர் தோட்டம் ஆகிய பகுதிகளில் பாபு, வரதன், ராசு ஆகியோரைக் காட்டிலும் மாஞ்சா குருதான் முக்கியமானவன் என்பதை அவர் ஏற்கெனவே கேள்விப்பட்டிருக்கிறார். குருவைப் பற்றி முன்பே நிறைய கதைகளைக் கேள்விப்பட்டிருக்கிறார். பிற வட்டாரங்களின் ரவுடிகளே அவனைப் பற்றி நிறைய சொல்லியிருக்கிறார்கள். கல்லூரி போய்க்கொண்டிருந்த குரு தன் நண்பனை யாரோ அநியாயமாக வெட்டியதை அடுத்துத்தான் கத்தியைத் தூக்கினான். சிறு வயதிலிருந்தே கராத்தே, உடற்பயிற்சி ஆகியவற்றில் ஆர்வமும் திறமையும் கொண்ட அவனுக்குப் பழிவாங்குவது சுலபமாகவே இருந்தது. அடையாளம் தெரியாமல் கச்சிதமாகக் காரியத்தை முடித்தான். கொல்லப்பட்டவர்களின் ஆட்களுக்குச் செய்தது இவன்தான் என்று தெரிவதற்குள் குரு தன் அஸ்திவாரத்தைப் பலமாகப் போட்டுக்கொண்டுவிட்டான். அவனிடம் வித விதமான ஆயுதங்கள் இருந்தன. ஆயுதமே இல்லாவிட்டாலும் பத்துப் பேர்வரை அவனால் சமாளிக்க முடியும் என்று ரவுடிகள் வட்டாரத்தில் அவனுக்குப் பெயர் இருந்தது. பெருமாள் அவனைப் பற்றிக் கேள்விப்பட்ட விஷயங்கள் அவரது போலீஸ் உணர்வுக்குச் சவால் விடுவதாக இருந்தன.

சில கதைகள் நம்ப முடியாதவையாகவும் இருந்தன. ஒரு முறை தேவி திரையரங்கில் படம் பார்த்துக்கொண்டிருந்தவனைக் கொல்ல நடந்த முயற்சியிலிருந்து அவன் தப்பிய கதையை ஒரு போலீஸ்காரரே அவரிடம் சொல்லியிருக்கிறார். குரு சினிமா பார்த்துக்கொண்டிருந்தபோது திருவல்லிக்கேணி மணியின் ஆட்கள் அவனைச் சுற்று போட்டுவிட்டார்களாம். ஆனால் அந்தத் தகவல் அவனுக்கு வந்துவிட்டது. திரையரங்கில் வேலை பார்க்கும் ஒரு பையன் வந்து சொல்லிவிட்டுப் போனானாம். "எல்லா எடத்துலயும் அவுனுக்கு ஆள் இருக்குது சார்" என்றார் அந்த போலீஸ்காரர். பெருமாள் புன்னகையுடன் கேட்டுக்கொண்டிருந்தார்.

படம் ஓடிக்கொண்டிருக்கும்போது குரு இருட்டில் மெல்ல நகர்ந்து பெண்கள் கழிவறைக்குச் செல்லும் வழியாக வெளியே வந்தான். சைக்கிள் ஸ்டாண்ட் வழியே ஓசை எழுப்பாமல் வாசலை நோக்கி விரைந்தான். ஆண்கள் கழிவறை, பிரதான வாசல் ஆகிய இடங்களில் காத்திருந்தவர்களில் ஒருவன் கண்ணில் பட்டுவிட்டான். அவன் உடனே சீழ்க்கை ஒலி எழுப்பிவிட்டு எங்கேயோ பார்த்தபடி சைக்கிள் ஸ்டாண்டை

நெருங்கினான். குரு அவனைக் கவனித்துவிட்டான். “அந்த சிக்னல் எல்லாம் அவுனுக்கு தெரியும் சார்” என்றார் போலீஸ்காரர். சீட்டி அடித்தவன் நெருங்குவதைத் தெரிந்துகொண்டதைக் காட்டிக்கொள்ளாமல் நடந்தான் குரு. அவன் நெருங்கியதும் அவன் தாடையில் வேகமாக உதைத்தான். கீழே விழுந்தவனைக் கழுத்தில் மிதித்தான். கையைப் பிடித்து வேகமாகத் திருப்பிக் கையை முறித்தான். மூன்று வினாடிகளில் தாக்குதல் முடிந்துவிட்டது.

அங்கிருந்து மின்னல் வேகத்தில் ஓடி ஒரு சில வினாடிகளில் வெளியே வந்தான். அவனைத் தேடி வந்தவர்கள் அவனைத் துரத்தினார்கள். அவர்கள் தன்னை நெருங்குவதற்குள் குரு சாலைக்கு வந்து ஓடிக்கொண்டிருக்கும் பேருந்தில் ஏறினான். பேருந்து அடுத்த நிறுத்தத்தில் நிற்பதற்கு முன்பு இறங்கி வேறொரு பேருந்தில் ஏறினான். ஸ்பென்சர்ஸ் அருகில் மீண்டும் இறங்கியவன் சாலையைக் கடந்து இன்னொரு பேருந்தில் ஏறி எழும்பூர் போய் அங்கிருந்து ரயில் பிடித்து சைதாப்பேட்டையில் இறங்கிக்கொண்டான். “அவனைத் துரத்தினு வந்தவனுங்க மவுண்ட் ரோட்லயும் ட்ரிப்ளிகேன்லயும் சிந்தாதரிப்பேட்டலயும் தேடினிருந்தாங்க. அவன் சைலண்டா வீட்டுக்குப் போய் படுத்துட்டான்” என்று சொல்லும்போது அந்த போலீஸ்காரரின் குரலில் பாராட்டுணர்வு தெரிவதைப் பெருமாள் உணர்ந்தார். எம்.ஜி.ஆரைப் பற்றி அவர் ரசிகர்கள் பேசுவதைக் கேட்பதுபோல இருந்தது அவருக்கு.

“பக்கத்துல இருந்து பாத்தா மாதிரி சொல்றீங்க?” என்றார்.

“இது இங்க எல்லாருக்குமே தெரியும் சார் . . .” என்றார் அந்த போலீஸ்காரர். அவர் குரலில் இருந்த உற்சாகம் வடிந்து சற்றே எச்சரிக்கை எட்டிப் பார்த்தது.

விசாரணைக் கைதியாக வந்த ஒருவன் இன்னொரு கதையைச் சொன்னான். இந்த முறை தி. நகர். நெரிசலான துரைசாமி சாலையில் குரு சைக்கிளில் போய்க்கொண்டிருந்தபோது எதிரிகள் சுற்றிக்கொண்டார்கள். “அப்ப அவன் சைக்கில் ஓட்றத பாத்துருக்கணும் சார். நீங்களே மெர்சலாயிட்ருப்பீங்க. அவங் கைல இர்ந்தது சைக்கிளா, பைக்கா இல்ல ராஜா காலத்து குதுரயான்னு தெரில. அப்டி ஓட்னான் சார். அந்த ட்ராபிக்ல வலச்சி நெலிச்சி, என்னா வேகமா ஓட்னான் சார்” என்று மெய்ம்மறந்தான் அந்தக் கைதி. கண் மூடித் திறப்பதற்குள் துரைசாமி பாலத்தைத் தாண்டி பாலத்தின் முடிவில் இருந்த கோவில் வாசலில் சைக்கிளைப் போட்டுவிட்டுக் கோவிலுக்குள் நுழைந்தான். கோவிலின் பின்புற மதில் சுவரின் மீது ஏறிப்

பின் பக்கமுள்ள தெருவுக்குச் சென்று அங்கிருந்து ஒரு சந்தின் வழியே ஓடித் தப்பினான். "தொர்த்தின் வந்தவுங்குலுக்கு சைக்கில்தான் கட்ச்சிது" என்று சிரித்தான் அந்தக் கைதி. "அவன் சைக்கில் ஓட்றது குதிரைல ஏறி பறக்கறா மேரி இருக்கும் சார்" என்று அந்தக் கைதி சொன்னபோது பெருமாள் பதில் ஏதும் பேசவில்லை.

குருவைப் பற்றி விசாரிக்க ஆரம்பித்த சில நாட்களில் இப்படிப் பல கதைகள் அவனைப் பற்றிக் கேட்டுவிட்டார் பெருமாள். அவன் எப்போது எங்கே இருக்கிறான் என்பதெல்லாம் யாருக்கும் தெரியாது என்றும் சொன்னார்கள். காசிமேடு, ராயபுரம், ஈக்காட்டுத்தாங்கல், புளியந்தோப்பு ஆகிய இடங்களில் எல்லாம் கஞ்சா வியாபாரிகள், விபச்சாரம் முதலான தொழிலில் ஈடுபடுபவர்கள், கூலிக்குக் கொலை செய்பவர்கள், சட்ட விரோதத் தொழிலைக் காப்பாற்றிக்கொள்ளக் கொலை செய்பவர்கள், பல்வேறு விதமான ரவுடிகள் என்று பலரது கொலைகளில் இவன் பெயர் அடிபட்டிருக்கிறது. ஆனால் எதற்கும் சாட்சி இல்லாமல் தடயம் இல்லாமல் முடித்துவிடுவான் என்று சொன்னார்கள். அவன் ஸ்கெட்ச் போடும் விதத்தைக் கண்டு பெரிய ரவுடிகளே பயந்திருக்கிறார்கள். அவனுக்கு ஸ்கெட்ச் போட முயன்ற பலரது திட்டங்களிலிருந்து தப்பியிருக்கிறான். பல ரவுடிகளுக்கு சமயத்தில் உதவிகள் செய்து நட்பை வளர்த்திருக்கிறான். அதனால் அவனுக்குப் பல இடங்களிலிருந்தும் உதவிகள் கிடைக்கும்.

பல கொலைகளுக்கு வரதராசன் மீதும் ராசுக்குட்டி மீதும் சந்தேகம் விழுந்ததையும் பெருமாள் அறிந்தார். ஆனால் அவர்கள் நேரடியாகக் கொல்லவில்லை என்பதும் அவருக்கு உறுதியாகத் தெரிந்தது. இருவரும் பொருளைக் கையில் எடுத்துப் பல காலம் ஆகிறது என்பது சிலருக்கு மட்டுமே தெரியும். குருதான் அவர்களுக்குக் கை. இதை நிரூபிக்கவும் முடியாது, மறுக்கவும் முடியாது. பகவதிபுரத்திலேயே பலருக்கு அவனைப் பற்றிச் சரியாகத் தெரியாது. சின்னப் பையன்களுடன் சேர்ந்து மாஞ்சா போட்டுக்கொண்டிருப்பான். கபடி விளையாடும் பையன்களுடன் பேசிக்கொண்டிருப்பான். மைதானத்தில் உடற்பயிற்சி செய்துகொண்டிருப்பான். கராத்தே பயிற்சி செய்துகொண்டிருப்பான். புதிதாக யாராவது அவனைத் தேடிச் சென்றால் அவனை இந்த இடங்களில் எங்கும் பார்க்க முடியாது. அவனுக்கு எப்படித் தகவல் கிடைக்கிறது, எப்படித் தப்பிக்கிறான் என்பதெல்லாம் மர்மமாகவே இருந்தன.

சென்னையில் பல இடங்களில் வேலை பார்த்திருக்கும் பெருமாளுக்கு ரவுடிகள் பயன்படுத்தும் கலைச் சொற்கள்

அத்துப்படி. ஸ்கெட்ச் போடுதல், ரூட் எடுத்தல், மட்ட பண்ணுதல், கட்டம் கட்டுதல் ஆகியவற்றுக்கெல்லாம் என்ன அர்த்தம் என்பது அவருக்குத் தெரியும். ஒருவரைத் தீர்த்துக் கட்டுவது என முடிவெடுத்துவிட்டால் நேரடியாகப் போய் வெட்ட மாட்டார்கள். படிப்படியாகத் திட்டம் தீட்டுவார்கள். ஆட்களை அமர்த்துவார்கள். புலனாய்வுத் துறையினரைப் போலப் பல தகவல்களைத் திரட்டி எதிரியை நெருக்கமாகக் கண்காணிப்பார்கள். எதிரி எந்த வகையிலும் தப்பித்துவிடக் கூடாது என்பதற்காகக் கவனமாகத் திட்டமிடுவார்கள். அதிலும் குரு போடும் ஸ்கெட்சுகள் பற்றிக் கதைகதையாகப் பேசிக்கொண்டார்கள். வெட்டும் வேலை நான்கு பேருக்கு என்றால் பொது மக்கள் சூழ்ந்தால் அவர்களை அடிக்காமல் மிரட்டி விரட்டும் வேலை நான்கைந்து பேருக்கு. எதிரி தப்பித்துவிட்டால் அந்தச் சாலையைத் தாண்டுவதற்குள் வெட்டுவதற்கு சாலையின் இரண்டு எல்லைகளிலும் எட்டெட்டுப் பேர் என்று அசராமல் திட்டம் தீட்டுவான் குரு. அதிக சந்துகள் இல்லாத சாலையையே அவன் தேர்ந்தெடுப்பான்.

அவனுக்கு நன்றாகத் தெரிந்த சைதாப்பேட்டையில் மட்டுமல்லாமல் கிண்டி, போரூர், பெரம்பூர் ஆகிய இடங்களில்கூட அவன் 'ஸ்கெட்சு'கள் கச்சிதமாக வேலை செய்திருக்கின்றன என்று சொன்னார்கள். அவன் யாருக்காவது 'ரூட் எடுத்து'விட்டான் என்றால் அந்த ஆள் செத்தான். திருவல்லிக்கேணி, ராயபுரம் ஆகிய இடங்களில் இருக்கும் பெரிய ரவுடிகள்கூட குரு விஷயத்தில் கொஞ்சம் கவனமாகவே இருப்பதை அறிந்த பெருமாளுக்கு ஆச்சரியமாக இருந்தது. அவனைப் பற்றி விசாரிக்க விசாரிக்கக் கிடைத்த தகவல்கள் மிகவும் ஆச்சரியம் அளித்தன. இவனை இப்படியே விட்டால் பிறகு பெரிய தாதாவாகி ஆட்டிப் படைக்க ஆரம்பித்துவிடுவான் என்பதால் இப்போதே அவனை அமுக்க வேண்டும் என்று பெருமாள் நினைத்தார்.

குருவை உள்ளே போட்டுவிட்டு வரதராசனை வளைக்க வேண்டும் என்று பெருமாள் முடிவு கட்டினார். குரு உள்ளே இருந்தால் வரதராசன் வெத்து வேட்டாகிவிடுவார் என்று அவர் கணக்குப் போட்டார்.

45

பார்வதி அப்பாவுக்கு ஓரிரு முறை போன் செய்து பேசினாள். "உங்கப்பனுக்கு போன் பண்ணி கிரைண்டர் எப்ப வரும்னு கேளு" என்று அத்தை சொல்லியிருந்தாலும் அவளுக்குக் கேட்க மனம் வரவில்லை. ஆனால் அப்பாவே சொன்னார். அடுத்த மாதம் வந்துவிடும் என்றார். முடிந்தால் நானே வருகிறேன் அல்லது அந்தப் பக்கம் வரும் யாரிடமாவது கொடுத்தனுப்புகிறேன் என்றார்.

"பணத்தைக் குட்த்துட்டா நாங்க வாய்ங்க்க மாட்டமா? பணத்த மணியாடர் பண்ண சொல்லு" என்று அத்தை சொல்லி அனுப்பினாள். "நீங்களே பேசிடுங்க அத்த" என்றாள் பார்வதி. "போன்லல்லாம் எனுக்கு பேசத் தெரியாது. அத்த பாத்தாலே கையல்லாம் ஓதுறும். நீயே சொல்லு. அத்த சொல்லிச்சின்னு சொல்லு. எந்தம்பி ஒண்ணியுந்த் தப்பா எட்த்துக்க மாட்டான்" என்றார் லட்சுமியம்மா.

"நீ வேண்ணா வந்து சொல்லேன்?" என்று முத்துவைப் பார்த்துக் கேட்டாள். அவனும் மறுத்துவிட்டான். "அய்ய சீ பே. மாமா மாமா எனுக்கு பணம் அனுப்பு, நான் கிரைண்டரு வாய்ங்க்கறன்னு என்னியே வந்து சொல்ல சொல்றியா? மாமாவே பாத்து செய்வாரு. நா பேச மாட்டேன்" என்று சொல்லிவிட்டான். பார்வதியின் முகம் மாறுவதைக் கண்டவன், "உனுக்கு கிரைண்டர் வோண்ணா சொல்லு, நான் எட்த்தாரேன்" என்றான். பார்வதி அவனை ஒரு தினுசாகப் பார்த்தாள். "ஏலத்துல எட்த்தாறேன்னு சொன்னேன்" என்றான்.

“அதெல்லாம் ஏலத்துல கெடிக்காது. நீ போய் சொல்லிட்டு வாம்மா. மார்க்கெட்டு போவும்போது சொல்லு” என்றார் அத்தை.

அப்பா பணத்தை அனுப்ப ஒப்புக்கொள்ளவில்லை. “பணமா அனுப்பினா உடனே வாங்கணும். செலவாயிடுச்சின்னா கஷ்டம்” என்றார். முத்துவுக்கு நல்ல பொருளா பாத்து வாங்கத் தெரியாது என்று சொன்ன அவர் சென்னைக்கு அடுத்த வாரமோ அதற்கடுத்த வாரமோ வருவதாகச் சொன்னார். இல்லாவிட்டால் சென்னைக்கு வரும் யாரிடமாவது பணம் கொடுத்து அனுப்புவதாகச் சொன்னார். சென்னையில்தான் வாங்க வேண்டும் என்பதால் பணம் மட்டும் கொடுத்தனுப்பினால் யார் வேண்டுமானாலும் வாங்கி ஆட்டோவில் போட்டுக்கொண்டு வந்துவிடலாம், நீ கவலைப்படாதே என்றார்.

“எனக்கு ஒண்ணும் பிரச்சன இல்லப்பா. அத்ததான் டெய்லி கேக்கறாங்க” என்றாள்.

“பரவால்லம்மா. எனக்கு இருக்கறது ஒரே பொண்ணு, நான் வேற யாருக்கு செய்யப்போறேன்?” என்றார் அப்பா.

பார்வதி பதில் சொல்லவில்லை. அப்பா “ஹலோ, லைன்ல இருக்கியா” என்றார்.

“இருக்கேம்பா” என்றாள் பார்வதி.

“நீ ஒண்ணியும் கவலப்படாதே. எல்லாம் சீக்கிரமே சரியா போயிடும். அந்த ஊரே உனக்கு ஒரு மாதிரியா இருக்கும்னு எனக்குப் புரியுது. நான் சீக்கிரமே எங்கக்கா கிட்ட சொல்லி வேற எட்த்துக்கு குடி வெச்சிடறேன்” என்றார்.

“அதல்லாம் ஒண்ணுமில்லப்பா. அவரு வேலைக்கு ஒழுங்கா போவணும். அதிகமா குடிக்க கூடாது. அது போதும்பா” என்றாள் பார்வதி.

“குடிகாரங்கள சொல்லி திருத்த முடியாதும்மா. கவுர்மெண்ட்லயே உற சாராயம் விக்கிறான். இவன அந்த ஏரியா வுட்டு நல்ல ஏரியாவுக்கு கொண்டு போகணும். அக்கம்பக்கத்துல கொஞ்சம் வேற மாதிரி இருந்தா இவன் திருந்துவான். நல்ல வேலையும் பாக்கலாம். நீ கவலப்படாத.”

கவலைப்படாதே என்று திரும்பத் திரும்ப அப்பாவைச் சொல்லவைக்கிறோமோ என்று பார்வதிக்கு வருத்தமாக இருந்தது. இந்தக் கவலையே அவருக்குப் பெரிதாக இருக்கும் என்று பட்டது. “அதெல்லாம் ஒண்ணும் பிரச்ன இல்லப்பா. நான் பாத்துக்கறேன். நீங்க கவலப்படாதீங்க” என்றாள்.

"அப்புறம்மா . . . கொஞ்சம் பினாயில் வாங்கி பாத்ரூம்ல ஊத்தும்மா" என்றார் அப்பா. பார்வதிக்குக் குப்பென்று வியர்த்தது. "சரிப்பா" என்றாள்.

கடையிலிருந்து திரும்பி வரும்போது பார்வதியின் மனம் மிகவும் கலங்கியிருந்தது. அப்பாவை நினைத்துப் பாவமாகவும் கோபமாகவும் வந்தது. அவருடைய குரலில் தெரியும் சோகத்தை அவளால் புரிந்துகொள்ள முடியவில்லை. தான் கஷ்டப்படுகிறோம் என்பது அவருக்குப் புரிந்திருப்பது அவளுக்குத் தெளிவாகப் புரிந்தது. பாத்ரூமில் பினாயில் ஊத்து என்று அவர் சொன்னதைக் கேட்டபோது அவளுக்கு அவமானமாக இருந்தது. சாராய நாற்றமும் பீடி நாற்றமும் தன் வாழ்க்கையின் தவிர்க்க முடியாத பகுதிகளாகிவிட்டதை நினைத்து ஆத்திரம் வந்தது. எதைச் சகித்துக்கொண்டாலும் இந்த நாற்றத்தைச் சகித்துக்கொள்ள முடியாது என்று நினைத்துக்கொண்டாள். எத்தனை முறை சொன்னாலும் முத்து கேட்பதில்லை என்பது அவளுக்குள் ஆவேசத்தை எழுப்பியது. சண்டை போட வேண்டாம் என்று பொறுமையாக இருந்தது அவனுக்குச் சாதகமாகிவிட்டது என்று நினைத்தாள்.

இனிமேல் கண்டிப்பாகப் பேசிவிட வேண்டும் என்று நினைத்தாள். இப்படியே விட்டால் பிறகு அதுதான் வாழ்க்கை என்று ஆகிவிடும். செண்பகம் அக்காவெல்லாம் இப்படியா கஷ்டப்படுகிறாள்? பக்கத்து வீட்டு பாத்ரூமில் வெறும் மூத்திர நாற்றம்தானே வருகிறது, பீடி நாற்றம் வரவில்லையே என்று நினைத்துக்கொண்டாள். 'ஆம்பிளைங்க கெட்டுப்போறதே பொம்பிளைங்க சொம்மா இருக்கறதாலதான்' என்று செண்பகம் ஒரு முறை சொன்னது ஞாபகம் வந்தது. இனிமேலும் பொறுத்துக்கொண்டிருக்க முடியாது என்று நினைத்தாள். பினாயில் ஊத்தும்மா என்று அப்பா சொன்னது மீண்டும் மீண்டும் மனதில் எதிரொலித்து வலியை அதிகப்படுத்தியது. 'இனிமே பாரு' என்று மனதுக்குள் கறுவிக்கொண்டாள். ஒரு நிமிடம் முத்துவும் அத்தையும் பெரும் எதிரிகளாகத் தோற்றம் அளித்தார்கள்.

சாலைகளின் காட்சிகள் மாறவில்லை. பார்வதி மனக் கொதிப்புடன் எல்லாவற்றையும் பார்த்துக்கொண்டே வந்தாள். கோவிலைக் கடந்தவள் திடீரென்று ஏதோ தோன்றத் திரும்பி நடந்து கோவிலுக்குள் சென்றாள். அம்மனைப் பார்த்துக் கண்களை மூடிக் கைகளை உயர்த்திக் கும்பிட்டாள். மூடிய கண்களுக்குள் அருள் பாலிக்கும் அம்மனின் புன்னகை தவழும் முகத்தைக் கண்டாள். அர்ச்சகர் கொடுத்த குங்குமத்தை

வாங்கி நெற்றியில் வைத்துக்கொண்டாள். கோவிலைச் சுற்றி வரும்போது சுவரில் இருந்த ஓவியங்களைப் பார்த்துக்கொண்டே வந்தாள். காரை பெயர்ந்து பழுப்பேறிய ஓவியங்கள் அம்மனின் ஆக்ரோஷ உருவத்தையும் அருள் உருவத்தையும் சித்தரித்தன. கண்கள் நெருப்பைக் கக்க நாக்கை நீட்டிக்கொண்டு அசுரன் மீது வேலைப் பாய்ச்சும் அம்மனின் கோர முகம் இன்று அவளுக்குப் பிடித்திருந்தது.

கோவிலுக்குப் பக்கத்தில் இருந்த சந்தில் பையன்கள் கபடி விளையாடிக்கொண்டிருந்தார்கள். டீக்கடையில் இளைஞர்கள் கூட்டம் இருந்தது. வழக்கம்போலவே அவர்கள் பார்வதியைத் தனி கவனத்துடன் பார்த்தார்கள். இவர்கள் யாருமே ஒரு முறைகூடத் தன்னிடம் எந்த விதத்திலும் தவறாக நடந்துகொண்டதில்லை என்பது அவளுக்கு நினைவுக்கு வந்தது. மாடுகள் மெதுவாக நடந்து சென்றுகொண்டிருந்தன. சாலையில் செல்லும் வாகனங்கள் மாடுகளைப் பெரிதாகத் தொந்தரவாக நினைக்காமல் அனுசரித்துச் செல்வதாகவே அவளுக்குப் பட்டது. எம்.ஜி.ஆர். மன்றத்து வாசலில் கூட்டம் இருந்தது. இடம் அழுக்காக இருந்தாலும், சாலைகள் உடைந்துபோய்த் தாறுமாறாக இருந்தாலும் இங்குள்ள மக்கள் மோசமானவர்கள் இல்லை என்று அவளுக்குப் பட்டது. முத்து போன்றவர்கள் ஒரு பக்கம், குரு போன்றவர்கள் இன்னொரு பக்கம் இருந்தாலும், ஜகதாலன், மணி போன்றவர்களும் ஸ்டெல்லா மிஸ், செண்பகம் போன்றவர்களும் இங்கே இருக்கிறார்கள் என்று சொல்லிக்கொண்டாள். இவர்களைப் பற்றியெல்லாம் நினைக்கும்போது முத்துவின் மீது கோபம் அதிகரித்தது. "பினாயில ஊத்தும்மா" என்ற வார்த்தைகள் மண்டைக்குள் எதிரொலித்துச் சித்திரவதைப்படுத்தின.

முத்து படுத்துக்கொண்டிருந்தான். அனேகமாகக் குடித்திருப்பான் என்று பார்வதி நினைத்துக்கொண்டாள். அத்தை பொய்த் தூக்கத்துடன் படுத்திருப்பது தெரிந்தது. பார்வதிக்கு எரிச்சலாக வந்தது. அம்மாவும் பையனும் தன்னைக் கொடுமைப்படுத்துவதாக அவளுக்குத் தோன்றியது. அடிக்கவோ திட்டவோ செய்யாவிட்டாலும் அவர்கள் தன்னை ஒரு பொருட்டாகவே மதிப்பதில்லை என்பதை நினைத்து அவளுக்குப் பற்றிக்கொண்டு வந்தது. இனிமேலும் சும்மா இருந்தால் தன்னை வேலைக்காரிபோல ஆக்கிவிடுவார்கள் என்று அவளுக்கு அடிக்கடி தோன்றிக்கொண்டிருந்தது. இன்று அதிகமாகத் தோன்றியது. குடியாத்தத்தில் பக்கத்து வீட்டு மல்லிகா சொன்ன பல விஷயங்கள் ஞாபகத்துக்கு வந்தன.

விட்டுக்கொடுத்து போறதுதான் நல்லது, ஆனா ரொம்ப விட்டுக்கொடுத்தா நமக்குன்னு எதுவுமே மிச்சம் இருக்காது என்று அவள் சொல்லுவாள். ஏதோ கஷ்டத்தில் புலம்புகிறாள் என்றுதான் பார்வதி நினைத்தாள். இப்போதுதான் அந்த வார்த்தைகளின் அர்த்தம் அவளுக்குப் புரிந்தது.

தாமதமாக எழுந்த முத்து முகம் கழுவிக்கொண்டு வந்து உட்கார்ந்தான். "டீ இருக்குதா?" என்றான்.

"சாயந்தரம் வாங்கினது தீந்துபோச்சு. போய் வாங்கிவரயா?" என்றாள்.

"அய்ய, தூங்கி ஏஞ்ச்ச ஓட்னே போவ சொல்றியே?"

பார்வதிக்குக் கோபம் வந்தது. "எதுக்கெட்த்தாலும் பொம்பளய கடைக்கி அனுப்பறியே" என்றாள்.

"சரி, சரி, வேலையப் பாரு. டேய் நீ வெலிய போவசொல்லொ குட்ச்சிக்கடா" என்றார் லட்சுமியம்மா.

பார்வதி சொம்பை எடுத்துவந்தாள். "இன்னாதிது?" என்றான் முத்து.

"குட்ச்சிட்டு எங்குலுக்கும் டீ வாங்கியா" என்றாள் பார்வதி.

லட்சுமியம்மா தன்னை நோக்கித் திரும்புவது பார்வதிக்குத் தெரிந்தது. ஆனால் கண்டுகொள்ளாமல் உள்ளே போய்விட்டாள். முத்து திரும்பவும் படுத்துக்கொண்டான்.

46

முத்து அன்று மாலை வழக்கத்தைவிட உற்சாகமாக இருந்தான். உறை சாராய நெடி வாசலிலேயே வீசியது. பார்வதிக்குக் கோபம் வந்தது. உள்ளே வந்ததும் காய்கறிப் பையைச் சமையலறையில் போட்டுவிட்டு வேகமாக பாத்ரூமுக்குள் போனாள். பாத்ரூமில் பீடி நாற்றம். அவள் கோபம் அதிகமாயிற்று.

"இந்தக் கருமத்தை வெளியே போய் பிடிக்கக் கூடாதா?" என்று கத்தினாள். முத்துவுக்குப் புரியவில்லை. குழப்பமாகப் பார்த்தான்.

"பாத்ரூம்ல எதுக்கு பீடி புடிக்கிற? மனுசா போகவே முடியல" என்றாள்.

"மனுசம் போவாம பின்னா நாயா போவுது? நீ இன்னா நாயா?" என்றான். சொல்லிவிட்டுக் கைதட்டிச் சிரித்தான்.

பார்வதியின் கோபம் உச்சத்தை எட்டியது. "போதும் நீ சிரிச்சது. இன்னொரு வாட்டி பாத்ரூம்ல பீடி புடிச்சா தெரியும் . . ." என்றாள். எப்படி மிரட்டுவது என்று அவளுக்குத் தெரியவில்லை.

முத்து பாய்ந்து வந்து அவள் தோளை அழுத்தமாகத் தொட்டான். அவள் தட்டிவிட்டாள். பல நாள் கோபம் இப்போது உருப்பெற்று வந்ததுபோல இருந்தது. முத்து இதை எதிர்பார்க்கவில்லை. ஆனால் அவன் போதையில் இருந்ததால் அதன் வீரியம் அவனுக்கு உறைக்கவில்லை. "என்னடீ ரொம்ப

ராங்கி பண்ற? பெரிய மயிறா நீ?" என்றான். பார்வதி அவனை எரித்துவிடுவதுபோலப் பார்த்தாள். "என்னடி மொறைக்கற? இந்த பொறம்போக்கு வேலயெல்லாம் எங்கிட்ட வெச்சிக்காத" என்றான்.

பார்வதிக்கு அவனை அப்படியே ஒரு அறை விடலாம் என்பதுபோல ஆத்திரம் வந்தது. "யோவ், குடிச்சிட்டு வந்து வாய்க்கு வந்தத பேசாத" என்றாள்.

"என்னடி மரியாத கொறயுது? செருப்பால அடிப்பேண்டி தேவிடியா முண்ட" என்றான்.

பார்வதிக்கு அந்த வார்த்தையைக் கேட்டதும் கோபம் மண்டை உச்சிக்கு ஏறிவிட்டது. "குடிகார நாயே, இதுக்கு மேல ஏதாவது பேசுன, அருவாமணைய எடுத்து வெட்டிடுவேன்" என்றாள். சொல்லிவிட்டு வேகமாகப் போய்ப் பக்கத்து வீட்டுக்குள் நுழைந்துகொண்டாள். பக்கத்து வீட்டில் டிவி பார்த்துக்கொண்டிருந்த லட்சுமியம்மா அவள் வரும் வேகத்தைப் பார்த்து பயந்துபோய் எழுந்தார். பார்வதி அவர் முகத்தைப் பார்க்கவேயில்லை. பக்கத்து வீட்டு அம்மாவிடம், "எம் புருசன் என்ன அடிக்க வராருங்க. கெட்ட கெட்ட வார்த்தையெல்லாம் பேசறாருங்க. நீங்கதான் என்ன காப்பாத்தணும்" என்று சொல்லிவிட்டுக் குலுங்கிக் குலுங்கி அழுதாள்.

லட்சுமியம்மா, "நீ வூட்டுக்கு வா பேசிக்கலாம்" என்றார்.

"நா வர மாட்டேன். உங்க புள்ள இனிமே குட்ச்சிட்டு வூட்டுக்கு வரக் கூடாதுன்னு சொல்லுங்க. குட்ச்சிட்டு வந்தா நா வெளிய போய்டுவேன்" என்றாள். முத்து வாசலில் நின்று கத்திக்கொண்டிருந்தான். அசிங்க அசிங்கமாகப் பேசிக் கொண்டிருந்தான். பார்வதி மடேல் மடேல் என்று தலையில் அடித்துக்கொண்டாள். "எந்தலையெழுத்து"என்று குமுறிக் குமுறி அழுதாள்.

பக்கத்து வீட்டம்மா வெளியே வந்து முத்துவைச் சமாதானம் செய்தார். "முத்து, நீ குஷ்ட்டுக்குற. இப்ப எதுவும் பேசாத. பேசாம படு. இல்லாட்டி வெளிய போய்ட்டு வா" என்றார். லட்சுமியம்மா தன் பையனை உள்ளே அழைத்துச் சென்று உட்கார வைத்தார். முத்து நெடு நேரம் புலம்பிக்கொண்டிருந்துவிட்டுத் தூங்கிவிட்டான். அப்போது அவன் பேசிய வார்த்தைகளையெல்லாம் பார்வதி தன் வாழ்நாளில் ஒருபோதும் கேட்டதில்லை. "சாண்டா குட்ச்ச முண்ட, திமுரு புட்ச்ச தேவிடியா" என்ற வசைகள் மட்டும் அவளுக்கு அடிக்கடி கேட்டது. சாண்டா என்ற வார்த்தைக்கு அர்த்தம் தெரியவில்லை. ஆனால் அசிங்கமான வார்த்தை

என்பது மட்டும் புரிந்தது. ஆத்திரம் பொங்கியது. ஆனால், பேசாமல் இருந்தாள்.

நெடு நேரம் கழித்துத்தான் வீட்டுக்குள் வந்தாள். "சாப்டாமயே தூங்கிட்டான்" என்று லட்சுமியம்மா பொங்கினார். பார்வதி கண்டுகொள்ளவில்லை. அத்தைக்கு சாப்பாடு போட்டுவிட்டுத் தானும் சாப்பிட்டுப் படுத்துக்கொண்டாள். வழக்கமாகப் படுக்கும் இடத்தில் படுக்காமல் ஜன்னல் ஓரமாகப் படுத்துக்கொண்டாள். ஜன்னல் வழியே வந்த வெளிச்சம் கண்களை உறுத்தியது என்றாலும் தனியே படுப்பது நிம்மதியாக இருந்தது. 'இன்பம் பொங்கும் வெண்ணிலா வீசுது' என்ற பாடல் ரேடியோவிலிருந்து ஒலித்தது. பார்வதி ஜன்னலுக்கு வெளியே பார்த்தாள். நிலா சோகமாக இருப்பதாகத்தான் பட்டது.

மாலையில் நடந்த சம்பவங்களை மனம் அசைபோட்டது. எப்படித் தனக்கு அப்படி ஒரு கோபம் வந்தது என்று அவளுக்குப் புரியவில்லை. வெட்டுவேன் என்ற சொல்லை இதுவரை அவள் மனதில்கூட உச்சரித்துப் பார்த்ததில்லை. இந்த அளவுக்குச் சத்தமாகப் பேசியதுகூட இல்லை. மாணிக்கத்தின் தலையையும் கையையும் குரு வெட்டியதைக் கேள்விப்பட்டபோது தனக்கு ஏற்பட்ட உணர்வு நினைவுக்கு வந்தது. தான் ஒரு ஆணாக இருந்தால் குருவைப் போலக் கத்தியைத் தூக்கியிருப்போமோ என்று நினைத்துப் பார்த்தாள். குரு போன்றவர்கள் எல்லாம் இப்படித்தான் கத்தியைத் தூக்கிவிடுகிறார்களோ? பயமாக இருந்தது. அப்பாவிடம் பேசிய பிறகு அவளுக்கு முத்துவைச் சகித்துக்கொள்ள முடியாமல் போய்விட்டது. இதைக் கேள்விப்பட்டால் அப்பா மேலும் வருத்தப்படுவார் என்று நினைத்தாள். தேவடியா என்று அவன் சொன்னதை எதிர்த்த பிறகு அவன் நூறு முறை அந்த வார்த்தையைச் சொல்லியிருப்பான். இத்தனை முறை அந்தச் சொல்லைக் கேட்டதே இல்லை. அதுவும் 'நாறத் தேவிடியா' என்று திரும்பத் திரும்பச் சொன்னது மனதில் எதிரொலித்தபோது பார்வதிக்குக் கண்களில் கண்ணீர் வழிந்தது. சும்மா இருந்திருந்தால் ஒரு திட்டோடு போயிருக்குமோ என்று நினைத்தாள். ஆனால் சும்மா இருந்தால் வாழ்நாள் முழுக்க இது தொடரும் என்றும் தோன்றியது. இனிமேல் முத்து இப்படிப் பேசினால் ஊருக்குக் கிளம்பிப் போய்விட வேண்டும் என்று நினைத்துக்கொண்டாள்.

குடியாத்தத்தில் இருந்த நிலையையும் இப்போது இருக்கும் இருப்பையும் ஒப்பிட்டுப் பார்த்தாள். அப்பா மீதும் ரவி மீதும் கோபம் வந்தது. ரவி மீதுதான் அதிகக் கோபம் வந்தது. அவனெல்லாம் ஒரு ஆம்பளையா என்று தோன்றியது.

பகவதிபுரத்து ஆண்கள் அவள் மனதில் வந்து போனார்கள். முத்து, குரு, கிருஷ்ணன் . . . எல்லாரும் ஒவ்வொரு மாதிரிதான் இருக்கிறார்கள் என்று நினைத்துக்கொண்டாள்.

குருவின் உருவம் தன்னிச்சையாக மனதில் தோன்றியது. அவன் குடிப்பதில்லை என்பதும் திருமணம் ஆகாதவன் எனபதும் நினைவுக்கு வந்தது. அவனும் இதுபோலப் பேசுவானா? பாத்ரூமில் பீடி பிடிப்பானா? குடித்துவிட்டு வந்து பெண்டாட்டியின் உடம்பைச் சீண்டுவானா?

○

மறுநாள் காலையில் எழுந்தபோது முத்து இல்லை. அத்தை இன்னும் தூங்கிக்கொண்டிருந்தார். பார்வதி மெதுவாக எழுந்து வேலையைத் தொடங்கினாள். சமையலறையில் ஒரு குடம் புதிதாக இருந்தது. பழைய குடம்தான், ஆனால் இதுவரை அவர்கள் வீட்டில் இல்லாத குடம் அது. தூக்கிப் பார்த்தாள். செம்புக் குடம். கனமாக இருந்தது. இது ஏது என்று நினைத்துக்கொண்டாள். ஏலத்தில் எடுத்திருப்பானோ என்று நினைத்துக்கொண்டாள். பாத்ரூம் போகும்போது இந்த மாதம் இன்னும் நாள் வரவில்லையே என்று நினைவு வந்தது. வெளியே வந்ததும் முதல் வேலையாகக் கேலண்டரைப் பார்த்தாள். 35 நாட்களுக்கு மேல் ஆகிவிட்டது. சட்டென்று மனதுக்குள் பூரிப்பும் சிறிதளவு பயமும் ஏற்பட்டன. இந்த நேரத்தில் இதுவேறா என்று தோன்றினாலும் உள்ளூர மகிழ்ச்சி ஏற்படுவதையும் உணர முடிந்தது. இனம் புரியாத உணர்வுகளுடன் வேலைகளைக் கவனிக்க ஆரம்பித்தாள். அத்தையிடம் இதைப் பற்றிப் பேச அவளுக்குத் தோன்றவே இல்லை. அப்பா ஞாபகம் வந்தது. போன் பண்ணிப் பேசலாம். ஆனால் நிச்சயம் ஆவதற்கு முன்னால் யாரிடமும் சொல்ல வேண்டாம் என்று நினைத்தாள். பக்கத்து வீட்டம்மாவிடம் சொல்லலாம். ஆனால் அவர் அத்தையிடம் உடனே சொல்லிவிடுவார். மாலையில் செண்பகத்தைப் பார்க்கும்போது கேட்டுக்கொள்ளலாம் என்று முடிவுசெய்துகொண்டாள்.

குடத்தை எடுத்துக்கொண்டு போகும்போது தண்ணீர்க் குடம் தூக்கலாமா என்ற கேள்வி வந்தது. பார்த்துக்கொள்ளலாம் என்ற எண்ணம் ஏற்பட்டாலும் கொஞ்சம் பயமாக இருந்தது. செண்பகத்திடம் பேசிதான் ஒரு முடிவுக்கு வர வேண்டும் என்று முடிவு செய்தாள். அப்பா அடுத்த வாரம் கிரைண்டர் வாங்கித் தருவதாகச் சொல்லியிருக்கிறார். அவரே வந்தால் எவ்வளவோ நன்றாக இருக்கும்.

காலையிலேயே கபடி ஆடிக்கொண்டிருந்தார்கள். இந்த முறை இரண்டு பக்கமும் கோடு போட்டு இரு அணிகளாகப் பிரிந்து ஆடிக்கொண்டிருந்தார்கள். அந்தக் கூட்டத்தில் ஜகதாலன் தனியாகத் தெரிந்தான். நின்று வேடிக்கை பார்க்க ஆசையாக இருந்தாலும் பார்வதிக்குக் கூச்சமாக இருந்தது. இவள் குடத்தைத் தூக்கிக்கொண்டு போவதைப் பார்த்த சில இளைஞர்கள் மேலும் ஆர்வத்தோடு ஆடினார்கள். ஜகதாலனின் பார்வை முழுவதும் கபடிக் களத்தின் மீதே இருந்தது. பாடிச் சென்றவன் ஜகதாலன் பக்கம் ஆடிவிட்டு மறுபுறம் போய் ஏர் குந்தத்தை ஒரு காலால் தொட்டு மறு காலைத் தூக்கினான். தூக்கிய காலைக் கீழே வைப்பதற்குள் ஜகதாலன் அவனை அலாக்காகத் தூக்கிவிட்டான். அவன் தோள் கொடுத்துச் சற்று மேலே தூக்கியதும் பாடி வந்தவனை மற்றவர்கள் ஏந்திக்கொண்டார்கள். பெரிதாக ஆரவாரம் எழுந்தது. பார்வதி இதையெல்லாம் பார்த்தும் பார்க்காத மாதிரி போனாள்.

கிணற்றடியில் இவளைப் பார்த்த ஒரு பெண், "இன்னா, மூஞ்சி இன்னிக்கி தனி களயா குது? ஊர்லேந்து வந்துகுறாங்களா?" என்று கேட்டாள். பார்வதிக்கு அந்தக் கேள்வி 35 நாட்களை நினைவுபடுத்தியது. சட்டென்று பூரிப்பும் வெட்கமும் அவளை ஆக்கிரமித்தன. மலர்ச்சியாகச் சிரித்தாள். "அதெல்லாம் ஒண்ணுமில்ல. வழில பசங்க கபடி ஆடினிருந்தாங்க. அதப் பாத்துட்டு வந்தேன்" என்றாள்.

"அட்த்த வாரம் டோர்னமெண்டு இருக்குதே. அதான் ஜகா ட்ரெய்னிங் குட்த்துனுருக்கான்" என்றாள் ஒரு பெண்.

"ஜகா கண்டி இல்லனா இந்த ஊர் டீம சின்னப் பசங்ககூட அட்ச்சிடுவானுங்கோ" என்றாள் இன்னொருத்தி.

"அப்டி சொல்லிட முடியாது. சோமு, பள்ளி எல்லாம் சொம்மாவா?" என்றாள் இன்னொரு பெண்.

"அதெல்லாம் சொம்மா கத. ஜகா இர்ந்தான்னா செல்லும், இல்லாகாட்டி செல்லாது. எத்தினி மேச்சுல பாத்துக்குறோம்?" என்றாள் முதலில் பேசியவள். இரண்டாவது பேசியவள் வெறுமனே உதட்டைச் சுழித்துக் காட்டிவிட்டுப் பேசாமல் இருந்துவிட்டாள்.

"குரு எங்கடி ஆலயே காணோம்?" என்றாள் ஒருத்தி.

"வெளியூரு போய்ட்ருப்பான். போலீசு மோப்பம் புட்ச்சிகினு இங்கதான வரும்?"

“அதல்லாம் எங்கியும் போவல. நேத்துகூட அவன பாத்தேன். போலீசு இன்னா முட்டாளா? இல்ல இவந்தாம் முட்டாளா? இவன் வெலியூரு போனா இவம் மேலதான சந்தேகம் வரும்?”

“நேத்தே வந்துதாமே?”

“வந்துது. ராத்திரி எட்டு மணிக்கி வந்திச்சி. குரு வூட்டுக்குதான் வந்துது. ஆனா போலீஸ் வந்த கொஞ்ச நேரத்துலயே ராசண்ணன் வந்துட்டாரு. அவருகூட பேசிட்டு போய்ட்டாங்க. ராசண்ணந்தா போலீச கைக்குள்ள வெச்சினிருக்காரே, குருக்கு இன்னா பயம்?”

“இல்லாகாட்டியும் அவம் பயப்பட மாட்டான்.”

பார்வதியின் முறை வந்தது. குடத்தை இறைக்கும்போது சற்று சிரமமாக இருப்பதுபோல் இருந்தது. உண்மையான உணர்ச்சியா அல்லது பிரமையா என்று புரியவில்லை.

குடத்தை எடுத்துக்கொண்டு வரும்போதுதான் ஒரு விஷயம் உறைத்தது. இன்று பன்றி வெட்டும் சத்தம் கேட்கவில்லை.

பக்கத்தில் இருந்த பெண்ணிடம் கேட்டாள். “இன்னிக்கி பன்னி வெட்ல போலருக்கு?”

அவள் சிரித்தாள். “ஏன் வெட்டாம? உனுக்கு பயகிட்ச்சி. அதான் காதுல உயல” என்றாள்.

47

அடுத்த ஓரிரு நாட்கள் முத்துவோடு சரியாகப் பேசவில்லை. அவன் பக்கத்திலும் படுக்கவில்லை. அவன் பேச முயன்றபோதும் முகத்தைத் தூக்கி வைத்துக்கொண்டாள். அம்மா இல்லாத நேரம் பார்த்து அவளைச் சமாதானப்படுத்த முயன்றான். பூ வாங்கிக்கொண்டு வந்தான். பார்வதி எதையும் ஏறெடுத்துப் பார்க்கவில்லை.

"அம்மா எங்க?" என்றான் முத்து.

பார்வதி பதில் சொல்லவில்லை.

"ஏம் மொறச்சினிருக்க? வூடுன்னா சண்ட வராதயா இருக்கும்?" என்றான் முத்து. பார்வதிக்குக் குபுக்கென்று அழுகை வந்தது. அவள் அழுவதைக் கண்டு முத்து எரிச்சல் அடைந்தான். "இப்ப இன்னா நடஞ்ச்சின்னு அயுவற?" என்றான். பார்வதி ஒன்றும் பேசாமல் குலுங்கிக் குலுங்கி அழுதாள். முத்து சற்றே கலவரமடைந்தான். "அய்ய, அயுவாத, சொன்னா கேளு, இன்னா ஆச்சி இப்ப? ஊடுன்னா சண்ட வரதான செய்யும்?" என்றான்.

சட்டென்று நிமிர்ந்த பார்வதி அழுத்தமாகக் கண்களைத் துடைத்துக்கொண்டாள். "யார பாத்து தேவிடியான்னு சொன்ன? குடியாத்தத்துல நெஜமாவே நான் ராணி மாரி இருந்தேன். இங்க வந்து படாத பாடு பட்றேன். எப்பாப் பாரு குடிச்சிகிட்டு, பீடி புடிச்சிகிட்டு, தெனைக்கும் நைட் சிப்ட்டு, நைட் சிப்ட்டுன்னு போய்க்கிட்டு . . . ஒரு நாளாவது நீ கொடத்த எட்த்துட்டு போய் தண்ணி

புடிச்சிட்டு வந்துருப்பியா? ஒரு நாளாவது அன்பா ஒரு வார்த்த பேசிருப்பியா? தோ பக்கத்துலதான இருக்குது கிருஷ்ணா தியேட்டர்? அங்க ஒரு சினிமாக்கு கூட்டிட்டு போயிருப்பியா? ராத்திரியானா ஷிப்ட்டு, பகல்ல ஒண்ணு தூக்கம் இல்லாட்டி எதாவது சில்ற வேலன்னு சொல்லி போயிட்ற. வரும்போது குட்ச்சிட்டு வர்ரது. வீட்டுக்குள்ளயே சிகரெட் புடிக்கறது . . . பாத்ரூம்ல பீடி புடிக்காதன்னா தேவிடியான்னா சொல்ற? எனக்குன்னு அண்ணந் தம்பி இருந்தா சும்மா வுட்ருப்பாங்களா?" பார்வதி மீண்டும் விசும்பி விசும்பி அழுதாள்.

முத்துவுக்கு ஒன்றும் புரியவில்லை. இப்படியெல்லாம் அவள் பேசுவாள் என்று அவன் எதிர்பார்க்கவே இல்லை. இத்தனை கோபம் அவளுக்கு இருக்கும் என்பதை அவன் நினைத்துப் பார்த்ததில்லை. பக்கத்தில் போய் அவளைத் தொட்டு சமாதானப்படுத்த முயற்சி செய்தான். அவள் வெடுக்கென்று திரும்பித் தள்ளிப் போனாள்.

"நா இன்னா தப்பா சொல்லிட்டேன்? தேவிடியான்றதல்லாம் ஒரு வார்த்தயா? இதெல்லாம் கோவம் வந்தா தானா வாய்ல வர்ரத்தான். நாசமா போன்னு அம்மால்லாம் சொல்றதில்லயா, அத மாரி இதுவும் வாய்ல ஒட்டிக்கிச்சி. சின்ன வயசுலேந்து பயக்கமாயிட்ச்சி. அயுவாத . . . இன்மே சொல்ல மாட்டேன் அயுவாத..." பார்வதி நிறுத்தாமல் குமுறிக் குமுறி அழுதுகொண்டிருந்தாள். "அய்ய . . . அயுவாத . . ." முத்துவுக்குத் தொண்டை கட்டியது. "அய்ய, சொல்றத் தெரீதா?" என்றான். குரல் மேலும் கம்மியிருந்தது.

பார்வதியின் மனம் சற்றே கரைந்தது. அவன் உண்மையிலேயே பழக்கத்தில்தான் அப்படிப் பேசுகிறான் என்று அவளுக்குத் தோன்ற ஆரம்பித்தது.

"எனக்கு அதெல்லாம் புடிக்காது. இன்னொரு தடவ அப்டி சொன்ன, பஸ்ஸ புடிச்சி எங்க வீட்டுக்கு போய்டுவேன். அப்புறம் ஜென்மத்துக்கும் என்ன பாக்க முடியாது, தெரிஞ்சிக்க" என்று கண்களைத் துடைத்தாள்.

முத்து இப்போது பக்கத்தில் வந்தான். பார்வதி விலகவில்லை. "சத்திமா இனிமே அப்டி பேச மாட்டேன்" என்றான்.

"குடிச்சிட்டு வூட்டுக்கு வரக் கூடாது."

"நைட்ல ஒண்டி குட்ச்சிக்கறேன். அந்த சனியன் இல்லாட்டி கஸ்டமா கிது."

"வீட்ல பீடி புடிக்க கூடாது"

"செரி" என்றபடி அவள் தோளில் கை வைத்தான். அவள் சற்றே அவன் அருகில் வந்தாள். காலையில் தோன்றிய சந்தேகத்தை அவனிடம் சொல்லலாமா என்று தோன்றியது. இன்னும் ஒரு வாரம் போகட்டும் என்று நினைத்தாள்.

"அம்மா எங்க?"

"பக்கத்து வூட்ல டிவி பாத்துனுருக்காங்க. இங்க என்ன டிவியா இருக்கு?" என்றாள்.

"டிவி வாங்கப்போறேன்" என்றான்.

அவள் ஆச்சரியமடைந்தாள். "எப்பிடி?" என்றாள்.

"எப்டீன்னா? காசு குட்த்துதான் . . ."

"நீ எவ்வளோ சம்பாரிக்கற?"

"சம்பளம் அர்நூறு. ஓட்டில செல சமயம் அதிகமா வரும்."

"இந்த சம்பளத்துல எப்டி டிவி வாங்குவ?"

"பகல்லயும் வேல செஞ்சினுதான கீறேன்? அடிக்கடி கிஸ்னங்கூட போறனே, பாக்குறல்ல? ஏதானும் சில்ற வேல வரும். செய்வோம். பெரிய வூடுங்க காலி பண்ணசொல்லோ எல்ப் பண்றதுக்கு கூப்டுவாங்கோ, புதுப் படம் ரிலீசாவும்போது தேட்டர்ல வேல இருக்கும் . . ."

"இப்டியே எத்தன நாளைக்கி ஓட்ட முடியும்?"

"பாத்துனே இரு. சின்னதா ஒரு ஓட்லு வெக்கபோறன். அதுக்கப்பறம் மாமன கைலயே புடிக்க முடியாது."

"அய்ய, போதும் . . . ஓட்டல் வெக்க காசு வாணாமா?" என்றாள் பார்வதி.

"சேத்து வெச்சி சின்னதா ஒரு கட போடலாம். வரதண்ணங்கைல கேட்டா எதாச்சும் செய்வாரு. நல்ல சான்சு வரும்போது கேக்கணும். இல்லாகாட்டி கடன் வாங்கி அத்த கொஞ்சங்கொஞ்சமா அடைக்கலாம்."

"அவசரப்படாத. நானே எங்கப்பா கிட்ட கேக்கறேன் . . ."

"மாமா தப்பா நெனச்சிக்க போறாரு. ஏற்கனவே நான் படிக்காதவன்னு அவருக்கு கொஞ்சம் எலக்காரம் . . ."

"அதெல்லாம் ஒண்ணுமில்ல. நான் சொல்லிக்கறேன். கொஞ்சம் பொறு" என்றாள்.

48

குருவின் மீதான பெருமாளின் கவனத்தைக் கோபமாக மாற்றும் ஒரு சம்பவம் விரைவிலேயே நடந்தது.

வரதராசன் கடையில் பெருமாள் தேடுதல் வேட்டை நடத்திய பிறகு அவர் கடைக்கு அடிக்கடி போலீஸ்காரர்கள் வந்துபோக ஆரம்பித்தார்கள். திடீர் திடீரென்று போலீஸ்காரர்கள் நான்கைந்து பேரைப் பெருமாள் அனுப்பிவைப்பார். அவர்கள் வந்து ஏதாவது விசாரிப்பார்கள். கடையைச் சுற்றி நோட்டம் விடுவார்கள். பெருமாளின் உத்தரவு இருந்ததால் தைரியமாகச் செயல்பட்டார்கள். ஒவ்வொன்றைப் பற்றியும் கேள்வி கேட்பார்கள். கட்டை தொட்டிக்கு வருபவர்களையும் விசாரிக்க ஆரம்பித்தபோது வரதராசனின் கோபம் உச்சத்துக்குப் போயிற்று.

ஒரு முறை வாடிக்கையாளருடன் ஒரு போலீஸ்காரர் பேசிக்கொண்டிருந்ததை வரதராசன் பார்த்தார். அந்தக் காட்சி அவரைக் கோபப்படுத்தியது. வாடிக்கையாளர் முகத்தில் தெரிந்த கலவரம் வரதராசனுக்கு நல்ல அடையாளமாகப் படவில்லை. வாடிக்கையாளர் இடையில் தன்னைப் பார்த்ததையும் வரதராசன் கவனித்துவிட்டார். போலீஸிடம் நேரடியாக மோதக் கூடாது என்பதால் பொறுமைகாத்த வரதராசன், இனிமேலும் பேசாமல் இருந்தால் தன் ஊர் மக்களே தன்னை மதிக்க மாட்டார்கள் என்று நினைத்தார். குறிப்பாக வாடிக்கையாளரின் நன்மதிப்பை இழக்க அவர் விரும்பவில்லை.

கடை வாசலில் வாடிக்கையாளரிடம் அதட்டலாகப் பேசிக்கொண்டிருந்த போலீஸ்காரரை உள்ளே கூப்பிட்டு அனுப்பினார். அவர் எதிர்பாராத பதில் போலீஸ்காரரிடமிருந்து வந்தது. "எப்ப உள்ள வர்ணுன்னு எங்களுக்கு தெரியும், அப்ப வரோம்னு சொல்லு" என்று அமர்த்தலாக பதில் சொல்லி அனுப்பினார் போலீஸ்காரர். வரதராசனுக்கு ரத்தம் கொதித்தது. எந்த போலீஸ்காரரும் அவரிடம் இப்படிப் பேசியதில்லை. "இனிமே இந்த பக்கமே வர முடியாம செஞ்சிருவேன்னு போய் சொல்றா" என்றார் சீறியபடி.

"எந்த பருப்பும் எங்க கைல வேகாது" என்று போலீஸ்காரர் பதில் சொன்னது வரதராசன் காதில் விழுந்தது. இவர் காதில் விழ வேண்டுமென்றே சத்தமாகப் பேசிய அவரை வரதராசன் சீற்றத்துடன் திரும்பிப் பார்த்தார். எரித்துச் சாம்பலாக்கிவிடுவது போன்ற பார்வை. போலீஸ்காரர் என்றில்லை, யாருமே அவரைப் பார்த்து இப்படிப் பேசியதில்லை. மெதுவாக நடந்து வாசலுக்குச் சென்றார். போலீஸ்காரனின் அருகில் இருந்த வாடிக்கையாளரைப் பார்த்து, "சேகரு நீ கவலப்படாத. எந்த நாயாவது உன்ன பாத்து கொலச்சா அதும் வாய நாந் தெச்சிருவேன். உங் காலாண்ட எந்த நாயாவது காலத் தூக்கிச்சுன்னா அதுங் கால ஒட்ச்சிடுவேன். நீ கவலப்படாத" என்று சொல்லிவிட்டு வண்டியில் ஏறிக்கொண்டார். போலீஸ்காரர் அங்கு நின்றதாகவே காட்டிக்கொள்ளவில்லை.

இனி சும்மா இருக்கக் கூடாது என்று முடிவுசெய்துகொண்டார் வரதராசன்.

பொழுது சாய்ந்த பிறகு அங்கே வந்த குரு விஷயத்தைக் கேள்விப்பட்டுக் கொதித்தான். போலீஸ்காரரின் விவரங்களைக் கேட்டுக்கொண்டான். அவர் வீடு, வீட்டிலிருந்து காவல் நிலையம் செல்லும் வழி, செல்லும் நேரம் எல்லாவற்றையும் ஓரிரு நாட்களில் விசாரித்துக்கொண்டான்.

வரதராசனிடம் அலட்சியமாகப் பேசிய போலீஸ்காரர் கந்தசாமி நான்கைந்து நாட்களுக்குப் பிறகு வேலை முடிந்து திரும்பிக்கொண்டிருந்தார். கிருஷ்ணா திரையரங்கின் மதில் சுவரை ஒட்டி இருந்த சந்தில் திரும்பியபோது சைக்கிளை யாரோ பிடித்துத் தள்ளிவிட்டார்கள். கந்தசாமி சமாளித்து எழுந்திருப்பதற்குள் அவர் மீது பலமான உதை ஒன்று விழுந்தது. கந்தசாமி வெட்டப்பட்ட மரம்போலச் சாய்ந்தார். இருட்டில் என்ன நடக்கிறது என்று அவருக்குத் தெரியவில்லை. "டேய் ..." என்ற குரலெழுப்பியவரின் வாயில் உலக்கையின் இடிபோல ஒரு உதை விழுந்தது. மறுபடியும் விழுந்தவர் எழுவதற்குள்

அவருடைய ஒரு காலைப் பிடித்து இழுத்த குரு முழங்காலின் மீது தன் வலது கையின் முன் கையால் ஓங்கி அடித்தபடி பாதத்தைப் பிடித்திருந்த இடது கையை வேகமாத் தூக்கினான்.

கந்தசாமியின் காலை ஒடித்தது யார் என்று பெருமாள் ஆவேசமாகத் தேட ஆரம்பித்தார். கந்தசாமியால் எந்தத் தகவலும் கொடுக்க முடியவில்லை. ஒரே இருட்டு. பலமான உதை. இது மட்டும்தான் அவர் மனதில் தங்கியிருந்தது. ஆனால் "கால ஒட்ச்சிடுவேன்" என்று வரதராசன் மிரட்டியதை மறக்காமல் சொல்லிவிட்டார்.

சில ஆண்டுகளுக்கு முன்பு ஒரு மோதலில் கால் ஒடிந்து போனதிலிருந்து சரியாக நடக்க முடியாமல் இருந்த வரதராசனால் அடித்திருக்க முடியாது என்பது பெருமாளுக்குத் தெரியும். தனக்குக் கால் சரியில்லை என்பது மற்றவர்களுக்குத் தெரியாத அளவுக்கு வரதராசன் கவனமாகத்தான் இருந்தார். ஆனால் பெருமாள் அதைத் துல்லியமாக விசாரித்துத் தெரிந்துகொண்டார். நேரில் சந்தித்தபோதும் அவர் நடையை உற்றுக் கவனித்து உறுதிசெய்துகொண்டிருந்தார். ஆனால் அவர் அடித்திருக்க முடியாது என்று தெரிந்தும் அவரை விசாரித்தார். அன்று மாலை கட்சிப் பிரமுகர் ஒருவர் வீட்டுக் கல்யாணத்துக்குப் போனதாகச் சொன்னார் வரதராசன். அழைப்பிதழில் அவர் பெயரும் இருந்தது. திருமணத்திற்குச் சென்றவர்களிடம் விசாரித்ததில் அவரும் குருவும் வந்து போனதாகத் தெரியவந்தது. இரவு சாப்பிட்டுவிட்டு நெடுநேரம் கழித்துதான் கிளம்பினார்களாம்.

அடித்தது குருவாகத்தான் இருக்கும் என்பதில் பெருமாளுக்குச் சந்தேகம் இல்லை. முறையாகச் சண்டை கற்றவனால்தான் அப்படி அடிக்க முடியும் என்பது அவருக்குத் தெரியும். முழங்காலை உடைத்ததுடன் கணுக்காலையும் திருப்பிவிட்டிருக்கிறான். அந்தப் போலீஸ்காரர் ஒழுங்காக நடக்க ஒரு வருஷம் ஆனாலும் ஆச்சரியப்படுவதற்கில்லை.

சைதாப்பேட்டை காரணீசுவரர் கோவில் அருகே மண்டபம். அங்கிருந்து கிருஷ்ணா திரையரங்குக்கு வந்து போகப் பத்து பதினைந்து நிமிடங்களுக்கு மேல் ஆகாது. அடிப்பதற்கு இரண்டு மூன்று நிமிடங்களுக்கு மேல் ஆகியிருக்காது. வரதனுடன் நிகழ்ச்சிக்குப் போன குரு நடுவில் வந்து வேலையை முடித்துவிட்டு மீண்டும் மண்டபத்திற்குச் சென்றிருப்பான். அவனால் முடியும். முழங்காலை உடைப்பதைவிடக் குரல்வளையை நெரிப்பது எளிது. குரு வேண்டுமென்றேதான் அதைச் செய்யவில்லை என்பது பெருமாளுக்குப் புரிந்தது. இந்த அடியின் மூலம் அவன் போலீஸுக்குச் செய்தி சொல்லியிருக்கிறான். வரதண்ணனைச்

சீண்டினால் போலீஸில் சில தலைகள் உருளும் என்பதைக் காட்டிவிட்டான். குரு வெறுமனே மிரட்டுபவன் இல்லை. எதற்கும் பயப்படுபவனும் இல்லை. இனியும் சும்மா இருந்தால் அவமானம் மட்டுமல்ல. ஆபத்தும்கூட. பெருமாளின் தாடைகள் இறுகின.

“தேவடியா மவனே, போலீஸ் மேலயே கை வெச்சிட்டியா” என்று கறுவிக்கொண்டார்.

குருவை அழைத்து வர ஆள் அனுப்பினார். குரு வீட்டில் இல்லை என்று பதில் வந்தது. அவன் வீடு, மைதானம், கராத்தே வகுப்பு ஆகிய இடங்களில் கண்காணிக்க ஆட்களை அமர்த்தினார். குரு சாவித்திரி வீட்டில் இருந்தபோது ஒரு பையன் வந்து தகவல் சொல்லிவிட்டுப் போனான்.

குரு தலைமறைவானான்.

பெருமாளே குருவைத் தேடிச் சென்றார். அவன் எங்கெல்லாம் இருப்பான் என்பதை நன்றாக விசாரித்து வைத்திருந்தார். சாவித்திரி வீடு உட்படப் பல இடங்களிலும் தேடினார். எல்லா இடங்களிலும் இவர் வருவதற்குள் அவனுக்குச் செய்தி போயிருந்தது. பெருமாளுக்கு ஏமாற்றமே மிஞ்சியது. அவன் நழுவ நழுவ அவர் வெறி அதிகரித்தது. சாவித்திரியைக் கூர்ந்து பார்த்த அவர், இவளைப் பார்க்க அவன் மீண்டும் வருவான் என்று நினைத்தார். சாவித்திரி வீட்டைக் கண்காணிக்கும்படி உத்தரவிட்டார். சாவித்திரியைப் பார்க்கும்போது அவருக்கே குறுகுறுவென்று இருந்தது. ஒரு வேலையை ஆரம்பித்தால் அதை முடிக்கும்வரை கவனம் சிதறக் கூடாது என்பதில் கறாராக இருக்கும் அவர், பிறகு பார்த்துக்கொள்ளலாம் என்று நினைத்துக்கொண்டார். ‘எங்க போயிட போறா’ என்று நினைத்தபடி கிளம்பினார். அவர் பார்வையைக் கண்ட சாவித்திரி அவரைப் பார்த்து வித்தியாசமாகச் சிரித்தாள். அந்தச் சிரிப்பின் பொருள் பெருமாளுக்குப் புரிந்தது. சீக்கிரமே வருவேன் என்று மனதிற்குள் சொல்லிக்கொண்டபடி கிளம்பினார்.

பெருமாள் பல ரவுடிகளுக்குக் கட்டம் கட்டிய அனுபவம் கொண்டவர். குரு தன் கையில் சிக்காமல்போவதில் அவருக்கு ஆத்திரம் வந்தது. ஆனால் ஆத்திரப்பட்டால் காரியம் நடக்காது என்பது அவருக்குத் தெரியும். வெறியைச் சற்று ஒதுக்கிவைத்துவிட்டு நிதானமாக யோசித்தார். குருவைத் தேடிப் போனால் கிடைக்க மாட்டான். அவனைத் தானாகவே வெளியே வரவழைக்க வேண்டும் என்று நினைத்தார். இஸ்மாயில் கொலைக்குப் பழிவாங்க கணேச மூர்த்தியை வெட்டினார்கள்.

இப்போது பழிவாங்க வேண்டியது பார்டர் தோட்டத்தின் முறை. ஆனால் பிளேடு பாபுவோ கத்தியைத் தூக்காமல் போலீஸிடம் வந்திருக்கிறார். அவர் கத்தியைத் தூக்கினால் சில தலைகள் உருளும். குரு ஆவேசமடைவான். பாபுவைத் தூக்க வருவான். இது புரிந்துதான் பாபு தன் உத்தியை மாற்றிக்கொண்டிருக்கிறார் என்பது பெருமாளுக்குப் புரிந்தது.

நினைத்தால் ராசுவையும் வரதனையும் கைது செய்யலாம். அவர்கள் மீது கை வைத்தால் குரு வருவான். ஆனால் அவர்கள் இருவருக்கும் அரசியல் தொடர்பு வலுவாக இருப்பதால் அவர்களைப் பிடித்து உள்ளே வைக்க முடியாது. எந்த வியாபாரம் செய்தாலும் கொடுக்க வேண்டியவர்களுக்கு உரிய பங்கை ஒழுங்காகக் கொடுத்துவிடுவார்கள். அந்த விஷயத்தில் பார்டர் தோட்டத்துப் புள்ளிகளைவிட பகவதிபுரத்துப் புள்ளிகளிடம் திட்டமும் நேர்மையும் அதிகம். அவர்களால் பொது அமைதிக்குக் குந்தகம் வந்தாலொழிய அவர்கள் மீது கை வைக்க முடியாது. அவர்களுக்குத் தொந்தரவு கொடுக்க முடியுமே தவிரக் கைது செய்து துன்புறுத்த முடியாது. எந்த வழக்கும் நிற்காது. வரதராசனைக் காவல் நிலையத்துக்கு வரவழைத்ததற்கே இந்நேரம் யாராவது ஏதாவது முயற்சியில் இறங்கியிருப்பார்கள். சைதாப்பேட்டை சட்டமன்ற உறுப்பினர் வரதராசனின் சாதிக்காரர். குருவும் அதே சாதிதான் என்றும் அவர் கேள்விப்பட்டிருந்தார். அரசியல்வாதிகளிடமிருந்து 'செய்தி' வருவதற்குள் வேகமாகச் செயல்பட வேண்டும் என்று பெருமாள் முடிவுகட்டினார்.

வரதராசன் மீது கை வைத்து அவரது அரசியல் செல்வாக்கைப் பரீட்சை செய்வதைவிட குருவைப் பிடிப்பதுதான் நல்லது என்று அவருக்குப் பட்டது. குரு இல்லாதபோது வரதராசன் பலவீனமடைவார் என்பது ஒரு காரணம். குருவைப் பற்றிக் கேள்விப்பட்ட விஷயங்களும் அவன் போலீஸ்காரரின் காலை உடைத்ததும் அவரைக் கணிசமாக உசுப்பியிருந்தது இன்னொரு காரணம். "நீ அவ்ளோ பெரிய ஆளாடா? பாத்துரலாண்டா" என்று சொல்லிக்கொண்டார்.

குரு வெளியே வர வேண்டுமென்றால் இவர்கள் இருவரில் ஒருவர் சாக வேண்டும். அதற்கு பாபு களம் இறங்க வேண்டும். பாபுவை எப்படி உசுப்புவது என்பதைப் பற்றி யோசிக்க ஆரம்பித்தார் பெருமாள். குரு அவர் மனதில் விஸ்வரூபம் எடுத்து உட்கார்ந்திருந்தான்.

49

வீட்டு வாசலில் ஆட்டோ நிற்கும் சத்தம் கேட்டுப் பார்வதி விழித்துக்கொண்டாள். முத்து வெளியே போயிருந்தான். அத்தையையும் காணோம். "முத்துகிருஷ்ணன் வீடு எங்கே?" என்று யாரோ விசாரிக்கும் குரல் கேட்டது. கேட்ட குரலாக இருக்கிறதே என்று நினைத்தபடி ஜன்னல் வழியே எட்டிப் பார்த்தாள். அங்கிருந்து தெரியவில்லை. வாசலுக்கு வந்தாள். ஆட்டோக்காரரும் ரவியும் ஆளுக்கொரு பக்கம் கிரைண்டரைத் தூக்கிக் கொண்டு படியேறி வந்துகொண்டிருந்தார்கள். பார்வதிக்கு மூச்சு ஒரு கணம் நின்று பிறகு சீராயிற்று.

"வா, வா . . ." என்றாள் பரபரப்புடன். சற்றும் எதிர்பார்க்காத காட்சியாக ரவியின் வருகை அவளைத் தாக்கிற்று. பார்த்து ஒரு வருடம் ஆகியிருக்கும். ஆள் அதிகம் மாறியதாகத் தெரியவில்லை. மீசை மட்டும் அடர்த்தியாகியிருந்தது. வழக்கம்போல சாதாரண பேண்டும் முழுக்கை சட்டையும் அணிந்திருந்தான். கிரைண்டரை உள்ளே வைத்ததும் ஆட்டோக்காரருக்குப் பணம் கொடுத்து அனுப்பிவிட்டு உட்கார்ந்தான்.

இருவரும் கொஞ்ச நேரம் எதுவும் பேசவில்லை. பார்வதி அவனை நேராகப் பார்த்தாள். "நீ எப்படி இங்க?" என்றாள். தன் குரல் இயல்பாக இல்லை என்பது அவளுக்குப் புரிந்தது. "மெட்ராஸ்ல ஒரு வேலயா வந்தேன். நேத்து அப்பாவ வழில பாத்தேன். மெட்ராஸ் போறதா அவர் கிட்ட சொன்னபோது

இந்த விஷயத்த சொன்னார். சாயந்தரம் போய் பணம் வாங்கிட்டு வந்தேன்" என்றான் ரவி. பேசும்போது அவ்வப்போது பல்லால் மீசை முடியைக் கடிக்க முயற்சி செய்துகொண்டிருந்தான். பார்வதிக்கு இது புதுப் பழக்கமாகத் தோன்றியது.

தண்ணீர் எடுத்துக் கொடுத்தாள். "டீ போட்டு எடுத்து வரேன்" என்று சொல்லிவிட்டு உள்ளே போனாள். வீட்டில் டீத்தூள் இல்லை. வழக்கமாக வாங்குவதில்லை. எதிர் வீட்டுக்குப் போய் டீத்தூளும் ஒரு தம்ளர் பாலும் வாங்கிக்கொண்டாள். ரவி உட்கார்ந்திருந்த இடத்தைத் தாண்டித்தான் போக வேண்டியிருந்தது. போகும்போது அவனைப் பார்த்து பலவீனமாகச் சிரித்துவிட்டுப் போனாள். வரும்போது அவனைப் பார்க்காமல் வேகமாக நடந்தாள். டம்ளரும் டீத்தூள் வைத்திருந்த பேப்பரும் முந்தானையில் மறைக்கப்பட்டிருந்தன.

படபடப்பாக இருந்தது. மூச்சு சீரற்றுத் துடித்தது. யாரிடமாவது கொடுத்தனுப்புகிறேன் என்று சொன்ன அப்பா இவனிடம் கொடுத்தனுப்புவார் என்று அவள் துளியும் எதிர்பார்க்கவில்லை. அப்பாவுக்கு இவனைத் தெரியும் என்பது அவளுக்குத் தெரியும் என்றாலும் தன் மகளுக்காக ஒரு பொருளைக் கொடுத்தனுப்புமளவுக்கு இவனை நெருக்கமாக அவர் நினைத்திருப்பார் என்பது தெரியாது.

ரவியைப் பார்க்கும்போது அவன் மீதிருந்த கோபம் எதுவும் நினைவுக்கு வரவில்லை. அவனோடு பழகிய தருணங்கள்தான் நினைவுக்கு வந்தன. அவனுடைய அழகான சிரிப்பு அப்படியே இருப்பதை உணர்ந்தாள். அது அவளை மிகவும் தொந்தரவு செய்தது. தான் மிகவும் கோழையாக நடந்துகொண்டுவிட்டதாகத் தோன்றியது. அவன் சொன்னது சரிதான். இவள் வீட்டில் கல்யாணப் பேச்சு, அதுவும் 18 வயதிலேயே, எடுத்ததால் இவள்தான் அப்பாவிடம் பேசியிருக்க வேண்டும். அவனால் என்ன செய்திருக்க முடியும்? அவன் சொன்னதுபோல அடம் பிடித்துக் கல்லூரியில் சேர்ந்திருக்கலாம் என்று அவளுக்கு இப்போது தோன்றியது. பாத்திரத்தில் கொதிக்கும் டீயை வெறித்துப் பார்த்தவாறே அசைவற்று நின்றிருந்த பார்வதி எப்படியோ சுதாரித்துக்கொண்டு டீ பொங்கி வழிவதற்கு முன்பு அடுப்பை அணைத்தாள்.

"டீ நல்லாருக்கு" என்றான் ரவி. மீண்டும் அதே சிரிப்பு. பார்வதிக்கு அடி வயிறு சுருட்டிக்கொண்டது.

"எப்படி இருக்கே?" என்று கேட்டான் ரவி. அந்தக் குரலில் தெரிந்த கதகதப்பு அவளைப் பிழிந்து எடுத்தது.

அவளால் உணர்ச்சிகளைக் கட்டுப்படுத்த முடியவில்லை. அழுதுவிடுவோமோ என்று பயந்தாள்.

"ம் . . . நல்லா இருக்கேன்" என்று சொல்லிவிட்டு டீ டம்ளர்களை எடுத்துக்கொண்டு சமையலறையின் உள்ளே சென்றாள். புடவைத் தலைப்பால் கண்களை அழுந்தத் துடைத்துக்கொண்டு பானையிலிருந்து ஒரு டம்ளர் தண்ணீர் எடுத்துக் குடித்துவிட்டு வெளியே வந்தபோது காலண்டர் கண்ணில் பட்டது. சட்டென்று 35 நாள் சமாச்சாரம் நினைவுக்கு வந்தது. திடீரென்று மன வெளியில் பெரும் மாற்றம் ஏற்பட்டது. சற்று முன் இருந்த நெகிழ்ச்சி சட்டென்று கரைந்தது. துவண்டிருந்த உடலும் மனமும் பழைய நிலைக்கு மீண்டதுபோல் இருந்தது. வெளியே வந்தவள், "அத்தயைக் கூட்டிட்டு வரேன். கிரைண்டர போட்டு காமி" என்று சொல்லிவிட்டுப் பக்கத்து வீட்டுக்குச் சென்றாள்.

கிரைண்டர் வந்திருப்பதைக் கேள்விப்பட்டதும் லட்சுமியம்மாவுக்கு முகமெல்லாம் மலர்ந்துவிட்டது. உற்சாகமாக வந்தார். ரவியைப் பார்த்ததும் சற்றே தயங்கி நின்றார். அதைக் கவனித்த பார்வதி, "எங்க ஊர்லேந்து வந்துருக்காரு அத்த. அப்பாவுக்கு தெரிஞ்சவங்க" என்றாள். "மெட்ராஸ்ல எதோ வேலயா வந்தாராம். அப்டியே இத வாங்கிக் குடுத்துட்டு வர சொல்லி அப்பா சொல்லியிருக்காங்க" என்றாள் தொடர்ந்து.

லட்சுமியம்மா ரவியைப் பார்த்துச் சிரித்தார். அவர் கண் உடனடியாக கிரைண்டர் பக்கம் சென்றது. அதைப் பார்த்த ரவி கிரைண்டரின் பாக்கெட்டைப் பிரிக்கத் தொடங்கினான். பார்வதியும் அந்த வேலையில் சேர்ந்துகொண்டாள். பிரித்தபடியே ரவியின் கண்கள் வீட்டைச் சுற்றிலும் நோட்டமிட்டன. அதைக் கவனித்த பார்வதிக்குக் குடியாத்தத்தில் தன் வீடு எப்படி இருக்கும் என்பது நினைவுக்கு வந்தது.

உறை விலக்கப்பட்டுப் புத்தம் புதிய கிரைண்டர் வெளிப்பட்டதும் லட்சுமியம்மாவின் முகத்தில் பெரும் பூரிப்பு ஏற்பட்டது. பார்வதிக்கும் அதைப் பார்க்க சந்தோஷமாக இருந்தது.

கிரைண்டரைப் போட்டுக்காட்டி அதை எப்படி இயக்குவது, எப்படி நிறுத்துவது, எப்படிச் சுத்தம் செய்வது என்பதையெல்லாம் சொல்லிக்கொடுக்க அரை மணி நேரம் ஆனது. ரவி கிளம்ப ஆயத்தமானான். பஸ் நிறுத்தம் வரை கொண்டுவிட்டுவிட்டு வருவதாகச் சொல்லிவிட்டுப் பார்வதியும் புறப்பட்டாள். கையில் காய்கறி வாங்குவதற்கான பையையும் பத்து ரூபாயையும்

எடுத்துக்கொண்டாள். "அப்டியே மார்க்கெட்டுக்குப் போய்ட்டு வரேன்" என்று சொல்லிவிட்டுக் கிளம்பினாள். லட்சுமி அம்மா கிரைண்டரையே பார்த்துப் பரவசப்பட்டுக்கொண்டிருந்தார்.

சாலையில் இறங்கி நடக்கும்போது பார்வதி எதுவும் பேசவில்லை. பேசாமல் வருவது அவஸ்தையாக இருந்தது. ஆனாலும் அவளால் பேச முடியவில்லை.

ரவி பேசினான். "நல்லா இருக்கயா பாரு?" என்றான். பார்வதி தலையாட்டினாள்.

"ஆனா நீ நல்லா இருக்கா மாதிரி எனக்குத் தெரியல" என்றான். இதைப் பார்வதி எதிர்பார்க்கவில்லை. அவனைச் சட்டென்று திரும்பிப் பார்த்தாள்.

"பொய் சொல்லாத பார்வதி. உங்க வீட்ல இருக்கற சிச்சுவேஷன பாத்தா நீ சந்தோஷமா இருக்கறா மாதிரி தெரியல..."

"எத வெச்சி சொல்ற?"

"வீடு, அங்க இருக்கற பொருள், இட வசதி, ட்ரெஸ் . . ."

"அதெல்லாம் பெரிய விஷயம் இல்ல ரவி . . . பணம் இருந்தா சந்தோஷம் வந்துருமா?"

"நா அப்டி சொல்லல. ஆனா உங்க வீட்ல உன்ன பாத்தபோது எனக்கு பட்டுது. நம்ப ரொம்ப தப்பு பண்ணிட்டமோன்னு தோணுது."

"இப்ப யோசிச்சி பிரயோஜனம் இல்ல ரவி" என்றாள் பார்வதி.

ரவி பதில் பேசவில்லை.

"இப்ப என்ன பண்ற?"

"உங்க அப்பாவோட ஸ்கூல்லதான் பி.டி. இன்ஸ்ட்ரக்டரா வேலைக்கு சேந்துருக்கேன்."

"ஓ, பரவால்லியே, பசங்கள எல்லாம் பெண்டு வாங்குவியா?"

ரவி சிரித்தான்.

"அப்பாக்கு அடுத்த வாரம் ஃபோன் பண்றேன்னு சொல்லு."

பஸ் நிறுத்தம் வந்தது. "நா கேட்ட கேள்விக்கு பதில் சொல்லலியே?"

பார்வதி அவனைப் பார்த்துச் சிரித்தாள். "அதுக்குல்லாம் எந்த பதிலும் இல்ல ரவி. இப்ப அந்தக் கேள்விக்கே அர்த்தம் இல்ல" என்றாள். அவளை அறியாமல் ஒரு கை வயிற்றைத் தொட்டது.

ஊரைப் பற்றிச் சில விஷயங்கள் கேட்டாள். சிறிது நேரத்தில் பஸ் வந்தது. ஏறுவதற்கு முன் ரவி அவளை நேராகப் பார்த்து, "நீ என்னதான் சொன்னாலும் உன் நிலைமையைப் பாக்கும்போது எனக்கு ரொம்ப கஷ்டமா இருக்கு. பெரிய தப்பு பண்ணிட்டனோன்னு தோணுது" என்றான்.

பார்வதி பதில் சொல்லவில்லை. அவனை வெறுமையாகப் பார்த்தாள். "உங்க அம்மாவ ரொம்ப விசாரிச்சேன்னு சொல்லு" என்றாள்.

பஸ் கிளம்ப ஆயத்தமானது. ரவி ஏறிக்கொண்டான். பார்வதி புன்னகையுடன் கையசைத்தாள். பஸ் நகர்ந்த பிறகு திரும்பி மார்க்கெட் பக்கம் நடந்தாள். சாலை தெளிவாகத் தெரியாத அளவுக்கு அவள் கண்களில் நீர் திரையிட்டிருந்தது.

50

ஜன்னல் வழியே வெளியே பார்த்துக் கொண்டிருந்த பார்வதியின் மனநிலை வித்தியாச மாக இருந்தது. சந்தோஷமா வருத்தமா என்று தெரியவில்லை. வெளியில் வழக்கமான காட்சிகள். சாலையில் ஓரிரு மாடுகள் போய்க்கொண்டிருந்தன. ஆங்காங்கே தேங்கிக் கிடந்த மழை நீரில் வண்டிகள் கடந்து செல்லும்போது சாலையில் நீர் வாரி இறைக்கப்பட்டது. தார் ரோடு போடப்பட் டிருந்தாலும் அது பெயர்ந்து பல ஆண்டுகள் ஆகின்றன. பார்வதியின் கண்ணுக்குத் தெரியும் பல வீடுகளில் காரை சுத்தமாகப் பெயர்ந்திருந்தது. விரிசல் விழுந்திருந்தது. வீட்டுக்குள்ளேயே குப்பை கொட்டும் ஏற்பாடு இருக்கிறது. அந்தக் குப்பை போகும் வழியில் சுவர் உடைந்திருந்ததால் குப்பை வெளியில் விழுந்து கடும் நாற்றத்தை ஏற்படுத்திக்கொண்டிருந்தது. இதைப் பற்றியெல்லாம் யாரும் கவலைப்படுவதில்லையே என்று நினைத்தாள். வருத்தமாக இருந்தது. சண்டை போடுவதில் இருக்கும் வேகம் கொஞ்சமாவது இதிலெல்லாம் இருக்கக் கூடாதா என்று நினைத்தாள்.

வாசல் கதவு தட்டப்பட்டது. பார்வதி எழுந்து வந்தாள். செண்பகம். உடல் நிலை எப்படி இருக்கிறது என்று விசாரித்தாள். தன் உடலுக்குள் நடக்கும் மாற்றங்கள் பார்வதிக்கு இன்ப வேதனையை ஏற்படுத்திக்கொண்டிருந்தன. அவஸ்தையும் சந்தோஷமும் கலந்து செண்பகத்திடம் தன் உடல் நிலையை விவரித்தாள். டெஸ்ட் எடுக்கலாமா என்று கேட்டாள். 45 நாள் கழிந்த பிறகு ஹெல்த்

சென்டருக்குப் போய் டெஸ்ட் எடுக்கலாம் என்று செண்பகம் சொன்னாள். பார்வதி கேலண்டரைப் பார்த்தாள். இன்னும் இரண்டு மூன்று நாட்கள் இருக்கின்றன. டெஸ்ட் எடுத்த பிறகு முத்துவிடம் சொல்லிக்கொள்ளலாமா என்று பார்வதி கேட்டாள். முன்கூட்டியே சொல்லிவிடுவதுதான் நல்லது என்றாள் செண்பகம். கையில் எடுத்து வந்திருந்த தக்காளி சாதத்தையும் ஊறுகாயையும் கொடுத்தாள். பார்வதி ஆவலுடன் சாப்பிட்டாள்.

விஷயத்தைக் கேள்விப்பட்டதும் முத்துவுக்குத் தலை கால் புரியவில்லை. லட்சுமியம்மாவுக்கும் ஒரே பரவசம். மூன்றாம் நாள் காலையில் ஹெல்த் சென்டருக்கு மூன்று பேரும் போனார்கள். செண்பகமும் வந்திருந்தாள். அடுத்த நாள் டெஸ்ட் எடுத்தார்கள். மறுநாள் முடிவு தெரியும் என்றார்கள். அத்தையுடன் போனாள். குழந்தை உண்டாகியிருப்பதை நிச்சயம் செய்தார் டாக்டர். பூரிப்பு பார்வதியின் மனதை நிறைத்தது. செண்பகத்தின் கையைப் பிடித்துக்கொண்டு தடுமாறினாள். செண்பகம் அவள் தோளை அணைத்தபடி நடந்தாள்.

குழந்தையே பிறந்ததுபோல் முத்து பரவசம் அடைந்தான். அன்று அவன் வேலைக்குப் போகவில்லை. இனிப்பு வாங்கிவந்து அக்கம்பக்கத்தில் சிலருக்குக் கொடுத்தான். பார்வதி என்ன செய்கிறாள் என்றே பார்க்கும் பழக்கம் இல்லாத அவன் அன்று அவளை நன்றாகக் கவனித்துக்கொண்டான். ஆனால் இரவில் குடிப்பது மட்டும் நிற்கவில்லை.

கொஞ்ச நாட்களுக்குக் குடம் தூக்க வேண்டாம் என்று டாக்டர் சொல்லிவிட்டார். முத்து தண்ணீர் எடுத்து வந்தான். சில நாட்கள் வேலைக்குச் சீக்கிரம் போனான். சில நாட்கள் மட்டம் போட்டான். புதிது புதிதாகச் சில பொருள்கள் வீட்டில் முளைத்தபடி இருந்தன. அப்பாவுக்கு போன் செய்து சொன்னதும் அவருக்குப் பெரும் சந்தோஷம் ஏற்பட்டதை உணர முடிந்தது.

பார்வதியை லட்சுமி அம்மா கவனமாகப் பார்த்துக் கொண்டார். பக்கத்து வீட்டு அம்மாவும் மிகவும் உதவிகரமாக இருந்தார்கள். அப்பா ஒரு முறை வந்திருந்தார். செண்பகம் அடிக்கடி வந்து போனாள். வரும்போதெல்லாம் வாய்க்கு ருசியாக ஏதாவது செய்து எடுத்துவந்தாள். அவளுடன் ஒரு முறை அவள் பையன் சந்திரனும் வந்திருந்தான். அவன் படிப்பைப் பற்றி பார்வதி அக்கறையாக விசாரித்தாள். அவனை ஒரு பாட்டுப் பாடச் சொன்னாள். அவன் கூச்சத்துடன் கர்த்தரின் கீதம் ஒன்றைப் பாடினான்.

வா ஏசுவண்டை வா
உன் இதயத்தை அவரிடம் தா
உன் இதயத்தை அவரிடம் தா

நீதிமானோ நிற்பது அரிது
ஏ பாவியே நீ எங்கே போய் நிற்பாய்?
நீதிபரர் ஏசு வருகின்றார்
தம் நேசக்கரம் காட்டி அழைக்கின்றார்

வா ஏசுவண்டை வா
உன் இதயத்தை அவரிடம் தா
உன் இதயத்தை அவரிடம் தா

பையன் உருக்கமாகப் பாடினான். பார்வதி அவன் கன்னத்தில் செல்லமாகத் தட்டினாள்.

"சின்னவன ஏன் கூட்டிடே வரதில்ல?" என்று பார்வதி கேட்டாள்.

"அவன் எங்க இருப்பான்னே கண்டுபிடிக்க முடியாது. காத்தாடி, கோலி, பம்பரம், கபடின்னு ஏதாவது வெலயாட்டுதான் எப்பவும்" என்றாள்.

"அவன் படிக்கறதே இல்லம்மா" என்றான் சந்திரன்.

"எத்தினி தாட்டி சொன்னாலும் அவனுக்கு படிப்புல இண்ட்ரஸ்டே வரல. நா இன்னா பண்றது?" என்றாள் செண்பகம்.

"எதாவது தொழில் கத்துக்குடுங்க. தையல் வேலை, கார்பெண்டர் வேலை, எலக்ட்ரீசியன் வேல . . ."

"அதுக்கு இன்னும் கொஞ்சம் வயசாவணுமே. எப்டியும் பத்தாங் கிளாஸ் படிச்சான்னா நல்லதுன்னு ஸ்டெல்லா மிஸ் சொல்றாங்க. அவங் கேக்கவே மாட்டான்."

"சரியாயிடுவான் . . . கவலப்படாதீங்க . . ." என்றாள் பார்வதி.

51

பெருமாள் எதிர்பார்த்த வாய்ப்பு அவர் எதிர்பார்க்காமல் வந்து சேர்ந்தது. ஒரு கபடிப் போட்டியின் வழியாக அது வந்தது.

ஜகதாலன் பரீட்சைக்குத் தன்னைத் தயார்ப்படுத்திக்கொண்டிருக்கும்போது நடந்த பல சம்பவங்கள் அவனை வேதனைப்படவைத்தன. பகவதிபுரத்துக்கும் பார்டர் தோட்டத்துக்கும் இடையே நடக்கும் சண்டைகள் வலுக்க ஆரம்பித்ததை ஜெகதாலன் பதைப்புடன் பார்த்துக் கொண்டிருந்தான். புதிய ஏ.சி. வந்ததிலிருந்து காவல் துறையில் பாபுவின் கை ஓங்கியதையும் அவனிடம் நண்பர்கள் சொன்னார்கள். வரதராசன் கடைக்கு போலீஸ் வந்து சென்றது, சில பொட்டலங்களைக் கைப்பற்றியது, குரு போலீஸ்காரரின் காலை ஒடித்தது ஆகியவற்றை எல்லாம் கேள்விப்பட்டு ஜெகதாலன் ஆழ்ந்த வருத்தத்துக்கு ஆளானான்.

ஊர் முழுவதும் பதற்றம் சூழ்ந்திருந்தது. காவல் துறை நடவடிக்கை ஆரம்பித்தால் எப்படி இருக்கும் என்பது பகவதிபுரத்துக்கு அப்போதுதான் தெரிய ஆரம்பித்தது. கிட்டத்தட்ட ஒவ்வொரு வீட்டிலும் ஒவ்வொருவர் ஏதோ ஒரு விதத்தில் பாதிக்கப்பட்டார்கள். மாஞ்சா போடும் குழுவினருக்கு நல்ல உதை விழுந்தது. ஓரிரு முறை குருவை நெருங்கிய போலீஸ்காரர்களை அடித்துத் தள்ளிவிட்டு அவன் தப்பிவிட்டான் என்றும் பேசிக்கொண்டார்கள். அந்தத் துயரமான

நிலையிலும் குருவின் சாகசங்களைப் பற்றிக் கதைகள் பேசிக்கொண்டார்கள். காவல் துறையின் வேகம் தணியும்வரை அவன் வர மாட்டான் என்றும் அதன் பிறகு அவன் வெளியே வரும்போது பார்டர் தோட்டத்தில் யாரும் உயிரோடு இருக்க மாட்டார்கள் என்றும் பேசிக்கொண்டார்கள். பெருமாளுக்கும் சங்குதான் என்றும் பலமாக நம்பினார்கள்.

வரதராசனும் ராசுக்குட்டியும் பெருமாளின் கொட்டத்தை அடக்கும் வழிமுறைகளை ஆலோசித்துக்கொண்டிருந்தார்கள். ராசுக்குட்டி இடையில் ஒருமுறை பட்டாளத்துக்குச் சென்று வந்தார். அவருடைய சகலை அங்கே இருக்கிறார். சகலைக்கு கமிஷனர் அலுவலகத்திலும் ஆளுங்கட்சியிலும் செல்வாக்கு இருந்தது. எது வேண்டுமானாலும் நடக்கும் என்று சொல்லிவைத்துவிட்டு வந்தார். "நீ கவலப்படாத ராசு" என்று அவர் உறுதி அளித்தார். ராசுவுடன் சென்ற ஒருவன் சொல்லி பகவதிபுரம் மக்கள் இதையெல்லாம் தெரிந்துகொண்டார்கள். "ராசண்ணனா கொக்கா" என்று பேசிக்கொண்டார்கள். வரதராசனைப் பார்க்கத் திருவொற்றியூரிலிருந்து ஒருவர் வந்து சென்றார். அவர் வட சென்னையின் முக்கியமான ரவுடி என்று பேசிக்கொண்டார்கள்.

பகவதிபுரம் ஒரு போருக்குத் தயாராகிக்கொண்டிருந்தது.

ஜகதாலன் எல்லாவற்றையும் கவனித்துக்கொண்டிருந்தான். எதுவுமே அவனுக்குப் பிடிக்கவில்லை. கொலை, பதிலுக்குக் கொலை என்று இருந்தால் அதற்கு முடிவே இருக்காது என்று அவன் உறுதியாக நம்பினான். தன்னால் ஒன்றும் செய்ய முடியாது என்பதும் அவனுக்குத் தெரிந்தது. இந்த விஷயத்தில் கபடி ஆடும் பையன்கள்கூடத் தன் பேச்சைக் கேட்பதில்லை என்பதை அவனால் ஜீரணிக்க முடியவில்லை. இந்த ஊரைத் திருத்தவே முடியாது என்று முடிவுகட்டினான். விரைவில் வேலை கிடைத்து பகவதிபுரத்தை விட்டு வெளியேற வேண்டும் என்றும் முடிவுசெய்தான். இங்கே இருந்தால் ஒரு நாள் தன்னையும் வெட்டுவார்கள் அல்லது தான் யாரையாவது வெட்ட வேண்டியிருக்கும் என்பதில் அவனுக்குச் சந்தேகமே இல்லை.

குருவைக் காணோம் என்பது மட்டும் அவனுக்குக் கவலை அளித்தது. குருவின் ரவுடித்தனம் அவனுக்குப் பிடிக்காவிட்டாலும் அவனை மிகவும் பிடிக்கும். அவன் உயிரோடு இருக்கிறானா என்று கவலைப்பட ஆரம்பித்தான். அவன் வீட்டுக்குப் போய் அம்மாவைப் பார்க்கலாம் என்று தோன்றியது. ஆனால் அவன்

வீட்டுக்குப் போவதை போலீஸ் பார்த்துவிட்டால் ஆபத்து என்று போகாமல் இருந்துவிட்டான். போலீஸ் மேல் கை வைத்த பிறகு குருவை இனி யாராலும் காப்பாற்ற முடியாது என்று நினைத்தான். அவனை நினைத்துப் பாவமாக இருந்தாலும் அவனும் எத்தனையோ கொலைகளைச் செய்தவன்தானே என்று நினைக்கும்போது பரிதாபம் மட்டுப்பட்டது. பகவதிபுரத்தை நினைத்தாலே வெறுப்பாக இருந்தது.

ஒரு சமயம் மைதானத்துக்குப் பக்கத்தில் இருந்த இடத்தில் குரு ஒளிந்திருக்கிறான் என்ற தகவலைக் கேட்டு மைதானத்துக்கு வந்த காவலர்கள் அவனைக் கண்டுபிடிக்க முடியாமல் ஏமாந்தார்கள். அந்த ஏமாற்றத்தில் விளைந்த ஆத்திரத்தில் கபடி ஆடுபவர்கள் கைது செய்யப்பட்டார்கள். பயிற்சி அளித்துக்கொண்டிருந்த ஜகதாலனும் மாட்டிக்கொண்டான்.

ஜகதாலனின் அப்பா அதிர்ந்துபோனார். அவன் மேல் கேஸ் வந்துவிட்டால் அரசு வேலை கிடைக்காது என்று பயந்தார். ராசுக்குட்டியிடம் போய்க் கதறினார். ராசுக்குட்டியின் மீதே சந்தேகம் இருந்ததால் அவரால் ஒன்றும் செய்ய முடியவில்லை. ஆனால் எப்படியாவது அவனை வெளியே எடுக்க ஏற்பாடு செய்கிறேன் என்று வாக்களித்தார். வரதராசனிடம் பேசினார். பட்டாளத்தில் உள்ள சகலை மூலம் கமிஷனர் அலுவலகத்தில் விஷயத்தைச் சொல்லச் சொன்னார். ஜகதாலனின் அப்பாவும் அம்மாவும் பெருமாளின் காலில் விழுந்து கெஞ்சினார்கள். “அவன் எந்த வம்புக்கும் போக மாட்டான் சார், அவன் கபடி பிளேயர் சார் ... அவன உட்ருங்க சார்” என்று கதறினார்கள். லாக்கப்பில் இருந்த எல்லோரும் ஜகதாலனுக்கு ஆதரவு தெரிவித்தார்கள். பெருமாள் மசியவில்லை. ஜெகதாலன் குருவுடன் சைக்கிளில் செல்வதைப் பார்த்திருப்பதாகக் காவலர்கள் தெரிவித்தார்கள். விசாரிக்காமல் விட முடியாது என்றும் சொல்லிவிட்டார். பெரும் பீதியுடன் லாக்கப்பில் அமர்ந்திருந்த ஜகதாலனுக்கு எதிர்காலமே இருண்டதுபோல் இருந்தது.

ஆனால் கமிஷனர் அலுவலகத்திலிருந்து தொலைபேசி வந்தபோது பெருமாள் பணிந்தார். ஜகதாலனைக் கூப்பிட்டார். அப்போதுதான் அவனைப் பார்ப்பதுபோல விசாரித்தார். “இந்த உடம்ப வெச்சிக்கினு எப்பிட்றா கபடி ஆட்ற?” என்றார். ஜகதாலன் ஒன்றும் பேசவில்லை. அப்போது பதற்றத்துடன் ஒரு கான்ஸ்டபிள் அங்கே வந்தார்.

“சார், நான் குருவ பாத்தேன் சார் ...”

“எங்கய்யா?” என்றார் பெருமாள்.

“வெஸ்ட் சைதாப்பேட்டைல பன்னி தொட்டியாண்ட இர்ந்தான் சார். அவன புடிக்கலாம்னு போனேன் . . . அதுக்குள்ள தப்பிச்சிட்டான் சார்.”

“தனியாவா போன ?”

“ஆமா சார், ஜஸ்டு மிஸ்ஸு சார் . . .”

“தனியா போய் மாட்டிக்காதய்யா. குரு உன்ன பகுள்ல வெச்சினு பூடுவான்” என்றார் பெருமாள்.

லாக்கப்பில் இருந்தவர்கள் அதைக் கேட்டதும் சிரித்துவிட்டார்கள். ஜகதாலன் சலனமற்று நின்றுகொண்டிருந்தான்.

பெருமாள் அவனிடமும் அவன் அப்பாவிடமும் கையெழுத்து வாங்கிக்கொண்டு அனுப்பினார். எஃப்.ஐ.ஆர். போடவில்லை. “ஒழுங்கா படிடா” என்று சொல்லி அனுப்பினார்.

விசாரணையின்போது போலீஸார் எல்லோரையும் போலக் கபடி அணியினரையும் வெளுத்துவிட்டது. ஜகதாலனுக்கும் நல்ல அடி. அவனை விடுவித்த இரண்டு நாட்களில் கபடி ஆடுபவர்கள் எல்லோரையும் பெருமாள் விட்டுவிட்டார். குருவைப் பற்றி அவர்களுக்கு எதுவும் தெரியாது என்ற முடிவுக்கு அவர் வந்தார். அப்படியே அவர்களுக்கும் குருவுக்கும் தொடர்பு இருந்தாலும் அவர்களை வெளியில் விட்டால்தான் அதைக் கண்டுபிடிக்க முடியும் என்று நினைத்தார். அவர்களை வெளியே அனுப்பிவிட்டு, கண்காணிக்க ஏற்பாடு செய்தார்.

அடுத்தபடியாக வந்த இரண்டு போட்டித் தொடர்களில் பகவதிபுரம் அணியால் கலந்துகொள்ள முடியவில்லை. அந்த இடைவெளியைப் பயன்படுத்திக்கொண்டு ஜகதாலன் பரீட்சையை நன்றாக எழுதினான். மிகவும் நம்பிக்கையோடு தேர்வு முடிவுக்காகக் காத்திருந்தான். பிருந்தா டீச்சரைப் போய்ப் பார்த்து நன்றாக எழுதியிருப்பதாகச் சொல்லிவிட்டு வந்தான். கேள்வித்தாளைப் பார்த்து அவர் கேட்ட கேள்விகளுக்கு அவன் சொன்ன பதில்கள் அவருக்குத் திருப்தியாக இருந்தன.

குரு இன்னும் திரும்பவில்லை. ஆனால் ராசுக்குட்டியும் வரதராசனும் பல விதமான நடவடிக்கைகளில் ஈடுபடுவது தெரிந்தது. குருவுக்கும் அவர்களுக்கும் இடையில் தொடர்பு இருப்பது புரிந்தது. என்றாலும் ஜகதாலன் யாரிடமும் இது பற்றியெல்லாம் பேசுவதில்லை. ரயில்வேயிலிருந்து வந்தவர் தந்த அட்டையை மட்டும் அடிக்கடி எடுத்துப் பார்த்துக்கொண்டிருந்தான். கபடி பயிற்சியை பகவதிபுரத்தில்

செய்வதே இல்லை. எம்.ஜி.ஆர். நகர், வடபழனி ஆகிய இடங்களுக்குப் போய் கபடி ஆடிக்கொண்டிருந்தான். அவன் அணியினரும் அவனோடு வந்தார்கள். கும்பலாக எங்கும் போகாமல் தனித்தனியாகப் போனார்கள். லாக்கப்பில் வாங்கிய அடியின் அதிர்ச்சியிலிருந்து அவர்கள் இன்னும் மீளவில்லை.

தீபாவளியை ஒட்டி ஒரு பெரிய கபடிப் போட்டி ஏற்பாடு செய்யப்பட்டிருந்தது. அதில் கலந்துகொள்ளலாம் என்று பகவதிபுரம் அணியினர் முடிவு செய்தார்கள். பரிசுத் தொகை அதிகம் என்று சொன்னார்கள். தங்களுக்குக் கபடிதான் முக்கியம் என்பதைக் காட்டிக்கொள்ள இது ஒரு நல்ல வாய்ப்பு என்று ஜகதாலன் நினைத்தான். எழும்பூரில் டோர்னமெண்ட் ஏற்பாடாகியிருந்தது. ஜகதாலன் போய்த் தங்கள் அணியின் பெயரைக் கொடுத்துவிட்டு வந்தான். மீண்டும் உற்சாகமாகப் பயிற்சியை ஆரம்பித்தார்கள். பகவதிபுரத்திலும் பார்டர் தோட்டத்திலும் கடந்த இரண்டு மாதங்களாக எந்தச் சம்பவமும் நடக்காததால் போலீஸ் கெடுபிடிகள் குறைந்திருந்தன. பகவதிபுரம் அணியினர் நன்கு பயிற்சி எடுத்தார்கள்.

போட்டியன்று இரவு எட்டு மணிக்கெல்லாம் போய் விட்டார்கள். மிகுந்த உற்சாகமாக இருந்தார்கள். முதல் இரண்டு சுற்றுப் போட்டிகளில் எளிதாக வென்றார்கள். மூன்றாவது சுற்றில் வென்றால் அரை இறுதி. அந்தச் சுற்றில் பார்டர் தோட்டத்து அணியுடன் மோதல். வெகு நாட்கள் கழித்து அந்த அணியோடு போட்டி என்றதும் பகவதிபுர அணியினருக்குப் புதிய வேகம் ஏற்பட்டது. மூன்றாவது சுற்றுப் போட்டிக்கு முன்பு பார்டர் தோட்ட அணி பயிற்சி செய்வதைத் தள்ளியிருந்து பார்த்தான். போலீஸ் பாண்டியும் வந்திருந்தார். பார்டர் தோட்டத்துக்குத் தான் பயிற்சி கொடுப்பதை அங்கே அவர் காட்டிக்கொள்ளவில்லை. ஆனால் அவர் கண்களும் உடல் அசைவுகளும் அந்த அணியை வழிநடத்துவதை ஜகதாலன் கவனித்தான். அந்த அணியினரின் ஆட்டத்தை உன்னிப்பாக கவனித்துக்கொண்டான். அங்கே ஒரு பையன் சுறு சுறுவென்று எகிறி உதைத்துக்கொண்டிருந்தான். இன்னொருவன் மிக நேர்த்தியாக டிச் இடித்தான். வேறொருவன் 'ஜம்ப்பிங்' பயிற்சி செய்துகொண்டிருந்தான். வளையம் அமைப்பதில் நேர்த்தி தெரிந்தது. பாண்டியனின் உத்திகளின் அடையாளங்கள் அவர்கள் ஆட்டத்தில் தெரிந்தது. ஜகதாலனுக்கு உடலில் சூடு ஏறியது. தன் மானசீக குருவுக்குத் தன் திறமையை இன்று காட்டிவிட வேண்டும் என்று அவன் நினைத்தான்.

போட்டி ஆரம்பித்தது. இரண்டு ஊர்களுக்கும் இடையே ஜென்மப் பகை இருந்தாலும் அதைக் காட்டிக்கொள்ளாமல் ஆட ஆரம்பித்தார்கள். முதல் இரண்டு மூன்று ரைடுகள் முடிவதற்குள் அந்த அணியின் தேர்ச்சியை ஜகதாலனும் மாரிமுத்துவும் உணர்ந்தார்கள். ஜகதாலன் முதலில் மற்றவர்களை ரைடு செய்ய அனுப்பினான். ஒருவன் அவுட் ஆனான். இன்னொருவன் ஒரு புள்ளி எடுத்தான். அவர்கள் ரைட் செய்தபோது ஒரு புள்ளியை எடுத்தார்கள். ஆட்டத்தின் நான்காவது ரைடில் மாரிமுத்து கிளம்பினான். தரையில் எதையோ தேடுவதுபோல குனிந்தபடி கைகளைக் காற்றில் அலைய விட்டுக்கொண்டு முன்னேறினான். அவனைப் பிடிக்க முயற்சி செய்யாமல் ஏற்றி ஆடினார்கள். அதைப் புரிந்துகொண்ட மாரிமுத்து ஏர் குந்தத்தில் நின்றான். அங்கிருந்து முன்னால் வரும்போது கால் தடுமாறிக் கீழே விழுந்தான். உடனே எதிர்ப்புறத்திலிருந்து இருவர் புயலாக அவன் மீது பாய்ந்தார்கள். மாரி விழுந்தது நடிப்பு என்பது அவன் எழுந்த வேகத்தில் தெரிந்தது. இரண்டு பேரும் சிதறி விழுந்தார்கள். அதைக் கண்டு அசந்து நின்றிருந்த இன்னொருவனை முதுகில் அடித்தான். மூன்று புள்ளிகளை எடுத்தான்.

அடுத்தடுத்த ரைட்களில் பார்டர் தோட்டம் மிகவும் உஷாராக இருந்தது. பிடிக்கும்போது மாரிமுத்து செய்த தவறினால் ஜகதாலன் உள்ளிட்ட நால்வர் ஆட்டமிழக்க நேரிட்டது. அடுத்து இங்கிருந்து ரைட் போன ஒருவனைக் கோழி அமுக்குவதுபோல அமுக்கினார்கள். ஜகதாலனுக்கு உடலில் சூடு ஏறியது. பெரிய பெரிய அணிகளையெல்லாம் அடித்திருக்கும் பகவதிபுரம் பார்டர் தோட்டத்திடம் ஒரு கேமை இழப்பதை அவனால் தாங்கிக்கொள்ள முடியவில்லை. அங்கிருந்து ஒருவன் ரைட் வந்தான். ஏத்தி ஆட்றா என்று ஜகா குரல் கொடுத்தான். அவன் அணியில் எஞ்சியிருந்த இருவரும் நன்றாக உள்வாங்கி நின்றார்கள். இருவர் மட்டுமே இருக்கும்போது பிரிந்துதான் நிற்க வேண்டும். ஒரே இடத்தில் மாட்டிக்கொள்ளக் கூடாது. ஆனால் பாடி வந்தவன் திறமையாக இவர்கள் இருவரையும் ஒரு பக்கமாக ஒதுக்கினான். எல்லைக் கோட்டுக்கு அருகே சென்றதும் சடாரென்று உதைத்தான். அதிலிருந்து விலகும் முயற்சியில் ஒருவன் வெளியே போய்விட்டான். இன்னொருவனை அவன் எளிதாகத் தொட்டுவிட்டுப் போனான்.

“டூ கேச்சர்ஸ் அவுட், பார்டர் தோட்டம் டூ ப்ளஸ் டூ” என்னும் அறிவிப்பு ஜகதாலன் காதில் நாராசமாக விழுந்தது. தள்ளி நின்று வேடிக்கை பார்த்துக்கொண்டிருந்த பாண்டி

சிரித்துக்கொண்டதுபோல் ஜகதாலனுக்குத் தோன்றியது. மாரிமுத்துவை முறைத்தபடி உள்ளே வந்தான். முதல் கேம் முடிவில் 10–3 என்று பார்டர் தோட்டம் முன்னிலை பெற்றிருந்தது. ஜகதாலனின் அவமான உணர்ச்சி உச்சத்துக்குச் சென்றது. எத்தனையோ பெரிய அணிகளை அடித்துவிட்டுக் கேவலம் பார்டர் தோட்டத்திடம் கேமை இழந்ததை அவனால் தாங்கிக்கொள்ள முடியவில்லை.

இரண்டாவது கேம் ஆரம்பமானது. ஜகதாலன் பாடிச் சென்றான். இதுதான் இந்தப் போட்டியில் அவன் முதல் ரைட். பின்னால் பாண்டி பார்த்துக்கொண்டிருப்பார் என்பதை நினைவில் இறுத்திக்கொண்டான். ஜம்ப் செய்பவனை எப்படிப் பிடிக்க வேண்டும் என்பதை அவர் சொல்லிக்கொடுத்திருப்பார் என்பது அவனுக்குத் தெரியும். இடது பக்கம் நிதானமாக ஏறினான். ஏர் குந்தத்தைத் தாண்டி நின்றான். பார்டர் தோட்டத்து ஆட்டக்காரர்கள் உஷாராக நின்றார்கள். இரண்டு வளையங்கள் போட்டு முறையாக வியூகம் வகுத்திருந்தார்கள். காலைத் தூக்கினால் அடுத்த கணம் இரண்டு வளையங்களும் அடுத்தடுத்து வந்து சுற்றிக்கொள்ளும் என்பது ஜகதாலனுக்குத் தெரியும். நடுவில் போய் குந்தத்துக்கு முதுகு காட்டியபடி நின்றான். அவன் கண்கள் இரு புறமும் உன்னிப்பாகச் சுழன்றுகொண்டிருந்தன. நடுவில் இருந்தவர்கள் உள்வாங்கி நிற்க இரு ஓரங்களில் நின்றவர்கள் கோளமாக அவனுக்கு இரு புறமும் தயாராக நின்றார்கள். நடுவில் ஏறினால் இந்த இரண்டு கோளங்களும் ஒரே நேரத்தில் தன்னை நோக்கி வரும் என்று அவனுக்குத் தெரியும். அப்படியும் தைரியமாக நடுவில் ஏறினான். ஓரத்தில் இருந்தவர்களின் கால்கள் துடித்தன. இன்னும் ஒரு அங்குலம் நகர்ந்தாலும் இரு புறங்களிலும் இருந்து தாவிவிடுவார்கள் என்பது ஜகாவுக்குத் தெரியும். சட்டென்று இடது புறம் கை நீட்டிய அவன் இடது தொடையில் தட்டினான். அந்தப் புறம் இருந்தவர்கள் சற்றே சலனம் கொண்டதும் சடாரென்று வலது புறம் பாய்ந்து ஒரு உதை விட்டான். ஓரத்தில் இருந்தவன் இதை எதிர்பார்க்கவில்லை. வெளியே போய் விழுந்தான். மின்னலாகத் திரும்பிய ஜகதாலன், மறு முனையிலிருந்து துரத்தி வந்தவர்களை நேரடியாக எதிர்கொள்ளாமல் உள் வழியாக விலகி அந்தப் பக்கம் போனான். அவர்கள் இப்போது அவனுக்கு முதுகு காட்டி நின்றார்கள். ஒரு கணம்தான். இருவர் முதுகிலும் அடித்த அவன் பின்னால் தெரிந்த சலனத்தை உணர்ந்து சட்டென்று மேலே எகிறினான். சரியான எகிறு அது. இடிக்க வந்தவன் ஏமாந்தான். கீழே இறங்கியதும் தவறாமல் அவன் பிட்டத்தில்

உதைத்த ஜகா குந்தத்தைத் தொட்டான். தொட்டுவிட்டுப் பாண்டியின் பக்கம் பார்வையைச் செலுத்தினான். நான்கு பேர் ஆட்டமிழந்தார்கள்.

அடுத்துப் பாடி வந்தவனை நன்றாக ஏற்றிவிட்டு அலேக்காகத் தூக்கினான். அடுத்த ரைடும் சென்று மீதி இருந்த இருவரைத் தட்டிவிட்டு வந்தான். மொத்தம் மூன்றே ரைடுகளில் அந்த கேமை ஜகதாலன் வென்றான். 12–10 என்று பகவதிபுரம் முன்னிலை பெற்றது. ஜகதாலன் தன் மெலிந்த தொடையை ஆக்ரோஷமாகத் தட்டிக்கொண்டான். பாண்டியின் முகத்தில் சூடு ஏறியது.

பார்டர் தோட்டத்து ஆட்டக்காரர்களிடம் பதற்றம் தெரிந்தது. அடுத்துப் பாடி வந்தவன் ஆவேசம் காட்டினான். ஜகதாலன் மாரியிடம் கண் காட்டினான். மாரி அவனுக்குப் பொறி வைத்தான். அந்தப் பொறியில் அவன் விழுந்தான். இந்தப் பொறியைப் பற்றியெல்லாம் பாண்டி சொல்லிக்கொடுத்திருப்பார் என்பது ஜகாவுக்குத் தெரியும். பகவதிபுரம் அணியினரின் நாடி நரம்புகளில் கபடி ஊறியிருந்தது. எனவே அவர்கள் சுதாரித்துக்கொண்டார்கள். பார்டர் தோட்டத்தால் முடிய வில்லை. புள்ளிகளை இழக்க இழக்கப் பதற்றம் அடைந்தார்கள். அந்தப் பதற்றத்தை ஜகதாலன் அணியினர் நன்றாகப் பயன்படுத்திக்கொண்டார்கள்.

இடைவேளையில் ஜகதாலன் பாண்டியைக் கவனித்தான். அவர் மிகுந்த கோபத்துடன் பார்டர் தோட்டத்து அணியினரை முறைத்தார்.

அதன் பிறகு பார்டர் தோட்டத்தால் ஒரு புள்ளிகூட எடுக்க முடியவில்லை. மாரியும் ஜகதாலனும் மாறி மாறி ரைட் சென்றார்கள். ஜகதாலன் இரண்டு, மாரி ஒன்று என்ற கணக்கில் அவர்கள் ரைட் இருந்தது. ஜகா ஒவ்வொரு முறையும் ஒவ்வொரு விதமாக ரைட் செய்தான். ஒரே தோற்றத்தில் நான்கு பேர் ஆடுவதுபோல இருந்தது அவன் காட்டிய வகைமை. பார்டர் தோட்டத்தின் மீது இருக்கும் கோபமும் பாண்டியிடம் தன் திறமையைக் காட்ட வேண்டும் என்னும் உத்வேகமும் அவனை இயக்கின. அற்புதமான ரைடுகள் மட்டுமின்றி நம்ப முடியாத கேட்சுகளையும் போட்டான். அந்த அணியின் ஆகச் சிறந்த ஆட்டக்காரனான லோகனாதனை ஏற விடாமல் வளையம் அமைத்தான். லோகு வாட்டசாட்டமான ஆள். அவன் கையில் யாராவது சிக்கினால் பாதுகாப்பாக மீள முடியாது. ஆனாலும் அவனால் ஏற முடியாத அளவுக்கு பகவதிபுரம் அணி வளையம் அமைத்து வேகமாகவும் சாதுரியமாகவும் செயல்பட்டது.

அணியினர் ஜெகதாலன் கட்டளைக்கேற்ப ஆடினார்கள். "லோகுவுக்கே பக் கட்றானுங்கடா" என்று கூட்டத்தினர் பிரமித்தார்கள். என்ன முயற்சி செய்தும் ஏறவும் முடியாமல் யாரையும் தொடவும் முடியாமல் லோகு ஆட்டமிழந்தான். அவமானத்துடன் வெளியே சென்று உட்கார்ந்தான்.

அடுத்தடுத்து கேம்கள் பகவதிபுரம் வசமாயின. ஆட்டம் முடிய இன்னும் இரண்டு நிமிடங்களே பாக்கி இருந்தன. இன்னும் இரண்டு ரைட் போகலாம். 39–10 என்ற நிலையில் வேறு யாரையாவது அனுப்பியிருக்கலாம். ஆனால் இனி ஒரு புள்ளிகூட அவர்கள் எடுக்கக் கூடாது என்பதில் ஜகா தீர்மானமாக இருந்தான். தானே ரைட் சென்றான்.

நிதானமாக ஏறினான். ஏழு பேரும் வியூகம் அமைத்து நின்றார்கள். இவன் ஏற ஏற ஒரு பக்கம் வழி விட்டு ஒதுங்கினார்கள். தன்னை எப்படியாவது பிடித்துவிட வேண்டும் என்ற முடிவோடு இருக்கிறார்கள் என்பது ஜகாவுக்குப் புரிந்தது. அவன் நினைத்திருந்தால் ஏர் குந்தத்தை ஏறிவிட்டுப் பிறகு சற்றே பின்வாங்கிக் குந்தத்தின் அருகே சிறிது நேரம் நின்றுவிட்டு நேரத்தைக் கட்த்திவிட்டு வந்திருக்கலாம். முன்னிலை பெற்ற அணியினர் ஆட்டம் முடியும் நேரத்தில் அப்படித்தான் செய்வார்கள். ஆனால் அவர்கள் சவாலை ஏற்று ஜகா முன்னேறினான். கிட்டத்தட்ட பின் கோட்டுக்கு அருகே ஏழு பேரும் ஒதுங்கினார்கள். ஜகாவுக்கு உற்சாகம் தொற்றிக்கொண்டது. யாரையாவது ஒதுக்கி வெளியே அனுப்ப வேண்டும் என்று நினைத்தான். ஓரத்தில் நின்றவனுக்குப் போக்குக் காட்டி அவனை அசைய வைத்தான். அவன் மேலும் ஒதுங்கினான். அப்போது பக்கத்தில் நின்றவன் திடீரென்று ஜகதாலனின் காலில் விழுந்தான். காலை உதறுவதற்குள் மீதி ஆறு பேரும் அவன் மீது விழுந்தார்கள். சட்டென்று உள்ளே பம்மிய ஜகதாலன் அந்தப் பக்கம் வெளியேறித் தனக்கு முன்னே நின்றவனின் தலைக்கு மேல் ஏறினான். அவன் கீழே வரும்போது ஒருவன் அவன் காலைத் தட்டிவிட்டான். லோகு காலைப் பிடித்துச் சட்டென்று முறுக்கினான். ஜகதாலன் ஐயோ என்று அலறினான். அனைவரும் அவன் மீது கவிந்தார்கள். பாடி வந்தவன் கபடி என்று சொல்வதை நிறுத்திய பிறகும் அவனைப் பிடித்துக்கொண்டிருப்பது வழக்கம் அல்ல. முறையும் அல்ல. ஆனால் நடுவர் விசில் ஊதிய பிறகும் அவர்கள் அவனை விட்டு எழுந்திருக்கவில்லை. நடுவர்கள் வந்து விலக்கியபோது ஜகதாலனால் எழுந்திருக்க முடியவில்லை. கால் பிசகியிருந்தது. உயிர் போகுமளவு வலி இருந்தது. ஜகதாலன் துடித்தான். பார்டர்

தோட்டத்து ஆட்கள் ஒன்றுமே நடக்காதது போல் இருந்தார்கள் பகவதிபுரம் அணியினர் அதிர்ச்சியில் உறைந்தார்கள். நடுவர்கள் ஜகதாலனை வெளியே தூக்கி வந்தார்கள். அடுத்து ஒரு ரைடுக்குப் பிறகு ஆட்டம் முடிந்தது. பகவதிபுரம் வென்றது.

வெற்றியைக் கொண்டாடும் மனநிலையில் பகவதிபுரம் அணியினரோ பார்வையாளர்களோ இல்லை. வலியில் துடித்துக்கொண்டிருந்த ஜகாவை அவர்கள் சூழ்ந்துகொண்டார்கள். அவனால் காலை அசைக்க முடியவில்லை. “கண்டிப்பா ப்ராக்சர்தாண்டா” என்றான் மாரியைப் பார்த்து. அவன் கண்கள் இருண்டன. “கறம் வெச்சி ஒட்ச்சிட்டானுங்கடா” என்று சரிந்தான். “கேமே கைல வந்தப்பறம் நீ ஏண்டா அவ்ளோ தூரம் ஏறுன ?” என்று மாரி கேட்டான். ஜகதாலன் மயங்கிவிட்டான். “ஜகா ஜகா” என்று மாரி கதறினான். முதலுதவி செய்ய ஆட்கள் வந்தார்கள். கால் இசகுபிசகாகத் திரும்பியிருந்தது. கை வைக்கவே பயந்தார்கள். பாண்டி அங்கே வந்தார். “ஆட்டோல ஏத்தின் ஜிஎச் போங்கப்பா” என்றார். “நல்ல ப்ளேயர், பாவம் . . .” என்றார்.

மாரிமுத்து அவரை உணர்ச்சியின்றிப் பார்த்தான்.

52

பார்டர் தோட்டத்து ஆட்கள் ஜகதாலன் காலை ஒடித்ததை அறிந்த ராசுக்குட்டி ஆவேச மடைந்தார். அவர் பொறுமையின் கரை உடைந்தது. தன்னுடைய அடியாட்கள் யாரையாவது அடித்திருந்தால் இந்த அளவுக்குப் பெரிதாக எடுத்துக்கொண்டிருந்திருக்க மாட்டார். எந்த வம்புக்கும் போகாத ஜகாவின் மேல் கை வைத்ததை அவரால் பொறுத்துக்கொள்ள முடியவில்லை. மேலும், இதைச் சும்மா விட்டால் பாபுவுக்குத் துளிர்விட்டுவிடும் என்பதால் ஏதாவது செய்தாக வேண்டும். அதுவும் ஜகாவுக்காகச் செய்தே ஆக வேண்டும்.

இஸ்மாயிலும் இல்லை, குருவும் இல்லை. எனவே ராசு நேரடியாகக் களமிறங்கினார். கபடி அணியைச் சேர்ந்த நான்கு பேரின் காலை முறித்தார். இரவில் மைதானத்தில் அவர்கள் விளையாடிவிட்டு ஓய்வெடுக்கும் சமயத்தில் பத்துப் பேருடன் போய்ச் சூழ்ந்துகொண்டார். சிலர் ஓடிவிட்டார்கள். நான்கு பேர் வசமாகச் சிக்கினார்கள். நான்கு பேரின் கால்களையும் சொல்லிச் சொல்லி முறித்தார். செய்தியைக் கேள்விப்பட்டு ஓடி வந்த பாபுவின் ஆட்கள் நால்வரில் இரண்டு பேரை வெட்டிக் கொன்றார். மீதி இரண்டு பேர் ஓடிவிட்டார்கள்.

பாபுவுக்குக் கொலை வெறி தலைக்கேறியது. ஆனால் பதற்றப்படாமல் காய் நகர்த்தினார். போலீஸ் ஒத்துழைப்பு தனக்கு முழுமையாக இருப்பதால் தான் களமிறங்கக் கூடாது என்று

முடிவு செய்தார். பெருமாளைப் பார்த்துப் பேசினார். கபடி மைதானத்தில் நடந்த விபத்துக்குப் பழிவாங்கிவிட்டார்களே என்று புலம்பினார். குருவை வளைக்க வழி தேடிக்கொண்டிருந்த பெருமாளுக்கு இந்தச் சம்பவம் பெரிய வாய்ப்பாகப் பட்டது. வரதராசனோ ராசுவோ நேரடியாகக் களமிறங்கியிருப்பார்கள் என்பதில் சந்தேகம் இல்லை. இப்போது இவர்களுக்கு வலை விரித்தால் குரு வெளிப்பட்டுத்தான் ஆக வேண்டும் என்று கணக்குப் போட்டார். அதற்கு முன், பாபுவை ஆழம் பார்க்க வேண்டும் என்று விரும்பினார்.

வெட்டியது யார் என்று கேட்டார். வரதன் பண்ணியிருப்பானா என்று கேட்டார். இது ஆழம் பார்க்கும் கேள்வி என்பது பாபுவுக்குப் புரிந்தது. வரதராசனால் கடந்த இரண்டு ஆண்டுகளாக வேகமாக நடக்க முடியவில்லை. இரண்டாண்டுகளுக்கு முன்பு நடந்த ஒரு சண்டையில் காலில் அரிவாள் விழுந்ததில் அவருக்குச் சிறிய ஊனம் ஏற்பட்டுவிட்டது. இது அவருக்கு மிகச் சமீபத்தில்தான் தெரியும் அது போலீஸுக்கும் தெரிந்திருக்கும் என்பது பாபுவுக்குத் தெளிவாகத் தெரியும்.

“வரதனே கால ஒட்ச்சின் கீறான். அவ எங்கேர்ந்து இப்பிடி வெட்றது? ராசுதான் பண்ணிக்கிறான். வேற யாரு?” என்றார் பாபு. “ஏன் குருவாக இருக்கக் கூடாது?” என்றார் பெருமாள். “அவன்தான் ஒலிஞ்சினுகுறானே” என்ற பாபு, இந்தத் தாக்குதல் ராசுவின் தாக்குதல்தான் என்பதற்கான காரணங்களை அடுக்கினார். வெட்டிய விதத்தை விளக்கினார். எதிராளியின் இடது காதை ஒட்டி “நேரா கோடு கீச்சா மாரி” இடது தோளின் மீது கத்தியை இறக்குவது ராசுவின் பாணி என்றார். பிறகு வலது புறத்திலிருந்து கீழ் மேலாகச் சுழன்று வரும் அரிவாள் விலாப்புறத்தைக் கிழித்தபடி மேலே ஏறும். இடது கால் எதிராளியின் காலை மிதித்துக்கொண்டிருக்கும். பின்னால் போக வழியில்லாமல் எதிராளி சரியும்போது இடது கையில் இருக்கும் சிறு கத்தி நெஞ்சிலோ தொண்டையிலோ இறங்கும்.

எல்லாவற்றையும் விளக்கிய பாபு, “இந்த அடையாளம் எல்லாம் சரியா இருக்குதான்னு பாத்துக்குங்க சார்” என்றார்.

பெருமாள் சிரித்தார். “நீங்கள்லாம் போலீஸ்ல சேந்துருக்கணும் சார்” என்றார். பாபு சிரித்தார். “நமக்கு ரவுடித்தனமும் வேணாம், போலீஸும் வேணாம் சார்” என்றார். பெருமாள் நீலாங்கரை நாட்களை எண்ணிச் சிரித்துக்கொண்டார். தனக்கு எல்லாம் தெரியும் என்று தெரிந்தும் எப்படி நடிக்கிறான் பார் என்று நினைத்துக்கொண்டார்.

“உங்கள் மாதிரி எல்லாரும் திருந்திட்டா போலீசுக்கு வேலயே இருக்காது சார்” என்றார்.

“நா இன்னா கெட்டுபோயிட்டேன் இப்போ திர்ந்தர்த்துக்கு? ஆனாலும் நீங்க ரொம்ப ஜோக்கா பேசறீங்க சார்” என்று பாபு சொன்னதைக் கேட்டுப் பெருமாளே வியந்தார். இந்தச் சமயத்தில் பாபுவின் பொறுப்பில் இருக்கும் கணேசனின் ஓட்டலுக்குப் போனால் அங்கே சாராயம் அல்ல, அசைவம்கூடக் கிடைக்காது என்று நினைத்தார்.

“வரதங் கிட்டேந்து எங்க ஊர் ஆலுங்கல நீங்கதான் சார் காப்பாத்தணும்” என்று கையெடுத்துக் கும்பிட்டபடி கிளம்பினார். இந்தக் கைகளில் அரிவாள் வருவதற்கு அதிக நாள் ஆகாது என்று பெருமாளுக்குத் தோன்றியது.

வெட்டியது ராசுதான் என்று பாபு நம்பினாலும் அவர் வரதராசனையே குறி வைத்தார். விறகுக் கடைதான் பகவதிபுரத்தின் வலிமைக்குக் காரணம் என்று அவர் நம்பினார். குரு இப்போது தலைமறைவாக இருக்கிறான். வரதனை இப்போது முடக்கிவிட்டால் ராசுவை எளிதாக அமுக்கிவிடலாம் என்று கணக்குப் போட்டார். எல்லாவற்றுக்கும் காரணம் வரதன்தான் என்று கட்டை தொட்டிக்கு அடிக்கடி சென்று வருபவர்களை விட்டுப் பெருமாளிடம் சொல்லச் சொன்னார். வரதராசன் ஆள் அனுப்பி மிரட்டுவதாக பார்டர் தோட்டத்திலிருந்து பலரும் புகார் செய்தார்கள். பெருமாள் மீண்டும் விறகுக் கடைக்குப் போய் வரதராசனை மிரட்டிவிட்டு வந்தார்.

நல்லாங்குப்பத்தில் நடந்த ஒரு சண்டையின் பழி வரதராசன் மீது விழ பாபு ஏற்பாடு செய்தார். அதற்கேற்ப வரதராசனின் ஆள் ஒருவன் அந்தச் சண்டையில் மாட்டிக்கொண்டான். அவன் தன் காதல் விவகாரத்துக்காக நல்லங்குப்பம் போக, அங்கே நடந்த ஒரு சண்டையில் அவன் ஈடுபட வேண்டியதாயிற்று. வரதராசனுக்குச் செய்தி போன அதே சமயத்தில் பாபுவுக்கும் போனது. அவர் உடனே பெருமாளிடம் போட்டுக்கொடுத்தார். அவர் வரதனின் ஆளைத் தூக்கிக்கொண்டு போய் விசாரிக்க ஆரம்பித்தார்.

வரதராசன் கடும் கோபம் அடைந்தார். பெருமாளுக்கு போன் செய்தார். “நான் உங்க வம்புக்கு வர்ல. நீங்களும் என்ன கிராஸ் பண்ணாதீங்க” என்றார். “இது என்ன பிசினஸா? நீ அரிசி யாவாரம் பண்ற, நான் காய்கறி யாவாரத்துலேந்து திடீர்னு அரிசிக்கு மாறி உன்ன வம்புக்கு இழுக்கறனா? என்னா பேசற வரதா” என்றார் பெருமாள். வரதராசனுக்குக்

கோபம் பொங்கியது. அதை ஊகித்த பெருமாள் இன்னும் உசுப்பிவிட்டார். "நீ ஒரு லுச்சா. உன்னை அடக்க வேண்டியது என் டூட்டி. நீ என் கிட்ட விரோதம் காட்டறயா, ஃப்ரெண்டா இருக்கியான்றது எனக்கு முக்கியம் இல்ல. நீ ஒழுங்கா இருக்கியா இல்லயான்றதுதான் முக்கியம். உங்கிட்டல்லாம் ஃபோன்ல பேச வேண்டிய அவசியம் எனக்கு இல்ல" என்றார் பெருமாள். தொடர்பைத் துண்டித்தார்.

'ங்கொம்மாள, உனுக்கு அவ்ளோ எதுப்பா? தெவ்விடியா புள்ள ...' என்று பொறுமினார் வரதன். பெருமாளுக்கு ஸ்கெட்ச் போடலாமா என்று யோசித்தார். அல்லது அவனை உசுப்பிவிடும் பாபுவுக்கு ஸ்கெட்ச் போடலாமா என்று நினைத்தார். குரு இல்லாத நேரத்தில் இப்படி எதுவும் செய்ய முடியாது என்பது அவருக்குத் தெரிந்திருந்தது. தன் காலை நினைத்து இதுவரை இல்லாத அளவு வருந்தினார். ராசுக்குட்டி இப்போதுதான் பெரிதாக ஒரு சம்பவத்தில் ஈடுபட்டிருக்கிறான். மறுபடியும் அவனைக் களத்தில் இறங்கும்படி சொல்ல முடியாது. குரு மட்டும்தான் இதற்கு ஏதாவது செய்ய முடியும். 'குரு வரட்டும்' என்று கறுவிக்கொண்டார்.

வக்கீலை விட்டுத் தன் ஆளை ஜாமீனில் எடுத்தார். அவன் விடுதலை ஆகி வந்ததும் பளேர் என்று அவன் முகத்தில் அறைந்தார். "ங்கோத்த பொம்பள விவகாரத்துல மாட்டிக்கினு ஏண்டா எம்மானத்த வாங்குறீங்க? அவ்ளோ என்னடா பொம்பள சோக்கு கேக்குது உங்குளுக்கு?" என்றார். அவன் தலை குனிந்து நின்றான்.

வரதராசனிடம் பெருமாள் மேலும் கடுமையாகப் பேச ஆரம்பித்தார். வரதராசனின் சாதி, அதற்கு அரசியலில் இருந்த செல்வாக்கு ஆகியவற்றை நன்கு அறிந்த அவர், வரதராசனுக்கு ஆதரவாக அழுத்தமாக அரசியல் தலையீடு வருவதற்கு முன் ஏதாவது செய்துவிட வேண்டும் என்று நினைத்தார். வரதராசனைச் சீண்டினால் குரு களத்தில் இறங்குவான். அப்போது அவனைப் பிடிக்கலாம் என்று திட்டம் போட்டார். வரதராசனுக்கும் ராசுவுக்கும் எதிராகத் தொடங்கிய வேட்டை பெருமாளைப் பொறுத்தவரை குருவுக்கு எதிரான வேட்டையாகவே மாறிவிட்டது. பெருமாளின் சீண்டல்களால் ஒரு கட்டத்தில் வரதராசனின் பொறுமை மடை உடைந்தது. "உன்னால ஆனத பாத்துக்க" என்று பொங்கிவிட்டார். பெருமாள் சிரித்தபடி புறப்பட்டுச் சென்றார். வரதராசன் அரசியல் ஆயுதத்தைக் கையில் எடுப்பார் அல்லது குருவைக் களத்தில் இறக்குவார் என்று பெருமாள் கணக்குப் போட்டார்.

ராசுவைச் சந்தித்த வரதன், குருவை எங்கிருந்தாலும் கண்டுபிடித்துக் கூட்டி வரச் சொன்னார். "கொஞ்ச நாள் பேசாத இரு, நானே கவனிக்கிறேன்" என்றார் ராசு. "போலீஸ் மேல கை வெக்கறதுன்னா ரொம்ப யோசனை பண்ணி வெக்கணும்" என்றார். அதையெல்லாம் கேட்கும் மனநிலையில் வரதன் இல்லை. "அவனா நானான்னு பாக்கறேண்டா. குருவுக்கு ஆள் அனுப்பு" என்று கறுவினார்.

குருவுக்குச் செய்தி போவதற்குள் வரதராசனுக்கு வாரண்ட் வந்துவிட்டது. கஞ்சா பொட்டலங்கள் கிடைத்த வழக்கில் இரண்டு பேர் அவருக்கு எதிராகச் சொன்ன சாட்சியத்தை வைத்து அவருக்கு வாரண்ட் பிறப்பிக்கப்பட்டது. கபடி ஆடுபவர்கள் கொலையுண்டது, கணேச மூர்த்தி கொலை என்று பல விஷயங்களும் ஜோடிக்கப்பட்டிருந்தன. வரதராசன் வக்கீலுடன் சென்றதால் அவருக்கு லாக்கப்பில் வழக்கமான சிகிச்சை அளிக்கப்படவில்லை. உடனடியாக நீதிமன்றத்தில் நிறுத்த வக்கீல் ஏற்பாடு செய்துவிட்டார். 15 நாள் காவலில் வைக்க நீதிமன்றம் உத்தரவிட்டது. நீதிமன்றத்தில் கூடிய பகவதிபுரம் ஆட்களின் முகங்கள் இருண்டன. இதுவரை வரதராசண்ணன் சிறைக்குச் சென்றது கிடையாது. அவர் சற்றே விந்தி விந்தி நடந்து செல்வதைப் பார்த்த சிலர் கண்ணீர் வடித்தார்கள். குரு இல்லாமல் போய்விட்டானே என்று பேசிக்கொண்டார்கள். "ங்கோத்தா குரு இர்ந்தான்னா இங்க பத்து தல உயிந்துருக்குண்டா" என்று ஒருவன் சொன்னான்.

பாபு வீட்டில் தடபுடலாக விருந்து ஏற்பாடு செய்யப்பட்டது. பார்டர் தோட்டமே அங்கு வந்து சாப்பிட்டது. தெருவை அடைத்துப் பந்தல் போட்டிருந்தார்கள். என்ன விசேஷம் என்றால் அப்பாவுக்குத் திதி என்றார் பாபு.

வரதனை உள்ளே போட்ட பெருமாள் இப்போதாவது குரு வர மாட்டானா என்று காத்திருந்தார். கராத்தே அடியை விட போலீஸ் அடி வலுவானது என்று அவனுக்குக் காட்ட வேண்டும் என்று நினைத்தார். அவர் தாடை இறுகியது.

53

நான்கு மாதங்கள்வரை பார்வதி அதிகம் வெளியே போகவில்லை. அதற்குள் பல விஷயங்கள் பகவதிபுரத்தில் நடந்துவிட்டன. அடுத்தடுத்துக் கொலைகள் நடந்தன. போலீஸ் நடவடிக்கைகள் அதிகரித்தன. பகவதிபுரத்துக்குள் அடிக்கடி போலீஸ் வந்தது. பலர் கைது செய்யப்பட்டார்கள். லாக்கப்பில் சரியான உதை விழுந்ததாகப் பேசிக்கொண்டார்கள். கபடியில் ஜெகதாலன் கால் உடைந்ததைப் பற்றி வருத்தத்துடன் பேசிக்கொண்டார்கள். பார்டர் தோட்டத்தைச் சேர்ந்த நான்கு பேரின் காலை உடைத்துப் பழிவாங்கியது பற்றிப் பெருமிதமாகப் பேசிக்கொண்டார்கள். வரதண்ணனைக் கைது செய்தது பற்றிச் சொன்னார்கள். அடுத்த கொலை எப்போது விழும் என்பது பற்றியே ஊரெங்கும் பேச்சு எழுந்தது. தலைமறைவாக இருக்கும் குரு சரியான நேரத்தில் வருவான் என்று ஊரே நம்பியது.

இதையெல்லாம் செண்பகம் மூலமாகத் தெரிந்துகொண்ட பார்வதி பயந்து நடுங்கினாள். ஆனால் இந்தக் கொலைகள், விசாரணைகள் எதிலும் பெண்களோ குழந்தைகளோ பாதிக்கப்படவில்லை என்பதையும் அவள் நினைத்துப்பார்த்தாள். முத்துவை ஜாக்கிரதையாக இருக்கச் சொன்னாள். கொஞ்ச நாள் நைட் ஷிப்ட் வேண்டாமே என்றாள். குருவை எங்கே காணோம் என்று நினைத்தாள்.

ஐந்தாவது மாதம் பார்வதி கொஞ்சம் கொஞ்சமாக நடமாட ஆரம்பித்தாள். மார்க்கெட்டுக்குப் போய் வர ஆரம்பித்தாள். போலீஸ் கெடுபிடி

இருந்ததால் எந்த அசம்பாவிதமும் நடைபெறவில்லை. கட்டை தொட்டியில்கூட அடிக்கடி போலீஸ் தென்பட்டது. போலீஸ் கெடுபிடிகள் அடங்கியதும் குருவும் அவன் ஆட்களும் பழிவாங்குவார்கள் என்றும் பேசிக்கொண்டார்கள்.

ஒரு நாள் சந்தைக்குப் போய்விட்டு வரும்போது தங்கள் பிளாக்குக்கு போலீஸ் வந்திருப்பதைப் பார்வதி கவனித்தாள். மீண்டும் ஏதோ கொலை அல்லது சண்டையாக இருக்கும் என்று நினைத்தாள். ஆனால் போலீஸ் தன் வீட்டுக்குள் நுழைந்ததைப் பார்த்து அதிர்ச்சி அடைந்தாள். படி ஏறும்போது கீழ் வீட்டில் இருப்பவர் இவளை ஒரு தினுசாகப் பார்த்தார். வீட்டுக்குள் நுழையும்போது போலீஸார் முத்துவை அழைத்துக்கொண்டு வெளியே வந்தார்கள். பார்வதி அதிர்ச்சியில் உறைந்தாள்.

"என்ன ஆச்சு? ஏன் இவர கூட்டிட்டு போறீங்க?" என்று அலறினாள். லட்சுமி அம்மா சப்த நாடியும் ஒடுங்கி ஓரமாக உட்கார்ந்திருந்தார். போலீசார் பதில் சொல்லவில்லை. முத்து தலை கவிழ்ந்து நின்றிருந்தான். ஒரு போலீஸ்காரர் உள்ளே இருந்த பொருள்களைக் கலைத்துப் போட்டுக்கொண்டிருந்தார். பார்வதி அத்தையிடம் போய்க் கேட்டாள். அத்தை ஒன்றும் பேசவில்லை.

"சாமானெல்லாம் எடுத்து சாக்குல போடுய்யா" என்றார் வெளியில் இருந்தவர்.

பார்வதிக்கு அங்கே என்ன நடக்கிறது என்று புரியவில்லை. கண்களிலிருந்து கரகரவென்று கண்ணீர் வழிந்தது. அவளது தோற்றத்தையும் சற்றே மேடிட்டிருந்த அவள் வயிற்றையும் பார்த்த ஒரு போலீஸ்காரருக்குக் கொஞ்சம் பாவமாக இருந்தது.

"சில பொருளுங்க காணோம்னு கம்ப்ளெயிண்ட் வந்துருக்கும்மா. செக் பண்ண எடுத்துன் போறோம். செக் பண்ணிட்டு குடுத்துருவோம். உம் புருசன விசாரிச்சி அனுப்புவோம்" என்றார் அவர்.

ஏலத்தில் வாங்கியது என்று முத்து சொன்னதன் அர்த்தம் பார்வதிக்கு இப்போதுதான் புரிந்தது. தான் கொண்டுவந்த பொருள்களையும் அவர்கள் சாக்குப் பையில் எடுத்துப் போட்டதைக் கண்டு பதறினாள். கிரைண்டரைச் சுட்டிக் காட்டி ஒரு போலீஸ் ஏதோ கேட்க பார்வதி கிரைண்டரை மறிப்பதுபோல் நின்றுகொண்டாள். "இது புதுசா வாங்கினது. எங்கப்பா வாங்கிக் கொடுத்தாரு" என்று அழுதாள். "பில் இருக்குதாம்மா?" என்று போலீஸ்காரர் கேட்டார். ரவி பில்

கொடுக்க மறந்திருந்தான். பார்வதி அழுதாள். பில் இல்லை என்றாள்.

"கடைல டூப்ளிகேட் பில்ல வாங்கின் வந்து காமிச்சிட்டு எட்த்துன் போம்மா" என்றார் இன்னொரு போலீஸ்காரர். இரண்டு போலீஸ்காரர்கள் கிரைண்டரைத் தூக்க ஆரம்பித்தார்கள்.

இரண்டு பக்கமும் போலீஸ் இருக்க முத்து நடந்து சென்று போலீஸ் வண்டியில் ஏறும் காட்சியைப் பார்வதியால் ஜீரணிக்க முடியவில்லை. கண்ணீரைத் துடைக்கக்கூடத் தோன்றாமல் அப்படியே நின்றாள். லட்சுமி அம்மா அவள் முகத்தைப் பார்ப்பதையே தவிர்த்தார்.

விஷயத்தைக் கேள்விப்பட்ட செண்பகம் ஓடி வந்தாள். பார்வதிக்கு ஆறுதல் சொன்னாள். "இந்த விசயம் முன்னியே இங்க நெரிய பேருக்குத் தெரியும். உங்கைல சொன்னா நீ ரொம்ப வருத்தப்படுவியேன்னு இதப் பத்தியே பேசாத இருந்தேன்" என்றாள்.

பார்வதி குமுறிக் குமுறி அழுதாள். சிறிது நேரம் கழித்து, "தையல் கிளாஸ்ல சேத்து வுடுங்கக்கா. தையல் கத்துக்குனு நான் வேலைக்கு போறேன்" என்றாள்.

"வாயும் வயிறுமா இருக்க சொல்ல நீ எப்டிம்மா கிளாசுக்கு போவ? எல்லாம் சரியாயிடும். பொறுமயா இரு. உங்க வூட்டுக்காரர முதல்ல ஜாமீன்ல எடுக்கலாம்" என்றாள் செண்பகம்.

பார்வதி பரிதாபமாக அவளைப் பார்த்தாள். வீட்டில் பணம் இல்லை என்று அவளுக்குத் தெரியும். நகைகளை அடகுவைக்க வேண்டியதுதான் என்று நினைத்தாள்.

"நீ கவலப்படாத. நா ராசண்ணன் கைல சொல்றேன்" என்றாள் செண்பகம்.

ராசுக்குட்டி வருத்தப்பட்டாலும், நிலைமை சரியில்லாத போது இது வேறு என்றுதான் நினைத்தார். ஆனால் பார்வதியும் செண்பகமும் அழுதுகொண்டே வந்து நிற்பதைப் பார்த்ததும் மனம் இளகியது. பகவதிபுரத்தைச் சேர்ந்த யார் வந்து உதவி கேட்டாலும் செய்துகொடுக்கும் பழக்கம் கொண்டவர் ராசு. இரண்டு பெண்களின் அழுகையை அவரால் தாங்க முடியவில்லை. கட்சிக்காரர் ஒருவரைக் கூப்பிட்டுப் பேசினார். சில்லறைத் திருட்டுக்குப் பெரிதாக அலட்டிக்கொள்கிறார்கள், ஏழைக் குடும்பம், ஜாமீனில் எடுக்க வேண்டும், கடுமையான நடவடிக்கை எடுக்காமல் பார்த்துக்கொள்ள வேண்டும் என்றார்.

“இனிமேல்பட்டு அவன் திருடாம நானே பாத்துக்கறேன். ஒரு வேல போட்டு குட்த்துல்லாம்” என்றார்.

முத்து மூன்று நாட்களில் வீடு திரும்பினான். போலீஸ் கிரண்டரைத் திருப்பிக் கொடுக்கவில்லை. பில் கொண்டுவந்து காட்டிவிட்டு எடுத்துக்கொள்ளுங்கள் என்று சொல்லிவிட்டார்கள். அப்பாவுக்கோ ரவிக்கோ போன் செய்து பில் கேட்க பார்வதி விரும்பவில்லை. அப்பாவால் இதைத் தாங்கிக்கொள்ள முடியாது என்று நினைத்தாள். அப்பா வாங்கிக்கொடுத்த கிரைண்டரைத் திருட்டு கிரண்டர் என்று நினைத்துவிட்டார்களே என்று நினைத்துக் குலுங்கிக் குலுங்கி அழுதாள்.

முத்துவை உலுக்கி எடுத்தாள். “சீ, இதெல்லாம் ஒரு பொழைப்பா?” என்றாள். கிரைண்டரைப் பற்றிச் சொல்லிப் புலம்பினாள். ரொம்ப நேரம் பொறுத்திருந்த அவன் சட்டென்று சீற ஆரம்பித்தான்.

“இப்ப இன்னா நடந்து போச்சின்னு பொலம்பற? அங்கங்க ஒண்ணு ரெண்டு பொருள் எட்த்துக்கிறேன். அதுக்காக என் தொயிலே திருட்டு தொயிலுன்னு முடிவு கட்டிட்டியா? நான் வேற எதுமே பண்ல? எத்தினியோ சில்ற வேலைங்கள செய்யறேன். சில சமயம் வேல இல்லாத இருக்க சொல்லோ பசங்ககூட போய் எதுனா அட்ச்சிக்கினு வருவேன். அது இன்னா பெரிய விசியம்?” என்றான்.

பார்வதி பதில் பேசவில்லை. முத்துவே தொடர்ந்தான்.

“நாம் மட்டுமா திருடறேன்? போலீஸ் கூடதான் திருடுது. திருடங் கைலேந்து எடுக்கற சாமான் பாதி போலீஸுக்குதான். கிரைண்டர எட்த்துன் போனானுங்களே, நீ பில்ல குட்த்தாலும் திருப்பி தர மாட்டானுங்கோ. எதாச்சும் சொல்லுவானுங்கோ. அலைய வுடுவானுங்கோ. கேட்டா வேற பயி போடுவானுங்கோ. இது மட்டும் திருட்டு இல்லியா? இன்னேரம் எஸ்.ஐ. வூட்ல அந்த கிரைண்டர் ஓடினிருக்கும். அவன் திருடன் இல்லியா? இல்லாத கொடுமைக்கு நான் ஏதோ ரெண்டு சாமான் எட்த்தா அத்தாந் திருட்டா?” என்றான். மேற்கொண்டு பேசப் பேச இந்த ஊர்ல திருட்றதுல தப்பே இல்ல என்று சொல்ல ஆரம்பித்துவிட்டான். “எல்லாருமே திருடங்கதான், என்னப் போல சில பேரு மாட்டிக்கிறோம், அவ்ளதான்” என்றான்.

பார்வதி ஏதும் பேச முடியாமல் உறைந்து நின்றாள்.

54

பெருமாள் குருவுக்காகக் காத்திருந்தார். குருவை வரவழைக்க வரதராசனைப் பயன்படுத்துவதில் அவர் தெளிவாக இருந்தார். வரதனுக்கு ஏதாவது ஆபத்து என்றால் குரு வருவான். கபடி ஆடுபவர்களைக் கொன்றது, கணேச மூர்த்தி கொலை ஆகிய குற்றச்சாட்டுகளையும் வரதன் மேல் சுமத்தி அவர் சுலபத்தில் வெளியில் வராதபடி செய்தார்.

இருந்தாலும் பெருமாளுக்குத் திருப்தி வரவில்லை. வரதன் நீதிமன்றக் காவலில் இருப்பது பாதுகாப்பானது என்பது குருவுக்குத் தெரியும் என்பதால் கவலைப்பட மாட்டான் என்று யூகித்தார். வரதனுக்கு ஆபத்து என்று குருவுக்குச் செய்தி போக வேண்டும். உண்மையிலேயே ஆபத்து ஏற்படுத்தினாலும் பரவாயில்லை. வரதன் ஒன்றும் வாழ வேண்டிய மனிதன் அல்ல என்று பெருமாள் நினைத்துக்கொண்டார்.

காசிமேட்டிலிருந்து யாரையாவது இறக்கலாமா என்றும் அவர் கணக்குப் போட்டார். ஆனால் வரதனுக்குப் பல இடங்களிலும் ஆட்கள் இருக்கிறார்கள். தவிர, இப்போது குண்டர் சட்டத்தில் கைதாகி நீதிமன்றக் காவலில் இருப்பதால் எதுவும் செய்ய முடியாது. அடுத்து விசாரணைக்காக அழைத்துச் செல்லும்போதுதான் ஏதாவது செய்ய வேண்டும். காசிமேடு பார்த்தியிடம் பேசினார். பார்த்தி ஒப்புக்கொண்டான். "உனுக்காக இதகூட செய்ய மாட்டனா?" என்றான். அவனுக்கும்

வரதராசனிடம் முன் விரோதம் உண்டு. ஆனால் டொம்மிகுப்பத்து ஆட்கள் வரதனுக்கு ஆதரவு என்பதால் பின்னால் சிக்கல் வரும் என்று பயந்தான். ராசுவின் கஞ்சா வியாபாரத்தால் அவனும் பலன் அடைந்திருக்கிறான். எனவே கொஞ்சம் தயங்கினான்.

பெருமாளுக்கு அவன் தயக்கம் புரிந்துவிட்டது. இந்த வேலைக்கெல்லாம் துளியும் தயக்கம் இருக்கக் கூடாது. வரதனைக் கொல்வதில் பாபுவுக்கு இருக்கும் வெறி வேறு யாருக்கும் இருக்காது என்பதால் பாபுவை உசுப்புவதுதான் ஒரே வழி. ஆனால் பாபுவோ போலீஸ் மூலமாகவே காரியத்தைச் சாதித்துக்கொள்ள முயல்கிறான்.

நீண்ட யோசனைக்குப் பிறகு பெருமாள் ஒரு முடிவுக்கு வந்தார். ஆளுங்கட்சியின் முக்கியமான பிரமுகர் ஒருவரைப் பார்த்தார். வரதராசனிடமிருந்து அரசியல்வாதிகளுக்குப் பணம் போய்க்கொண்டிருப்பது பெருமாளுக்குத் தெரியும். ஆனால் ஒரு ரவுடி பொது அமைதிக்குக் குந்தகம் விளைவிக்கும் அளவுக்கு வந்துவிட்டாலோ, தங்கள் கட்சியிலேயே யாருக்காவது உலை வைக்கும் அளவுக்கு வளர்ந்துவிட்டாலோ அரசியல்வாதிகள் சும்மா இருக்க மாட்டார்கள் என்பதும் அவருக்குத் தெரியும். வரதராசனும் ராசுவும் குருவை வைத்துக்கொண்டு ஆட்டம் போடுவதை விவரித்தார். பார்டர் தோட்டத்து ஆட்களுடன் நட்பாக இருக்கும் ஆளுங்கட்சிப் பிரமுகர் ஒருவரைக் கொல்லத் திட்டமிட்டிருப்பதாகவும் தெரிவித்தார். கஞ்சா வியாபாரத்தைப் பற்றியும் விரிவாகச் சொன்னார். இவரால் ஊரில் கலவரம் வரக்கூடிய நிலை உள்ளது என்றார். அது ஜாதிக் கலவரமாக வெடிக்கலாம் என்பதை வலுவாக எடுத்துச் சொன்னார். ஆதாரங்களை அடுக்கினார்.

அடுத்து நீதிமன்ற விசாரணை எப்போது என்று அரசியல் புள்ளி கேட்டுக்கொண்டார். “சரி, நான் பாத்துக்கறேன்” என்றார்.

ஒரு வாரம் கழித்துக் காவல்துறை ஆணையர் பெருமாளை அழைத்தார். வரதராசனைப் பாதுகாத்துவைத்திருப்பதில் கட்சிக்கோ போலீஸுக்கோ எந்த லாபமும் இல்லை என்று சொல்லிவிட்டார்.

விசாரணை முடிந்து சிறைக்குச் செல்லும் வண்டி தடம் மாறுவதைப் பார்த்ததும் வரதராசனுக்கு விஷயம் புரிந்துவிட்டது. குரு இல்லையே என்று நினைத்துப் பொறுமினார். அவனைக் கண் பார்வையிலேயே வைத்திருந்திருக்க வேண்டும் என்று நினைத்தார். தன்னைப் பார்த்து எகிறியதற்கே ஒரு போலீஸ்காரனின் காலை உடைத்தவன் பெருமாளை என்ன செய்வான் என்று நினைத்துப்

பார்த்தார். எத்தனையோ கொலைகளைப் பக்கத்திலிருந்து பார்த்த அவருக்குச் சாவது பற்றிப் பெரிய அதிர்ச்சி இல்லை. ஆனால் போலீஸ் கையால் சாக அவருக்குப் பிடிக்கவில்லை. பக்கத்தில் இருந்த போலீஸிடம் பேச்சுக் கொடுத்தார்.

“குரு வந்துட்டான்னு உங்க ஆபீசருக்கு தெரியுமாப்பா?” என்றார்.

அந்த போலீஸ்காரர் எதுவும் தன் காதில் விழுந்ததுபோல் காட்டிக்கொள்ளவில்லை. அவர் முகத்தில் தெரிந்த சலனமற்ற இறுக்கத்தைப் பார்த்ததும் தனக்குத் தெளிவாகக் கட்டம் கட்டிவிட்டார்கள் என்பது வரதராசனுக்குப் புரிந்துவிட்டது. தன்னால் வெட்டப்பட்டவர்களை ஒரு முறை நினைத்துப் பார்த்தார். இரண்டு கைகளும் சங்கிலியால் பிணைக்கப்பட்டிருந்தன. கால் இருக்கும் இருப்பில் ஓடவும் முடியாது. ஓடினால் போலீஸுக்கு இன்னும் வசதி. தப்ப வழியே இல்லை என்பதை உணர்ந்தார். கண்களை மூடினார். குருவால் வெட்டப்பட்டுப் பெருமாள் ரத்த வெள்ளத்தில் மூழ்கியிருக்கும் காட்சி மனக் கண்ணில் தோன்றி மறைந்தது. கட்டை தொட்டியில் தன் இருக்கையில் யார் உட்காருவார் என்று நினைத்துப் பார்த்தார். மனைவி, குழந்தைகளின் நினைப்பு வந்தது. மனதில் வெறுமை சூழ்ந்தது. ஆழமாக மூச்சை இழுத்துவிட்டார்.

‘குரு கணக்கு தீத்துருவான்’ என்று சொல்லிக்கொண்டார்.

56

பேப்பரைப் பார்த்த குரு அதிர்ச்சி அடைந்தான்.

'போலீஸ் சுட்டு கைதி மரணம்' என்ற தலைப்பிட்ட அந்தச் செய்திக்குப் பக்கத்தில் வரதராசனின் படம் இருந்தது. குரு பதற்றத்துடன் மேற்கொண்டு படித்தான்.

சென்னை, நவம்பர் 30: போதைப்பொருள் பதுக்கி வைத்த வழக்கில் கைதான ஒருவரை நீதிமன்றத்திலிருந்து சிறைச்சாலைக்கு அழைத்துச் செல்லும் வழியில் சிலர் போலீஸ் வண்டியைத் தாக்கினார்கள். அதைப் பயன்படுத்திக்கொண்டு தப்ப முயன்ற கைதியைப் போலீசார் சுட்டுக் கொன்றார்கள். கைதியின் பெயர் வரதராசன் என்றும் அவர் சென்னை சைதாப்பேட்டை அருகில் பகவதிபுரம் என்னும் இடத்துக்கு அருகில் விறகுக் கடை நடத்தி வந்ததாகவும் காவல் துறையினர் தெரிவித்தார்கள். விறகுக் கடையில் சாராய வியாபாரமும் கஞ்சா போன்ற போதைப் பொருள்கள் வியாபாரமும் நடந்துவந்ததாகவும் காவல்துறை வட்டாரங்கள் தெரிவித்தன. வரதராசன் விபச்சார விடுதியையும் நடத்திவந்ததாக அவரிடம் வேலை பார்த்த ஊழியர்கள் தெரிவித்தார்கள்.

வரதராசன் மீது நிறைய வழக்குகள் . . .

குருவின் ரத்தம் கொதித்தது. மாலை வண்டியில் ஏறினான். அவன் வருவான் என்ற செய்தி வந்திருந்ததால் ராசு காத்திருந்தார். கிருஷ்ணா திரையரங்கில் இரவுக் காட்சியின்போது இருவரும்

சந்தித்தார்கள். முகம் முழுவதும் அடர்ந்த தாடியுடன் வந்த குருவை ராசுக்குட்டிக்கு முதலில் அடையாளம் தெரியவில்லை. தொள தொளவென்ற டி ஷர்ட்டும் ஜீன்சும் அணிந்திருந்தான். இருவரும் குசுகுசுவென்று பேசிக்கொண்டார்கள். குரு வெளியேறிய அரை மணிநேரம் கழித்து ராசு வெளியேறினார்.

சேதாரம் இல்லாமல், தன் கையில் ரத்தக் கறை படாமல் தன் தொழில் எதிரியை ஒழித்துக் கட்டியதில் பாபுவுக்குப் பரம திருப்தி. இனி இப்படித்தான் காய் நகர்த்த வேண்டும் என்று முடிவுசெய்துகொண்டார். மனைவியின் பேச்சைக் கேட்டது எவ்வளவு நல்லதாகப் போயிற்று என்று அவர் மனம் பூரித்தது. தன்னிடம் நன்றிக் கடன் பட்டுள்ள பெருமாளை மேலும் நெருக்கமாக்கிக்கொள்ள வேண்டும் என்று நினைத்தார். கிழக்குத் தாம்பரத்தில் இருக்கும் தன்னுடைய வீட்டுக்குப் பெருமாளை வரச் சொன்னார். இரவு விருந்துக்குச் சிறப்பான ஏற்பாடுகளைச் செய்துவைத்தார்.

பெருமாள் கொண்டாட்ட மனநிலையில் இல்லை. இன்னமும் குருவைப் பிடிக்க முடியவில்லையே என்னும் வருத்தம் அவருக்கு. அவன் என்ன திட்டத்தில் இருக்கிறான் என்பதைக் கண்டுபிடிக்க வேண்டும், அவன் இப்போது தன்னையே குறிவைப்பான் என்பது அவருக்குத் தெரியும். மிகவும் எச்சரிக்கையாக இருக்க வேண்டும் என்று நினைத்தார். ஒரு ரவுடிக்குப் போய் பயப்படுவதா என்னும் ரோஷமும் அவருள் எழுந்தது. பகவதிபுரத்துக்கு உள்ளும் அதைச் சுற்றியுள்ள இடங்களிலும் கண்காணிப்பைப் பலப்படுத்தினார். தனக்குத் தெரிந்த ரவுடிகளிடம் எல்லாம் விசாரித்துக்கொண்டிருந்தார். இந்தச் சமயத்தில் பாபு அழைக்கும் விருந்தில் கலந்துகொள்ள அவருக்கு மனம் வரவில்லை. ஆனால் பாபு ரொம்பவே வற்புறுத்தினார்.

குருவின் மீது கவனம் இருந்தாலும் வரதராசன் ஒழிந்ததில் பெருமாளுக்கும் மகிழ்ச்சிதான். வரதராசன், ராசுக்குட்டி, பாபு என்று எத்தனை பேரைத்தான் சமாளிப்பது? பகவதிபுரத்துக்கும் பார்டர் தோட்டத்துக்கும் இடையே நடக்கும் தகராறில் பார்டர் தோட்டத்தின் கை ஓங்குவது தனக்கு நல்லது என்று நினைத்தார். ராசுவோ வரதனோ தன்னை ஒருநாளும் நெருக்கமாக நினைக்க மாட்டார்கள் என்று அவருக்குத் தெரியும். ஜாதி பலத்தை வைத்துக்கொண்டு அரசியல் செய்யும் அவர்கள் தன்னை மதிக்க மாட்டார்கள் என்பதையும் அவர் அறிவார். குருவின் மீது அவருக்கு இருந்த கோபமும் பகவதிபுரத்துக்கு எதிரான

மனநிலையைக் கணிசமாக வளர்த்துவிட்டிருந்தது. மிகுந்த உற்சாகத்தில் இருந்த பாபு மீண்டும் வற்புறுத்தினார்.

“இப்ப என்ன சார் கொண்டாட்டம்? குருவைப் பிடிக்க முடியலயே?” என்றார் பெருமாள்.

பாபு பெரிதாகச் சிரித்தார். “குரு ஒரு சுல்லான். அவனப் பத்தியா கவலப்படறீங்க? வரதன் இல்லன்னா அந்த நாய யாரும் மதிக்க மாட்டாங்க. அவன நான் பாத்துக்கறேன்” என்றார்.

பெருமாள் அதை ஒப்புக்கொள்ளவில்லை. “போலீஸ் மேலயே கை வச்சிருக்கான் சார். அவனை எங்கையால கொல்லணும். கராத்தே அடிய விட போலீஸ் அடி ஸ்ட்ராங்குன்னு காட்டணும்” என்று பொங்கினார்.

“நானே அந்த நாய கட்டி இய்த்துன் வந்து உங்க கிட்ட உடறேன்” என்றார் பாபு. “நம்ம பசங்க அவனுக்காகதான் வல வீசினுகிறாங்க. ரெண்டே நாள்ல மாட்டிக்குவான். வரதன் இல்லாதபோது அவன் வீக்காய்டுவான் சார். ராசு மேல ஒரு கண்ண வெய்ங்க. சாவித்ரி ஊட்டாண்ட ஆளப் போடுங்க. ரெண்டே நாள்ள உங்க ஆளுங்க கைலயோ எங்க ஆளுங்க கைலயோ சிக்குவான்” என்றார். வரதனை அடுத்து ராசுவுக்கும் கட்டம் கட்டிவிட்டால் பிறகு தன் ராஜ்ஜியம்தான் என்று அவர் கணக்குப் போட்டார். குரு அபாயகரமான ஆள்தான் என்றாலும் அவன் மீது பாபுவுக்குப் பெரிய பயம் இல்லை. என்னதான் இருந்தாலும் அவனைக் கையாளாகவே அவர் பார்த்தார். தனக்குச் சமமாக நினைக்கவில்லை.

விருந்துக்கான ஏற்பாடுகளை பாபு உற்சாகமாக அடுக்கினார். சமீபத்தில் வந்த ஒரு படத்தில் ரசிகர்களைக் கிறங்க அடித்த ஒரு நடிகையின் படத்தைக் காட்டினார். பெருமாளின் மனம் சபலப்பட்டது. ஆனால் இரவு தங்க முடியாது என்று சொல்லிவிட்டார். வீட்டில் சந்தேகப்படுவார்கள் என்று அவர் சொன்னதை பாபு ஒப்புக்கொண்டார். மாலையில் சீக்கிரமே விருந்து ஆரம்பமானது. பாபு வாங்கிவைத்திருந்த சரக்குகளையும் அந்தப் பெண்ணையும் பார்த்ததும் பெருமாள் கிறங்கிப்போனார்.

திருப்தியான மனநிலையுடனும் மெல்லிய போதையுடனும் பெருமாள் இரவில் திரும்பினார். வழியில் அவ்வளவாக வெளிச்சம் இல்லாத காலியான ஒரு சாலையில் அவர் பைக்கிற்குக் குறுக்கே ஒரு நாய் ஓடி வந்தது. அதில் மோதி அவர் விழுந்தார். விழுந்ததும் ஒரு கார் அவர் தலைமீது ஏறியது. மோதிய கார் நிற்காமல் விரைந்தது.

நாய் மீது பைக் மோதியதைப் பார்த்ததாக அந்தப் பக்கத்தில் இருந்த டீக்கடைக்காரர் ஒருவர் சொன்னார். மோதிய நாயின் சடலமும் கிடைத்தது. அடித்த கார் என்ன நிறம் என்பதுகூட அந்த இருட்டில் தெரியவில்லை என்றார் டீக்கடைக்காரர். பெருமாளின் முகம் முற்றிலுமாகச் சிதைந்துபோயிருந்தது.

○

பெருமாளுக்கு நடந்த கதியைக் கண்டு பாபு அதிர்ச்சி அடைந்திருந்திருப்பான் என்பது ராசுவுக்குத் தெரியும். அவன் சும்மா இருக்க மாட்டன் என்பதும் தெரியும். பாபு செயலில் இறங்கு முன் தான் அவனை முடக்கிவிட வேண்டும் என்று முடிவுசெய்தார் ராசு. முதலில் அரசியல் ரீதியாகத் தன் நிலையை வலுப்படுத்திக்கொள்ள வேண்டும் என்று ராசு தீர்மானித்தார். வரதராசன் இல்லாதபோது கொஞ்சம் அசந்தாலும் எதிரியின் கை ஓங்கிவிடும் என்பதால் அவர் கவனமாகவும் வேகமாகவும் செயல்பட்டார்.

முதல் வேலையாக வரதராசனுக்கு மிகப் பெரிய அளவில் அஞ்சலிக் கூட்டம் நடத்தினார். தன்னுடைய அரசியல் தொடர்பு, ரவுடிகள் தொடர்பு ஆகியவற்றை இதற்கு முழுமையாகப் பயன்படுத்திப் பெருங்கூட்டத்தைக் கூட்டினார். உள்ளூர் சட்டமன்ற உறுப்பினரும் அதில் கலந்துகொண்டார். வரதராசன், ராசுவின் சாதிக்காரர்கள் கணிசமாக வந்திருந்தார்கள். சென்னையின் மொத்த ரவுடிகளும் அங்கே திரண்டிருந்ததுபோல இருந்தது. ராசு தன்னுடைய செல்வாக்கு முழுவதையும் பயன்படுத்தினார். கூட்டத்தைத் திரட்டுவதில் குருவை ரகசியமாகக் களம் இறக்கினார். பெருமாள் சம்பவத்துக்குப் பிறகு குருவின் மீது எல்லாப் பகுதிகளிலும் மரியாதை கூடியிருந்தது.

கூட்டத்தைப் பார்த்து பார்டர் தோட்டம் மிரண்டது. பாபு பொறுமலுடன் இதையெல்லாம் கவனித்துக்கொண்டிருந்தார். கூட்டிக் கழித்துப் பார்த்தால் தன் பக்கம்தான் நஷ்டம் அதிகம் என்பது அவருக்குப் புரிந்தது.

தண்டையார்பேட்டை ரவி என்னும் ரவுடிக்கு அரசியல் செல்வாக்கு அதிகம். ராசுவுக்கு அவனுடன் பழக்கம் உண்டு. பொட்டலம் கைமாற்றும் வேலைகளில் இஸ்மாயில் ராசுவுக்காக ஈடுபட்டுக்கொண்டிருக்கும்போது ரவிக்காகச் சில வேலைகளை அவன் கச்சிதமாகச் செய்துகொடுத்திருக்கிறான். ரவியைப் பார்த்துப் பேசிய ராசு, அவன் மூலம் ஒரு அமைச்சரைப்

பிடித்து, அவர் மூலம் மிகவும் உயர் மட்டத்தில் இருப்பவரைப் போய்ப் பார்த்தார். அந்தப் பெரிய மனிதர் முதல்வருக்கு நெருக்கமானவர். அவர் ராசுவைப் பற்றிக் கேள்விப்பட்டிருக்கிறார். ராசு தன்னுடைய சாதிக்காரர் என்பதும் அவருக்குத் தெரியும்.

ராசு சொன்னதையெல்லாம் பொறுமையாகக் கேட்ட தலைவர், நான் என்ன செய்ய வேண்டும் என்றார். "போலீசு பாபுவுக்கு வேலைக்காரன் மாரி நடந்துக்குது. போலீஸ் டார்ச்சர நிறுத்தணும்" என்பதுதான் ராசுவின் ஒற்றைக் கோரிக்கை.

"பெருமாள் விசியம் எப்படி நடந்துது?"

ராசு அந்தக் கேள்வியை எதிர்பார்த்திருந்ததால் அசரவில்லை.

"சாமி சத்தியமா எங்களுக்கும் அதுக்கும் சம்பந்தம் கடியாது தலைவரே. வரதராசண்ணன் செத்ததுக்கு பாபு ஊட்ல பார்ட்டி வெச்சிகிறாங்க. அங்க பெருமாள் எக்கச்சக்கமா குஷ்ட்டுகுறாரு. நாய் குறுக்க போனதுல வீண்ட்டு கிறாரு. போஸ்ட் மார்ட்டம் ரிப்போர்ட்லயே இது இருக்குது" என்று பவ்யமாகச் சொன்னார் ராசு.

"குரு போலீஸ் மேலயே கை வெச்சிட்டானாமே? அந்த போலீஸ்காரன் காலு இனிமே தேறாதுன்றாங்க?"

ராசு ஒரு கணம் நிதானித்தார். இந்த அளவுக்கு எல்லா விவரங்களும் தலைவர்வரைக்கும் போயிருக்கிறது என்பது அவர் எதிர்பாராதது. அந்த அளவுக்குத் தங்களைக் கவனிக்கிறார்கள் என்பதை நினைத்துக் கொஞ்சம் பெருமையாகவும் இருந்தது அவருக்கு.

"அதுவும் அபாண்டமான பயி தலைவரே. குரு அப்புட்ல்லாம் பண்ண மாட்டான். யாரோ கராத்தே படிக்கிற பையனுக்கும் அந்த போலீஸுக்கும் தியேட்டர்ல ஏதோ தகரால். அவன் நம்ம பக்கம் இருக்கற பையனே இல்ல. சமயம் பாத்து இருட்ல அட்ச்சிட்டான். பழி குரு மேல வீந்துது. பெருமாள் கைல சொல்லலாம்னு போனா அவரு கேக்கவே ரெடியா இல்ல. குரு அன்னிக்கி நைட்டு நம்ம கஜேந்திரன் அண்ணன் வூட்டு கல்யாணத்துல இருந்தான். கல்யாண போட்டோ வோண்ணா வாங்கி தரேன். பாருங்க. வரதண்ணனோடதான் போய்கிறான்" என்றார்.

கஜேந்திரன் தென்சென்னையில் கட்சியின் முக்கியப் புள்ளிகளில் ஒருவர். அவரும் அதே சாதியைச் சேர்ந்தவர். அந்தப் பகுதியில் அந்தச் சாதியின் வாக்காளர்கள் அதிகம்.

தலைவரின் வலது கை ராசுவை நிமிர்ந்து பார்த்தார். ராசு சலனமில்லாமல் பணிவுடன் நின்றார்.

“சரி, நீ போ. நா பாத்துக்கறேன்” என்றார்.

ராசு நம்பிக்கையோடு வெளியே வந்தார். தலைவருக்கு நெருக்கமான இந்தப் பிரமுகர் என்ன முடிவு எடுப்பார் என்பது குறித்து அவருக்கு எந்த நிச்சயமும் இல்லை. ஆனால் தன்னால் முடிந்ததைச் செய்தாகிவிட்டது என்ற திருப்தி அவருக்கு ஏற்பட்டது. அரசியல் ஆதரவு கிடைத்தால் பகிரங்கமாகச் சில விஷயங்களைச் செய்யலாம். பாபுவுக்கு லாடம் கட்டலாம். பார்டர் தோட்டத்து பிஸினஸையும் எடுத்துக்கொள்ளலாம். அரசியல்வாதிகள் ஆதரிக்காவிட்டால் இன்னும் கொஞ்ச நாள் அமைதியாக இருக்க வேண்டியதுதான் என்று முடிவு செய்தார். அரசியல் ஆதரவு இல்லாதபோதும் அவர் கச்சேரி நடந்திருக்கிறது என்பதால் அவருக்கு அதுபற்றி அதிகக் கவலை இல்லை. மேலும், வரதராசன் செத்த கையோடு பெருமாள் இறந்தது தன்னுடைய மதிப்பைக் கணிசமாக உயர்த்தும் என்பதும் அவருக்குத் தெரியும். கபடி ஆடுபவர்களை வெட்டிய வழக்கில் பெருமாள் வரதராசனையே குறிவைத்ததும் ராசுவுக்குச் சாதகமாகிவிட்டது.

ஆனால், இனி கத்தியைத் தூக்காமல் வேறு விதமாகத்தான் செயல்பட வேண்டும் என்று முடிவுசெய்தார். தென் சென்னையில் மிகவும் வலுவான அரசியல் பிரமுகர் ஒருவரையும் போய்ப் பார்த்தார். பகவதிபுரம் – பார்டர் தோட்டப் பகையில் ராசு, குருவின் கை ஓங்கியிருப்பதையும் அந்தத் தொகுதியில் அவர்களுக்குக் கணிசமான செல்வாக்கு இருப்பதையும் அந்த அரசியல் பிரமுகர் அறிவார். கஞ்சா வியாபாரம் மட்டுமல்லாமல் சினிமா உள்படப் பல தொடர்புகளும் ராசுவுக்கு இருப்பதையும் சென்னையில் பல ரவுடிகள் ராசுவுக்கும் குருவுக்கும் நெருக்கம் என்பதையும் அவர் அறிந்திருந்தார். ராசுவிடம் கட்டை தொட்டியும் உறை சாராய வியாபாரமும் இதர வியாபாரங்களும் வந்துவிட்டதும் அவருக்குத் தெரியும். அவர் ரியல் எஸ்டேட்டிலும் கால் பதித்திருக்கிறார். போதாக்குறைக்கு குரு அவருடன் இருக்கிறான். ராசுவின் சாதியும் தெரியும். ராசு எந்த வகையில் எல்லாம் உதவியாக இருப்பான் என்று அவர் கணக்குப் போட ஆரம்பித்தார். அவர் கணக்குக்கு வலு சேர்த்தது ராசுவின் சந்திப்பு.

“குரு எங்கே?” என்று கேட்டார் அவர்.

“பொய் கேஸுு போட்டுகிறங்க. அவம் மாட்னா கொன்னுடுவாங்க. அதான் மறஞ்சிருக்கான். நீங்கதான் எதாவது செஞ்சி கேஸ க்ளோஸ் பண்ணணும்” என்றார் ராசு.

குரு உடன் இருந்தால் ராசுவின் மதிப்பு உயரும் என்பதும் பிரமுகருக்குத் தெரியும்.

கட்சித் தலைவரின் பிறந்த நாள் விழா வந்தது. பெரும் படையுடன் அதற்கு வாழ்த்துச் சொல்ல ராசு போயிருந்தார். அந்தப் படையைத் திரட்டுவதிலும் குரு திரை மறைவில் முக்கியப் பங்காற்றினான். அந்தப் படையைப் பார்த்துப் போலீஸாரே வாயடைத்துப் போனார்கள். வண்டிகள் வந்தவண்ணம் இருந்தன. அண்ணா சாலையின் ஒரு பகுதியைக் கடக்க அரை மணிநேரத்துக்கும் மேல் ஆயிற்று. எல்லா வண்டிகளிலும் கட்சிக் கொடிகள் பட்டொளி வீசின. பல வண்டிகளில் சாதிச் சங்கக் கொடிகளும் பறந்தன. தலைவரின் படங்களுக்கும் குறைவில்லை. ராசுவின் தலைமையில் நடைபெற்ற அந்த ஊர்வலம் தென் சென்னையின் அரசியல் அரங்கில் பரபரப்பாகப் பேசப்பட்டது.

ராசு அதோடு நிற்கவில்லை. கோவில் விழாவை அட்டகாச மாக நடத்தினார். திருவிழாவுக்கு உள்ளூர் எம்.எல்.ஏ.வையும் மாநகராட்சிப் பள்ளியின் தலைமை ஆசிரியரையும் புதிய ஏ.சி.யையும் அழைத்துச் சிறப்பித்தார். ஸ்டெல்லா மிஸ் வீட்டுக்கு வந்து செல்லும் பாதிரியாரையும் அழைத்தார். அவர் வன்முறையற்ற வாழ்வு குறித்த இயேசுவின் கனவைப் பற்றிப் பேசினார். ராசுக்குட்டி பலமாகக் கைதட்டினார்.

கோவிலுக்குப் பக்கத்தில் உள்ள ஒரு வீட்டை வாடகைக்கு எடுத்து இஸ்மாயிலின் பேரில் ஒரு வாசக சாலையைத் தொடங்கினார். அதைப் பாதிரியாரை வைத்துத் தொடங்கச் செய்தார்.

○

ராசு பாபுவைக் குறிவைத்துக் காய் நகர்த்தத் தொடங்கினார். பாபுவின் போலீஸ் அஸ்திரத்தை பாபுவின் மீதே ஏவினார். கணேச மூர்த்தியின் ஓட்டலை பாபு எடுத்துக்கொள்ள முயல்வதாகக் கதை பரப்பினார். அந்த ஓட்டலுக்குப் பின்னால் பிராத்தல் நடப்பதாக எஸ்.ஐ.யிடம் தூபம் போட்டார். அதற்கான ஆதாரங்களையும் ஜோடித்தார். கூடவே அரசியல் அஸ்திரத்தையும் எடுத்தார். பிளேடு பாபு பெண்கள் விஷயத்தில் பலவீனமானவர். சின்ன வீடுகளுடன் அவ்வப்போது இளைப்பாறும் குட்டி வீடுகளும்

உண்டு. அதையெல்லாம் தோண்டி எடுத்த ராசு, பாபுவின் காம லீலைகள் என்று போஸ்டர் அடித்து ஊரெங்கும் ஒட்ட ஏற்பாடு செய்தார். உள்ளூர் எம்.எல்.ஏ.விடம் அது பற்றிப் பேசினார்.

ராசுக்குட்டிக்குப் பத்திரிகையாளர் ஒருவரிடம் நெருக்கம் உண்டு. அவரும் ராசுவின் சாதிக்காரர் என்பதோடு ராசுவிடம் பல உதவிகள் பெற்றிருக்கிறார். அவரிடம் ராசு விரிவாக விவாதித்தார். வதந்தியைப் பரப்ப வேண்டும் என்னும் யோசனையை அவர்தான் சொல்லிக்கொடுத்தார். மேலும் பல யோசனைகளைச் சொன்ன நிருபர் அதற்கான திட்டங்களையும் போட்டுக்கொடுத்தார்.

பாபு விபச்சாரம் நடத்துவதாகச் செய்திகள் பரவின. பத்திரிகைகளில் பாபுவின் பெயர் தாறுமாறாக அடிபட்டது. பார்டர் தோட்டத்துச் சட்ட விரோத நடவடிக்கைகள் பற்றி வாரப் பத்திரிகைகள் பரபரப்பான செய்திகளை வெளியிட்டன. நிருபரின் வேலை கொஞ்சம் ஆழமாகவே சென்றது. பாபுவுக்கும் அமைச்சருக்கும் தொடர்பா என்று ஒரு பத்திரிகை எழுதியது. அரசியல் மேடைகளில் அதுபற்றிப் பேசப்பட்டது. எல்லையம்மன் கோவில் பக்கத்தில் நடந்த ஒரு கூட்டத்தில் தெருவில் இரவு பத்து மணிக்கு மேல் மேடையேறிய ஒரு பேச்சாளர் பாபுவின் காம லீலைகள் பற்றி சுவாரஸ்யமாகப் பேசினார். கிட்டத்தட்ட ஒரு மணிநேரம் பாபுவைத் துவைத்து எடுத்தார்.

பாபுவின் மீது போலீஸின் சந்தேகப் பார்வை விழ ஆரம்பித்தது. பாபு சும்மா இருந்தாலும் அவரது ஆட்கள் அடிக்கடி ஏதாவது சண்டையில் மாட்டிக்கொள்ளும் சந்தர்ப்பங்கள் உருவாயின. போலீஸும் ஆளுங்கட்சியும் அவரைத் தொந்தரவாக நினைக்க ஆரம்பித்தன. காற்று ராசு பக்கம் வீசுவதைக் கண்ட காவல் துறை அதிகாரிகள் ராசுவிடம் நட்புப் பாராட்டினார்கள்.

குருவை சீக்கிரமே போலீஸின் தேடல் வலையிலிருந்து விடுவிக்க வேண்டும் என்று ராசு விரும்பினார். குரு உடன் இருந்தால்தான் இந்த வெற்றியைத் தக்கவைத்துக்கொள்ள முடியும் என்பது அவருக்குத் தெரியும்.

ஏ.சி.யைச் சந்தித்துப் பேசினார். போலீஸை அடித்தது குரு இல்லை என்றும் கராத்தே வகுப்பில் இருந்த ஒருவனுக்குப் பணம் கொடுத்து அடிக்கச் சொல்லி குருவின் மீது பழியைப் போட்டுவிட்டார்கள் என்றும் ராசு சொன்னார். எம்.எல்.ஏ.வும் அதை ஆமோதித்தார். தென் சென்னையின் முக்கியப் பிரமுகரும் இவருக்கு ஆதரவாகப் பேசினார். எம்.எல்.ஏ.விலிருந்து கட்சித்

தலைவர் வரை செல்வாக்குள்ள ராசுவின் பேச்சை மீற ஏ.சி.க்குப் பெரிய காரணங்கள் எதுவும் இல்லை. ராசுவிடமிருந்து வர வேண்டிய பங்குகள் தவறாமல் வந்துகொண்டும் இருந்தன.

கராத்தே வகுப்பைச் சேர்ந்த ஒருவனை எஸ்.ஐ. கைதுசெய்தார். அவன் குற்றத்தை ஒப்புக்கொண்டான். தியேட்டர் வாசலில் நடந்த தகராறில் அடித்துவிட்டேன், இருட்டில் போலீஸ் என்று தெரியவில்லை என்று வாக்குமூலம் கொடுத்தான்.

குருவின் மீதான வழக்கு கைவிடப்பட்டது. குரு பகிரங்கமாக வெளியே வந்தான்.

56

ஜகதாலன் மருத்துவமனையிலிருந்து வெளியே வர ஒரு மாதம் ஆயிற்று. கால் சற்றுக் கோணலாகிவிட்டது. அவனைப் பிடித்தவர்கள் கண்டபடி அவன் காலைத் தாக்கியிருக்கிறார்கள். முட்டியைப் பிடித்து பலமாக இழுத்திருக்கிறார்கள். இரண்டு மூன்று பேர் அவன் கால் மீது விழுந்திருக்கிறார்கள். மூன்று இடங்களில் எலும்பு முறிவு, முட்டியில் சவ்வு கிழிந்துவிட்டது.

"ஜாக்கிரதையா இருக்கணும்பா. வேகமா நடந்தாலோ ஓடினாலோ மூட்டு கழண்டுடும்" என்று டாக்டர் எச்சரித்தார்.

"எவ்வளவு நாள்ல கபடி ஆட முடியும்?" என்று கேட்டான் ஜகதாலன்.

"கபடியா? ஆடவே கூடாது" என்றார் டாக்டர்.

ஜகதாலன் உறைந்து நின்றான். அவன் அப்பா, அம்மா, நண்பர்கள் கூப்பிட்டதெல்லாம் அவன் காதில் விழவில்லை. கண்கள் ஜன்னல் வழியே வெறித்துப் பார்த்துக்கொண்டிருந்தன.

"பத்திரமா கூட்டிட்டு போங்க. அடுத்த வாரம் வந்து இன்னொரு எக்ஸ்ரே எடுக்கணும்" என்றார் டாக்டர்.

நண்பர்களின் தோள்களில் கை போட்டபடி ஜகதாலன் மெதுவாக நடந்து வந்தான். கோணலான அந்தக் கால் தன்னுடைய கால் மாதிரியே அவனுக்குத் தோன்றவில்லை. சிறிது தூரத்தில்

முன்னால் சென்ற அப்பா திரும்பிப் பார்த்தார். ஜகதாலனால் அவர் முகத்தைப் பார்க்க முடியவில்லை. அவர் துண்டால் வாயைப் பொத்திக்கொண்டு முன்னே சென்றார்.

ஜகதாலன் அழவில்லை. பேசவில்லை. மெதுவாக நடந்து சென்றான்.

○

வாசலில் புல்லட் வரும் சத்தம் கேட்டு ஜகதாலன் எட்டிப் பார்த்தான். குரு. ஜகதாலன் முகம் கொடுத்துப் பேசவில்லை. குருவுக்கு அவனையும் அவன் அப்பாவையும் பார்க்கப் பாவமாக இருந்தது. ஜெகதாலனுக்கு வேலை வாங்கித் தருவதாகச் சொன்னான். ஜெகதாலன் வேண்டாம் என்றான். எவ்வளவு சொல்லியும் கேட்கவில்லை. ஆளே வேறு மாதிரி இருந்தான். முகத்தில் பழைய களை இல்லை. நடக்கும்போது விந்தி விந்தி நடந்தான். இந்த ஒரு காரணத்துக்காகவே பார்டர் தோட்டத்தை மொத்தமாகக் கொளுத்திவிட வேண்டும் என்று நினைத்தான் குரு.

வாசலில் நின்றிருந்த புல்லட்டைப் பார்த்த ஜகதாலன், "பைக்குல்லாம் புச்சா குது?" என்று மட்டும் கேட்டான். அப்படிக் கேட்கும்போது அவன் முகத்தில் தெரிந்த சிரிப்பு விசித்திரமாகத் தெரிந்தது. "ராசண்ணன் வாய்ங்க் குட்த்தாரு" என்றான். ஜகதாலன் மேற்கொண்டு எதுவும் பேசவில்லை.

குரு வருத்தத்துடன் கிளம்பினான். "இட்லி சாப்ட்டு போ குரு" என்று உள்ளேயிருந்து குரல் வந்தது. "இருக்கட்டும்மா" என்றான் குரு. "இந்தப் பையன் கதி இப்டி ஆயிட்ச்சி பாத்தியா" என்று புலம்பிக்கொண்டே வெளியே வந்தார் ஜகதாலனின் அம்மா.

"இப்ப இன்னாத்துக்கு பொலம்பற? பேசாத உள்ள போ" என்று ஜெகதாலன் எரிந்து விழுந்தான்.

அம்மா அதைக் காதிலேயே போட்டுக் கொள்ளவில்லை. "ஊட்லயே இருக்க மாட்டான். அது அதுங்கோ ஊர் ஊரா சுத்தி பொறிக்கித்தனம் பண்ணும்போது இவம் மட்டும் கபடி, கபடின்னு உயிரையே குட்த்தான். இவுனுக்கு இந்த கெதி வர்ணுமா? இந்த ரெண்டு ஊரும் அட்ச்சிக்கினு சாவறத்துக்கு எம்பையங் காலுதாங் கெட்சிதா? காலுக்கு காலும் போச்சி, கெவுர்மெண்டு வேலையும் போச்சி" என்று பெருங்குரலெடுத்து அழ ஆரம்பித்தார்.

குருவுக்கு என்ன சொல்வதென்று தெரியவில்லை. ராசண்ணன் பார்டர் தோட்டத்தைப் பழிவாங்கிவிட்டார் என்றாலும் குருவின் ஆவேசம் அடங்கவில்லை. ஜகதாலன் மேல் கை வைத்ததை அவனால் பொறுத்துக்கொள்ளவே முடியவில்லை.

“த, கம்னிருன்னு சொல்றே(ன்)ல்ல? சொம்மா அய்துனிர்ந்தா சாணிய கரச்சி ஊத்திடுவேன்” என்றான் ஜகதாலன். அவன் குரலில் பழைய வேகம் இல்லை.

“சானிய ஏன்டா கொட்ற? நெருப்ப அள்ளி தலைல கொட்டு. நா உசுரோட இருந்து என்னாத்த பண்ண போறேன்?” என்று சொல்லிவிட்டு மீண்டும் அழுதார்.

ஜகதாலனின் அப்பா எதுவும் பேசாமல் அமர்ந்திருந்தார். ஜன்னல் வழியே வெளியில் பார்த்துக்கொண்டிருந்தார். ஜகதாலன் பேசும் மனநிலையில் இல்லை.

குரு கனத்த மனத்துடன் வெளியேறினான். அதன் பிறகு பல முறை குரு எவ்வளவு முயன்றும் ஜகதாலனைப் பழையபடி பார்க்க முடியவில்லை.

57

முத்து குருவை வந்து பார்த்தான். போலீஸ் பிடித்துக்கொண்டுபோன கதையைச் சொன்னான் முத்து. பார்வதி கர்ப்பமாக இருப்பதையும் சொன்னான். குரு அவன் தோளில் தட்டிக் கொடுத்தான். "இன்மே திர்ட்டு வேலயெல்லாம் உட்டுர்ரா. கட்ட தொட்டியாண்ட வா. எதுனா வேல போட்டு தரேன்" என்றான்.

"நமுக்கு அந்த வேலயே வாணாம்பா. வேற எதுனா வேல இருந்தா சொல்லு" என்றான்.

"ங்கோத்தா, திர்ட்டு வேல பண்றதுக்கு எங்க வேல மட்டமா போச்சா" என்றான். "டேய் முத்து, நல்லா கேட்டுக்க. பகவதிபுரத்துல பொறந்த ஒவ்வொரு ஆம்பலயும் ஒண்ணு கத்திய எடுக்கணும் இல்லாட்டி கத்தியால வெட்டுபடணும். இத்தாண்டா இங்க தல எயுத்து" என்றான். "எந்த வம்புக்கும் போகாம சொம்மா இர்ந்த ஜகாவுக்கு இன்னா கெதி ஆச்சுன்னு பாத்தல்ல?" என்றான்.

முத்து பதில் பேசவில்லை.

குரு அவனுக்கு ஆயிரம் ரூபாய் கொடுத்தனுப்பி னான். "பொண்டாட்டிய நல்லா பாத்துக்கடா" என்றான். "சொன்னா கேள்றா. உனுக்கு எந்த பிர்ச்சனையும் இல்லாம நாம் பாத்துக்கறேன். கட்டதொட்டில வேல செய்" என்றான் மறுபடியும். "நீ இங்க இருக்குறன்னு தெர்ஞ்சா போலீஸ் உம்மேல கை வெக்காது. இல்லாகாட்டி ஏதாது பயைய கேஸ்ல எப்ப வோண்ணா உள்ள புட்ச்சி போட்ரும்" என்றான்.

முத்து யோசனையில் ஆழ்ந்தான். குரு அவனை ரொம்பவும் யோசிக்கவிடவில்லை.

கட்டைதொட்டியில் வேலை பார்க்கப்போவதாகப் பார்வதியிடம் முத்து சொன்னான். பார்வதிக்கு அது பிடிக்க வில்லை. திருட்டு வேலையைவிட இது பரவாயில்லை என்று தோன்றினாலும் இது மிகவும் அபாயகரமானது என்று பயந்தாள். குருவைப் போலீஸ் குறிவைத்துத் தேடியதை செண்பகம் மூலம் தெரிந்துகொண்ட அவள், குருவுடன் இருப்பவர்களுக்குத்தான் அதிக அபாயம் என்று நினைத்தாள். குருவால் தப்பித்துவிட முடியும், ஆனால் முத்துவால் தப்பிக்க முடியாது என்று நினைத்து பயந்தாள். முத்துவிடம் இதைச் சொன்னபோது அவன் "சீ சொம்மா எதாது நென்ச்சி பயந்துனுருக்காத" என்று சொல்லிவிட்டான். "என் வேல கட்ட தொட்டிலதான். வேற வேல கட்ச்ச உட்னே அத்த உட்ருவேன்" என்றான்.

58

வீட்டிலேயே எளிமையாக வளைகாப்பு நடந்தது. செண்பகமும் பக்கத்து வீட்டுப் பெண்ணும் எல்லா வேலைகளையும் பார்த்துக்கொண்டார்கள். இருக்கும் நிலையில் வளைகாப்பு வேண்டாம் என்று சொல்லிப்பார்த்தாள் பார்வதி. செண்பகம் கேட்கவில்லை. வீட்டுக்கு போலீஸ் வந்ததிலிருந்தே லட்சுமி அம்மா ஒடுங்கிப் போய்விட்டார். வளைகாப்புக்கு ஊரிலிருந்து அப்பாவுடன் எட்டுப் பத்துப் பேர் வந்திருந்தார்கள். ரவி வரவில்லை. சித்தியும் சித்தப்பாவும் அவர்கள் பெண்ணும் வந்திருந்தார்கள். சித்தி வீட்டில்தான் பிரசவத்துக்குச் செல்வதாக ஏற்பாடு.

குருவும் வந்திருந்தான். வேட்டி அணிந்த குருவைப் பார்க்க அவளுக்கு ஆச்சரியமாக இருந்தது. இத்தனை நாளாகக் கண்ணில் படாதவன் திடீரென்று எப்படி வந்தான் என்று யோசித்தாள். முதல் முதலில் அவனைப் பார்த்த காட்சி நினைவுக்கு வந்தது. லுங்கியும் முண்டா பனியனும் அணிந்துகொண்டு பையன்களுடன் மாஞ்சா போட்டுக்கொண்டிருந்த சித்திரம் வந்துபோனது. அப்போது அவன் தன்னை விழுங்கிவிடுவதுபோலப் பார்த்ததும் நினைவுக்கு வந்தது. மீசை தொங்கும் நீளம் குறைந்திருந்தது. அளவான தாடி இருந்தது. உடலில் சிறிதும் மாற்றமில்லை. அதே முறுக்கேறிய விண்ணென்ற உடம்பு. நிமிர்ந்த தோள்கள். பார்வதி தன் கவனத்தை வலுக்கட்டாயமாக வேறு பக்கம் திருப்பினாள்.

வீட்டில் இடமே இல்லை. பாதிப் பேர் பக்கத்து வீட்டில் உட்கார்ந்திருந்தார்கள். சாப்பாடுகூட அங்கேதான் போடப்பட்டது.

அப்பாவின் உடல் பாதியாக இளைத்திருந்தது. கிரைண்டர் எங்கே என்றார். ரிப்பேருக்கு எடுத்துக்கொண்டு போயிருக்கிறார்கள் என்று சொன்னாள் பார்வதி. என்ன ரிப்பேர் என்று பதற்றத்துடன் கேட்டார். "ஒயர எலி கடிச்சிடிச்சிப்பா" என்றாள் பார்வதி. மேற்கொண்டு அந்தப் பேச்சைத் தொடராத வகையில் பேச்சை மாற்றினாள்.

வளைகாப்பு முடிந்த கையோடு பார்வதி ஊருக்குக் கிளம்பினாள். அப்படித்தான் அவள் அப்பா விரும்பினார். லட்சுமியம்மாவும் அதை ஒப்புக்கொண்டார். பக்கத்து வீட்டுக்காரர் இரண்டு ஆட்டோக்களை அழைத்துக்கொண்டு வந்தார். ஒரு ஆட்டோவில் முத்து முதலில் ஏறிக்கொண்டான். அடுத்து பார்வதி. அவளுக்குப் பக்கத்தில் செண்பகம். ஆட்டோவில் ஏறும்போது வழியனுப்பியவர்களில் குருவும் இருந்தான். அவன் கண்களில் தெரிந்த கூர்மை அவளுக்கு வித்தியாசமான உணர்வை ஏற்படுத்தியது.

பார்வதி ஆட்டோவில் உட்கார்ந்ததும் வயிற்றுக்குள் சிறு அசைவை உணர்ந்தாள். புல்லரித்தது. ஒரு கணம் மற்ற எல்லா விஷயங்களும் மறந்தன. கண்களை மூடிக்கொண்டாள். பக்கத்தில் இருந்த செண்பகத்தின் தோள் மீது சாய்ந்துகொண்டாள். "பசங்க எங்க?" என்று கேட்டாள். "பெரியவன் டூசன் போய்கிறான். சின்னவன் வெலாட போயிருப்பான்" என்றாள் செண்பகம்.

பகவதிபுரத்தின் சாலைகளினூடே ஆட்டோ சென்றபோது பகவதிபுரத்தின் அனுபவங்கள் பார்வதியின் மனதில் ஓடின. ஆட்டோ கோவில் வாசலில் நின்றது. பார்வதிக்கு அசதியாக இருந்தது. என்றாலும் கீழே இறங்கிக் கும்பிட்டாள். கோவிலில் அண்மையில் திருவிழா நடந்ததற்கான அடையாளங்கள் தெரிந்தன. சுவர்கள் புதிதாக வண்ணம் பூசப்பட்டிருந்தன. பாதிரியார்கூட இந்த விழாவுக்கு வந்ததாக செண்பகம் சொன்னாள். பார்வதியால் போக முடியவில்லை.

பக்கத்தில் பையன்கள் கபடி ஆடும் ஆரவாரம் கேட்டது. அந்த உயரமான ஒல்லிப் பையனைப் பார்க்க வேண்டும் போலத் தோன்றியது. திரும்பிப் பார்த்தாள். அவனைக் காணோம். மீண்டும் ஆட்டோவில் ஏறிக்கொண்டாள்.

கோவிலிலிருந்து இடது புறம் திரும்பி மீண்டும் இடது புறம் திரும்பிப் பிரதான சாலையில் ஆட்டோ விரைந்தது.

அங்கே பகவதிபுரம் என்னும் பெயர்ப் பலகை பார்வதியின் கண்ணில் பட்டது. அதையே பார்த்துக்கொண்டிருந்தாள். சிறிது நேரத்தில் ஆட்டோ கட்டை தொட்டியைக் கடந்தது. கட்டை தொட்டியின் வாசலில் அதிகக் கூட்டம் இல்லை. இதுபோல அந்த இடத்தைப் பார்த்ததாக அவளுக்கு நினைவில்லை. முத்துவின் பாதுகாப்பை நினைத்து மீண்டும் கவலை ஏற்பட்டது. முத்துவுக்கு அப்பா சீக்கிரமே வேலை வாங்கித் தர வேண்டுமே என்று நினைத்துக்கொண்டு கண்களை மூடிக்கொண்டாள்.

கிணற்றடி, பன்றிகளை வெட்டும் இடம், கபடி, கோலி, மாஞ்சா, மார்க்கெட், ஸ்டெல்லா மிஸ் வீடு, நெஞ்சில் சிலுவைக் குறி இட்டபடி பேசும் பாதிரியார், படிப்பே குறியாக இருக்கும் சந்திரன், நசுங்கிய பால் சொம்பு, முத்து, பீடி நாற்றம், பில் கேட்கும் போலீஸ்காரர்கள் என்று பல நினைவுகள் மனதில் வந்துபோயின. “வா ஏசுவண்டை வா” என்னும் பாடல் மனதில் ஒலித்தது. முத்து குருவுடன் சென்று சண்டையில் மாட்டிக்கொள்ளும் சித்திரமும் தோன்றி மறைந்தது. தாலியைத் தொட்டுப் பார்த்துக்கொண்டாள். நெஞ்சு படபடவென்று அடித்துக்கொண்டது.

ஆட்டோ பகவதிபுரத்தைத் தாண்டிவிட்டது. பார்வதிக்கு எதையோ இழப்பது போன்ற உணர்வு ஏற்பட்டது. படபடப்பு அதிகமாயிற்று. மேடிட்டிருந்த வயிறைத் தடவியபடியே செண்பகத்தின் தோள் மீது நன்றாகச் சாய்ந்துகொண்டாள்.

www.ingramcontent.com/pod-product-compliance
Lightning Source LLC
LaVergne TN
LVHW042301051026
849519LV00012B/1773
* 9 7 8 9 3 8 4 6 4 1 3 4 4 *